# நடுவே கடல்

உலகின் சாளரங்களைத் திறக்கும்
அ. முத்துலிங்கத்தின் கதைகள்

தொகுப்பு :
அருண்மொழி நங்கை

### விஜயா பதிப்பகம்
20, ராஜ வீதி,
கோயம்புத்தூர் - 641 001.
www.vijayapathippagam.com

நடுவே கடல் * தொகுப்பு: அருண்மொழி நங்கை© * சிறுகதைகள் * முதல் பதிப்பு: செப்டம்பர் 2022 * பக்கங்கள்: 160 * *விஜயா பதிப்பகம்* * 20, ராஜ வீதி கோயம்புத்தூர் – 641001 * அலைப்பேசி: 0422-2382614, 9047087053 * மின்னஞ்சல்: vijayapathippagam2007@gmail.com * அட்டைவடிமைப்பு: லார்க் பாஸ்கரன் * லேஅவுட்: சந்தோஷ் கொளஞ்சி

Naduve Kadal * Compiled by: Arunmozhi Nangai© * Shortstories * First Editon: September 2022 * Pages: 160 * Vijaya Pathippagam * 20, Raja St, Coimbatore – 641001 * Phone: 0422-2382614, 9047087053 * Mail ID: vijayapathippagam2007@gmail.com * Wrapper Designed by: Lark Bhaskaran * Layout Designed by: Santhosh kolanji

ISBN - 81-8446-023-6                                    Rs. 150

## பதிப்புரை

பொதுவா எழுத்தாளர்கள் மனைவிகள் எழுத்தாளர்களா இருக்கறதில்ல. அப்படி ஒரு வேளை இருந்தாலும் சிறந்த எழுத்தாளர்களா பெரும்பாலும் பரிமளிக்கறதில்ல. உலகத்தரம் வாய்ந்த எழுத்தாளர் நம்ம ஜெயமோகன் (இப்படி சொல்றதுக்கு யார் வேணா என்ன விமர்சனம் வேணா வைக்கட்டும். நான் பார்க்கறது எழுத்தின் சத்தியத்திலிருந்து மட்டும்தான்.) மனைவியான அருண்மொழி நங்கையும் ஒரு சிறந்த எழுத்தாளரா இருக்காங்களே... எப்படின்னு யோசிச்சுக்கிட்டே இருந்தேன். ஜெயமோகன் மணிவிழா மலர்ல அருண்மொழி கட்டுரையைப் படிச்சப்ப அதுக்கு எனக்கு விடைகிடைச்சுது. எப்படின்னா ஜெயமோகன் அருண்மொழி திருமணம் சொர்க்கத்தில் அல்ல... இலக்கியத்தில் நிச்சயிக்கப்பட்டிருப்பதை அந்தக் கட்டுரை மூலம் நான் தெரிஞ்சுக்கிட்டேன்.

அருண்மொழி எழுதின 'பனி உருகுவதில்லை' கட்டுரைகளை சிலது படிச்சேன். ஏ அப்பா... யம்மா எங்கம்மா இருந்தீங்க இவ்ளோ நாள்ன்னு தோணிப்போச்சு. அவங்க படிச்ச எழுத்தாளர்கள், பிடிச்ச பாட்டு, அப்புறம் அப்பா அம்மா அத்தை பற்றி, அப்பா நண்பர்கள் பற்றி இப்படி பல விஷயம் சொல்றாங்க. கட்டுரைதான்; ஆனா, நீங்க படிக்கணும். அது அப்படியே கதை மாதிரியே போகுது பலது. நம்ம பொம்பளைப் பிள்ளைகளுக்குன்னு தனி மனசு ஒண்ணு இருக்கு, நாம இன்னமுமே அதைப் புரிஞ்சுக்கலன்னு தோணிச்சு அவங்க சொல்ற சம்பவங்கள். அப்புறம் அந்த மாவட்டத்துக்கே உரிய கலாச்சார விஷயங்கள் அதெல்லாம் சொல்றாங்க. நம்ம அ.முத்துலிங்கமய்யாதான் அந்தப் புஸ்தகத்துக்கு முன்னுரையும் எழுதிருக்காங்க.

அவங்க எவ்ளோ நுட்பமானவங்கங்கிறதுக்கு ஒண்ணே ஒண்ணு சொல்றேன். இந்தத் தொகுப்புக்கு 'நடுவே கடல்'னு தலைப்பு வச்சிருக்காங்க. அது என்னென்னல்லாம் அர்த்தம் தருது

இந்தத் தொகுப்புக்குன்னு அத மட்டும் நீங்க யோசிச்சுப் பாருங்க... அப்ப தெரியும் அருண்மொழி எப்படிப்பட்ட படைப்பாளின்னு.

ஏன் நான் அருண்மொழியைப் பற்றி இவ்ளோ சொல்றேன். நம்ம ரவிசுப்பிரமணியன் என்ன சொன்னார்ன்னா, ‘அண்ணே 2022 கி.ரா. விருது தர்றத ஒட்டி அ. முத்துலிங்கம் பத்தி நாம கட்டுரைத் தொகுப்பு போடுறோம் ஓ.கே. கூடவே அவரோட கதைகள்லேர்ந்து வெளிநாடுகள், வெளி மனிதர்கள் பற்றி எழுதின கதைகளை மட்டும் தொகுத்து ஒரு புத்தகமும் போடலாம்ண்ணே’ன்னு சொன்னார். ‘சரி. உடனே செய்வோம். நீங்களே பண்ணிக் குடுங்க’ன்னு சொன்னேன். அவர் என்னா... ஒரு வேலையா செய்றாரு? ‘நம்ம தங்கை அருண்மொழி, முத்துலிங்கம் சாரோட தீவிர வாசகர் நாம அதை செய்யச் சொல்வோம்’ன்னார். எனக்கு ரொம்ப சந்தோஷம். ஆஸ்டின் சௌந்தரும் ரவியுமா அவங்ககிட்ட பேசி இந்தத் தொகுப்பு இப்ப வந்துருக்கு. இதுலேர்ந்து என்ன புரியுதுன்னா ஒரு நல்ல காரியத்த எப்பவும் நாம தொடங்கிடணும்... யோசிச்சிகிட்டே இருக்கப்படாது. செய்ய ஆரம்பிச்சிட்டா மத்ததெல்லாம் தானா வந்து சேந்துரும்.

முத்துலிங்கம் கதைகளைப் படிக்க ஆரம்பிச்ச பிறகு இப்ப நானும் அவரோட தீவிர வாசகரா ஆயிட்டேன். நாம என்னைக்கும் வாசகர்தான். அவரோட அக்கா மாதிரி கதையெல்லாம் ஒரு அபூர்வம். இவர் பாக்கிஸ்த்தான் பெஷாவர்ல இருக்கார். அப்ப ஒரு இளைஞன்கிட்டேருந்து ஒரு கடிதம் வருது. அந்தக் கடிதத்துக்குப் பிறகு சில விஷயமே மாறிப்போச்சுன்னு ஒரு இடத்துல பதிவு பண்றார். அந்த இளைஞன் யார்ன்னு அவரை நீங்க படிச்சு தெரிஞ்சுக்கங்க.

இலங்கைலேர்ந்து ஏஜன்ட் மூலமா கனடா போறதுக்கு ஒருத்தன் பட்டிருக்கிற பாட்டை கடவுள் தொடங்கிய இடம்ன்னு ஒரு சின்ன புஸ்தகம்... அதுல சொல்றார். அந்த அவலத்த அப்படி யாரும் சொல்லிற முடியாது. என்னதான் துரோகமிருந்தாலும், பகைவனுக்கும் அருள்வாய் நன்நெஞ்சேன்னு அன்பைத்தான் மறுபடி மறுபடி வலியுறுத்துறாரு. அதுல வர்ற அவனோட தாய் தகப்பன், குடும்பம் அதெல்லாம் சொல்றார். இவன் புறப்படறப்ப அந்த வீட்ல செல்லமா வளத்த நாய் அவனைக் கடிச்சிரும். அத அபசகுனமா அவன் அம்மா சொல்றாங்க. தெரியாதவன் உதவி பண்றது தெரிஞ்சவன் துரோகம் பண்றது எல்லாம் வருது. கூட இருக்கவன் சுடப்பட்டு இறந்துடறான். இவன் என்ன நினைக்கிறான்னா, அவனைக் கொண்டு போய் அடக்கம் பண்ணாம எப்படி போறது... அப்படின்னு. அங்கயா பாம் வெடிச்சிகிட்டே இருக்கு. இவன் தன் உயிரையும் பொருட்படுத்தாமதான் போய் அடக்கம் பண்றான்.

இதெல்லாம் படிக்கிறப்ப அப்படியே காட்சியா மனசுல தோணி என்னை உலுக்கிருச்சு. குறிப்பா சொல்றேன். குண்டு போட்டு செத்தா செத்துப்போயிடலாம்.... அதோட முடிஞ்சுபோச்சு கதை. அதுக்கப்பறம் நமக்கும் இந்த உலகத்துக்கும் சம்பந்தம் இல்ல. ஆனா, உயிரோட நம்மள அவமதிக்கிறது, சித்ரவதை பண்றது அதெல்லாம் அதெல்லாம் மனுஷ ஜீவனுக்கு பண்ற கொடுமை இல்லியா..? அதெல்லாம் படிச்சாலே நமக்கு மனசு பதறுது. இப்படில்லாம் வருது அதுல. ஆனா, எல்லாத்தையும் மீறி கடைசில நான் முன்ன சொன்ன மாதிரி அன்பைத்தான் மறுபடி மறுபடி மந்திரம் மாதிரி சொல்றாரு.

கைலாசபதி, சிவத்தம்பி எல்லாம் இவருக்கு ரொம்ப நெருக்கமா இருந்துருக்காங்க. இவர் எழுதுன ஒரு நாடகத்துல சிவத்தம்பி பீமனா நடிச்சிருக்காரு. தோற்றத்த வச்சு பொருத்தமா தேர்வு பண்ணிருக்காரு பாருங்க அப்பவே. அப்புறம் இவர் தங்கச்சி நகைய வாங்கி பீமன் கழுத்துல போட்டுட்டு நாடகம் முடிஞ்ச பிறகு பீமன் பின்னாடியே போயிட்டு இருக்காரு. இவரை சிவத்தம்பி பூசைன்னுதான் கூப்பிடுவாராம். கட்டிப்பிடிச்சுப்பாராம். அப்படிப்பட்ட பெரிய ஆள்களோடல்லாம் புழங்கி வந்துருக்காரு. இவங்களுக்கு எல்லாம் முன்ன தாமோதரன் பிள்ளை, கதிர்வேல் பிள்ளை, ஆறுமுகநாவலர் இவங்கள்ளாம் தமிழுக்குக் குடுத்த கொடைங்கிறது ரொம்பப் பெருசு. இப்ப நம்ம காலத்துல டேனியல், டொமினிக் ஜீவா, ஆனந்த குமாரசாமி, எஸ். பொ. தளையசிங்கம், பிரமிள், ஜெயபாலன் யோகநாதன், இவங்கள்லாம் ஒரு செட்டு. அப்புறம், யேசுராஜா, தேவகாந்தன், புஷ்பராஜ், தமிழ்நதி, சேரன், சயந்தன், ஷோபாசக்தி, அகரமுதல்வன் இப்படி இந்த இளைஞர் செட்டு கூடவும் இன்னைக்கு ஐயா ஒரு இளைஞனா சேர்ந்து நின்னுக்கிட்டு இவங்களோடயும் இயங்குறார். அப்படியான அவர் எழுத்தைப் படிக்கிறப்ப இப்ப நானும் இளைஞனா ஆயிட்டேன். இதெல்லாம் லேசுப்பட்ட விஷயமில்லை.

அப்புறம் இவரு எழுத்தெல்லாம் படிக்கிறப்ப எனக்கு அந்த கனடா நாட்டு மேலயே அவ்ளோ மரியாதை வந்துருச்சு. இங்க இந்தியாவுல தமிழ்நாட்டுல நடக்காதது ஐயா மாதிரி இருக்கவங்களால வெளிநாட்டுல நடக்குதுன்னா அத என்னால நினைச்சுக்கூட பார்க்க முடியல. அவர் பேசின காணொளில சொல்றாரு... கனடா நாட்டு அதிகாரிகள் ஐயா பணம் இருக்கு வந்து வாங்கிட்டுப் போங்க, உங்க தமிழ் மொழியை நல்லா இன்னும் உயர்வா கொண்டாங்கன்னு ஒரு லட்டர் அனுப்பிச்சாங்களாம். அதுக்கு இவர் சும்மா இருந்துருக்கார்

பதில் சொல்லாம. மறுபடி ஃபோன் வருதாம். உங்க தமிழுக்குன்னு ஒதுக்கின தொகைய எப்ப வந்து வாங்கிக்கப் போறீங்கன்னு. அப்ப அந்த நாட்டை நாம வணங்கணுமா இல்லியா..? இங்க வந்து பத்து தடவை அதிகாரிகள்ட்ட அரசியல்வாதிகள்ட்ட அப்பாயின்ட்மென்ட் கேட்டுப் போயி நாம எதாவது குடுத்துட்டு வர வேண்டியிருக்கு தமிழை வளர்க்க. நான் முத்துலிங்கம் எழுத்தைப் பத்திச் சொன்னா இன்னும் பேசிட்டே இருப்பேன். பதிப்புரைல ரொம்ப பேசப்படாது. சுருக்கமா சொல்லி முடிச்சுக்கிறேன்.

இந்தத் தொகுப்புல ஆப்ரிக்கா, அமெரிக்கா, சோமாலியா, கனடா... இப்படின்னு பலநாட்டு மனுஷங்களோட கதைகள் இருக்கு. கணியன் பூங்குன்றன் சொன்னமாதிரி, எங்க பொறந்தா என்ன... என்ன மதம் என்ன ஜாதியா இருந்தா என்ன.. கஷ்ட்டம் வரப்ப நாம முருகான்னா அவன் ஜீஸன்னு சொல்லப்போறான்.. இன்னொருத்தன் அல்லான்னு சொல்லப்போறான். எல்லாரும் மனுஷன் தானே ? பூகோளக்கோடுகள் மனுஷனைப் பிரிச்சாலும் நாமல்லாம் ஒண்ணுதாம்ப்பா. நாங்க இலங்கைல பட்ட கஷ்ட்டம் ஒரு விதம்ன்னா அவங்க ஆப்ரிக்காவுல படற கஷ்ட்டம் இன்னொருவிதம்ன்னு எடுத்துக் காட்டுறப்ப இங்க தமிழ்நாட்டுக் கஷ்ட்டம் ஒன்னுமே இல்லன்னு படுது. இப்படில்லாம்தான் இலக்கியம் செய்யும். அதைச் செய்ய வைக்க இந்த முத்துலிங்கம் மாதிரி எழுத்து மந்திரக்காரர்களால்தான் முடியும். அது இந்தப் புஸ்தகத்துலயும் முடிஞ்சிருக்கிறத படிக்கறவங்களால உணர முடியும். படிச்சுப் பாருங்க. என்ன நல்ல புஸ்தகத்த நாங்க தேடித் தேடிப் போட்டாலும் அத மனசுல வாங்கி வாசகர்கள் படிக்கிறப்பதான் இந்தக் காரியத்துக்கெல்லாம் அர்த்தம் வருது. ஒரு வாசகனா, பதிப்பாளனா நான் அதைத்தான் திரும்பத் திரும்பச் சொல்வேன். படிங்க. வணக்கம்.

— விஜயா வேலாயுதம்.

# நடுவே கடல்

அ.முத்துலிங்கம் இந்தியா பற்றி எழுதியதில்லை. தமிழகம் அவருடைய களமே அல்ல. ஈழப் படைப்பாளிகளில் ஒருவராகவே அவர் வரையறை செய்யப்படுகிறார். ஆனால், நான் உட்பட தமிழ் வாசகர்கள் பெரும்பாலும் அவரை ஈழப் படைப்பாளிகளின் வரிசையில் வைப்பதில்லை. அதேசமயம் தமிழகப் படைப்பாளிகளின் வரிசையிலும் அவர் இல்லை. அவ்வாறென்றால் அவருடைய நிலம் எது ? அவருடைய வேர்கள் எங்கே விரவியுள்ளன ?

மனித மனமும் பிரக்ஞையும் வாழும் மண்ணோடும் சூழலோடும் பிணைக்கப்பட்டவை. பிரக்ஞை முதலில் தொட்டுணரும், கண்டுணரும் , முகர்ந்தும், கேட்டும் உணரும் அனைத்தும் அவனைச் சூழ்ந்தவையே. இதையே அகம் காலத்தாலும், இடத்தாலும் பிணைக்கப்பட்டுள்ளது என்று அறிஞர்கள் கூறுகின்றனர். எனவே, ஒரு சமூகத்தின் பிரக்ஞையின் கூர்முனையென திகழும் படைப்பாளியும் அவ்வாறே. அவனைச் சூழ்ந்த மண்ணை, இயற்கையை, பருவ காலத்தை, மனிதர்களையே படைக்கிறான். திரும்பத் திரும்ப அவன் அகம் சென்று படியும் இடம் அதுவே.

மகத்தான படைப்பாளிகள் மனிதகுலத்தின் ஆதார சிக்கல்களை பேசுவதற்கு ஒரு நிலத்தை, ஒரு பண்பாட்டை மாறாத களமாகக் கொண்டிருக்கிறார்கள். அது அவர்களின் அரங்கு. அவர்களின் நிலம் நங்கூரம் போல் நிலையாகப் பிணைக்கிறது. உதாரணமாக, தாரா சங்கர் பானர்ஜி, பிபூதிபூஷன் பந்த்யோபாத்யாய போன்ற வங்கப் படைப்பாளிகளையோ, சிவராம காரந்த், எஸ்.எல்.பைரப்பா போன்ற கன்னடப் படைப்பாளிகளையோ சொல்லலாம். தகழி சிவசங்கரப்பிள்ளையை ஆலப்புழையில் இருந்தும், தி.ஜானகிராமனை தஞ்சையிலிருந்தும் பிரிக்கமுடியாது.

அவ்வாறு, மாபெரும் மானுட நாடகத்தின் அரங்கமாக ஆகும்போது,நிலம் ஆழ்ந்த பொருள்கொள்கிறது. அவ்வாறு அல்லாமல் வெறும் கதைப்புலமாக, ஆசிரியர் அறிந்த பின்புலமாக மட்டுமே நிலைகொள்ளும்போது, நிலம் ஒரு சிறையாக ஆகிறது. ஆசிரியனின் புனைவை அழுத்தும் ஒரு பாறாங்கல்லாக மாறுகிறது.

புலம்பெயர் எழுத்தாளர்களில் மிகப் பெரும்பான்மையானவர்கள் தங்கள் இளம்பருவ, வளரிளம் பருவ வாழ்க்கையையும், அது நிகழ்ந்த நிலத்தையும் மட்டுமே எழுதுவதை நாம் பார்க்கலாம். புலம் பெயர்ந்து வாழ நேரிடும் அனேக படைப்பாளிகள் அங்கு சென்று வாழும் நிலத்தையோ, மனிதர்களையோ, அப்பண்பாட்டையோ துளியும் பிரதிபலிப்பதில்லை. அவர்களின் அகம் கதவுகளை உட்பக்கமாக தாளிட்டு கொள்கிறது. அப்படி மீறி பதிவுசெய்பவரிலும் சுற்றுலா பயணிகள் வெளிநாட்டினரை வேடிக்கை பார்க்கும் ஒரு பார்வை மட்டுமே உள்ளது.

ஏனென்றால், அப்படைப்பாளிகள் மானசீகமாகப் பிறந்த மண்ணை விட்டு வெளியேறவில்லை. அவர்களின் நனவிலியை அறிந்த நிலமும், மனிதர்களும் நனைத்த சாக்குத்துணி போல் மூடிக்கொண்டுள்ளனர். புதிய மண்ணை, அதன் மனிதர்களை, பண்பாட்டை அவர்களின் அகம் ஏற்றுக்கொள்ளவில்லை. ஆகவே, ஒரு கட்டத்தில் எழுத்து என்பதே கடந்தகால ஏக்கம் என ஆகிறது. கெட்டிப்பட்டுப்போன அந்த உணர்வுநிலை சிதறடிக்கப்படுவதே இல்லை.

அ.முத்துலிங்கம் நிலம் கடந்த படைப்பாளி. உலகநிலத்தில் வாழ்பவர். வெவ்வேறு நாடுகளின், பண்பாட்டின், சூழலின் கதைகளாக அவர் எழுதிய ஏராளமானவற்றில் 13 கதைகளை அவர் அனுமதியுடன் தொகுத்துள்ளோம்.

பொதுவாக மனிதனின் தன்னிலை என்பது அவனுடைய பண்பாடே, தன் நடைமுறை பழக்கவழக்கங்களே , தன் மொழியே உலகிலேயே உயர்ந்தது என்னும் உணர்வுதான். அவ்வுணர்வு ஓர் உயர்ந்த பண்பாகவும் விழுமியமாகவும் முன்வைக்கவும் படுகிறது. மக்கள் திரளின் உணர்வாக ஆகிறது. ஆனால், தன் ஆளுமையின் பெருமிதத்தை உணராத, சுயமதிப்பில்லாத ஒருவரே தன் இனத்தின், குலத்தின், மொழியின், நாட்டின் பெருமையைத் தன்னுடையதெனக் கொள்வார். மெய்யான அறிவுஜீவி எப்போதும் கூர்த் தீட்டி வைத்திருக்கும் நுண்ணுணர்வால் தன்னைச் சார்ந்த இவை அனைத்தின் மேலும் ஒரு விமரிசனத்துடன் இருப்பார். அதன் போதாமைகளையும், கீழ்மைகளையும் உணர்ந்திருப்பார்.

ஆனால், படைப்பாளி இவ்விரண்டிற்கும் இடைப்பட்ட ஒரு மனநிலையில் இருப்பார். பற்று உணர்வுரீதியாக அவரை ஆள்கிறது. அறிவார்ந்த அணுகுமுறை அவரை சமநிலையில் வைத்திருக்கிறது. அந்தச் சமநிலையே இலக்கியப் படைப்புக்குக் கட்டுப்பாடான வெளிப்பாட்டை அளிக்கிறது. அ.முத்துலிங்கத்தின் கலை அத்தகையது.

சாமானியன் பிற பண்பாட்டை நேரிடும்போது அதுவரை தனக்கு வழிவழியாக சொல்லப்பட்ட மதிப்பீடுகள், ஒழுக்க வரையறைகளின் அடிப்படைகளைக் கொண்டே அதை பரிசீலிக்கிறான். இந்த சரி—தவறுகள் அவன் பார்வைக் கோணத்தில் ஒரு குறுகலைத் தருவது மாத்திரமல்ல, எதையும் திறந்த மனதுடன் அணுக முடியாமல் செய்துவிடுகிறது. இதற்கு படைப்பாளிகளும் விலக்கல்ல.

ஆனால், முத்துலிங்கம் ஒரு குழந்தை திறந்த மனதுடன் புதிய பண்பாட்டை நேரிடுவதுபோல் எதிர்கொள்கிறார். அதை உற்சாகமான மொழியில் பதிவுசெய்கிறார். வெளியில் இருந்து வேடிக்கை பார்க்கும் பார்வை அல்ல அவருடையது. அப்பண்பாட்டின் சாரத்தை தன் திறந்த கண்களால், ஆர்வம் வற்றாத அகத்தால் பார்த்து அள்ளிக் கொள்கிறார். அதற்கும் நமக்கும் உள்ள ஓர் உலகளாவிய பொதுமை அவரது நுண்ணுணர்வுக்கு மட்டுமே தட்டுப்படுகிறது. அதனாலேயே முத்துலிங்கம் மிக மிக தனித்துவம் பெற்ற படைப்பாளியாகிறார்.

எல்லா மனிதர்களையும் இணைக்கக் கூடிய உலகளாவிய விழுமியம் என்ன என்றால், பெரும்பாலானவர்கள் மானுடநேயம், அன்பு, கருணை, இரக்கம் என்று கூறுவார்கள். இவையனைத்தையும் விட மனிதனை அடிப்படையில் ஒன்றிணைக்கக் கூடியது சுவை. சுவை என்பது ருசி மட்டும் அல்ல. ரசனை, அழகு, காட்சி துய்ப்பு அனைத்துமே அடங்கும். சுவையின் நுண்ணிய பேதங்களுக்கு அடியிலுள்ள ஒருமையே மனிதனை அடிப்படையில் ஒன்றிணைக்கிறது. ஏனென்றால் சுவை உடல்சார்ந்தது, மானுட உடல் ஒன்றே. உடலில் இருந்து அது உள்ளத்துக்குச் செல்கிறது. பண்பாடாக ஆகிறது.

ஆகவேதான் அ.முத்துலிங்கம் கதையில் உயர்தர ஐரோப்பிய வைனை, ஒரு ஜப்பானியன் மெய்மறந்து சுவைக்க முடிகிறது, ஆபிரிக்க உணவை வேறு தேசத்தவன் லயித்து சாப்பிடுகிறான். காபூல் திராட்சையின் சாறு அந்நிலத்தின் அடையாளமாக ஆகிறது. ஓர் உள்வட்டாரத்தின் பாடலை, நடனத்தை வேறு தேசத்தவன் ரசிக்கமுடிகிறது. பெண்ணழகுகள் எத்தனை விதமானவை? முத்துலிங்கம் குறைவான சொற்களில் காட்டும் பெண்களில் எத்தனை

வகைகள் ? மஞ்சள் இனத்தவர் , கருப்பினம் , வெள்ளையர், மத்திய ஆசியர் என எல்லா வகையினரும் உள்ளனர். மிகச் சிறு உடலமைப்பு கொண்ட மஞ்சள் இனத்திலிருந்து ஓங்கு தாங்காக , நாவல்பழக் கருமையின் பளபளப்புடன் இருக்கும் ஆபிரிக்க இனப் பெண்கள் வரை. பொன்னிறக் கூந்தல் முதல் கறுத்து சுருண்ட பாம்புகுட்டி கூந்தல் அழகி வரை. அந்தச் சுவையறிதல் வழியாகவே அ.முத்துலிங்கம் உலகை தரிசிக்கிறார். அவருடைய கதைகள் காட்டுவது உலகின் சுவையை. மானுடரின் சுவை என்னும் ஒற்றைச்சரடை.

ஆனால், அ.முத்துலிங்கம் வெறுமே வேடிக்கை பார்ப்பதில்லை. தான் உணர்ந்த சுவைப்புள்ளியை குறியீடாகவோ அல்லது படிமமாகவோ மாற்றுகிறார். அப்போது, அச்சுவை அப்பண்பாட்டின் வெளிப்பாடாக ஆகிறது. அப்பண்பாடு பல்லாயிரமாண்டுகளாகத் திரட்டி எடுத்தது அந்தச் சுவையைத்தான் என்று தோன்றுகிறது. அதுதான் அவர் கதைகளுக்கு மேலதிகமான ஆழத்தையும், ஒரு கவித்துவத்தையும் தருகிறது.

உதாரணமாக, ‘குதம்பேயின் தந்தம்’ கதையில் கொல்லப்பட்டு ட்ரக் வண்டியில் ஏற்றப்பட்ட பெரும் யானை, மல்லாக்க தன் கால்களை வானை நோக்கி விரித்தவாறு கிடப்பது அவருக்கு சிலுவையில் அறையப்பட்ட யேசுவாக தோற்றமளிக்கிறது. உலகின் பாவங்களுக்காகத் தன் புனித ரத்தத்தை சிந்தியவன். ‘பூமாதேவி’ கதையில் எல்லா அழுக்குகளையும் வெளுக்கும் பொது உபயோகத்துக்கு வைக்கப்பட்டிருக்கும் மாபெரும் வாஷிங் மெஷின் பூமித்தாயாக உருவெடுக்கிறது. அழுக்குகளை செரித்து சுத்தப்படுத்தி நமக்கு தூய்மையாக்கி அளிப்பவள். அதிலும் கதைசொல்லியும் அவர் மகளும் ஒரு குறிப்பிட்ட மெஷினில் மட்டுமே அவர்கள் துணிகளை தூய்மை செய்கின்றனர். அந்த இயந்திரத்திற்கு அவர்களோடு ஓர் உயிர்ப்புடன் கூடிய நிலைத்த பந்தம் வந்துவிடுகிறது.

‘கறுப்பு அணில்’ கதையில் தரைக்கு அடித்தளத்தில் ஒரு பெருச்சாளியின் வாழ்க்கைக்கு நிகரான வாழ்க்கை வாழ்ந்து கொண்டிருக்கும், கிட்டத்தட்ட தன்னிரக்கத்தின் உச்சிக்குப் போய் உலகமே தன்னை கைவிட்டு விட்டதாக உணரும் ஒருவன், தன் தளத்தின் சாளரம் வழியாகப் பார்க்கிறான். வெளியே தோட்டத்தில் பாய்ந்து செல்லும் அதுவரை அவன் பார்த்திராத கறுப்பு அணிலை கண்ட அந்த கணத்தில் அவன் மனம் மலர்கிறது. அதோடு தன்னை இணைத்து பார்த்துக்கொள்கிறான். வாழ்க்கையே திருப்பிப் போடப்பட்டதுபோல் உணர்கிறான். இனி அவன் வாழ்வில் சோர்வில்லை , கழிவிரக்கமில்லை, அவன் வேறு ஒருவனாகிவிட்டான்.

பாத்திரங்களின் நீட்டிக்கொண்டிருக்கும் காதுகளை மடக்கி விடுவதன் மூலம், அதிகமான பாத்திரங்களை கப்பலில் ஏற்றலாம் என அறிபவனின் கதையில் அந்தச் சிறு மடங்கிக்கொள்ளுதல் ஒரு குறியீடாகிறது. மனிதர்கள் ஒருவருடன் ஒருவர் இணக்கமாக இயைந்து, மற்றவர்களோடு பொருத்திக்கொண்டு, முட்டிக்கொள்ளாமல் இருப்பது வழியாக அடையும் ஒரு நிலையை அது குறிப்பதாகவும் கொள்ளலாம். முத்துலிங்கத்தின் தரிசனமே அதுதானா?

'தொடக்கம்' கதையில் ருஷ்யாவின் வடமூலையில் இருந்து ஆபிரிக்காவுக்கு வலசை வரும் Saker Falcon கதைசொல்லியின் கண்ணாடியில் மோதி அர்த்தமற்று இறக்கிறது. 'விருந்தாளி' கதையின் தொடக்கத்தில் வரும் ஆதியாகமத்தின் வரிகள் கதையை முடிவில்லா காலத்துடன் இணைக்கின்றன.

'கொஞ்சம் தண்ணீர் கொண்டுவரட்டும், உங்கள் கால்களைக் கழுவி, மரத்தடியில் சாய்ந்து கொண்டிருங்கள். நீங்கள் உங்கள் இருதயங்களைத் திடப்படுத்த கொஞ்சம் அப்பம் கொண்டு வருகிறேன். அப்புறம் நீங்கள் உங்கள் வழியே போகலாம். மாட்டு மந்தைக்கு ஓடி, ஒரு நல்ல இளங்கன்றைப் பிடித்து வேலைக்காரன் கையிலே கொடுத்தான். அவன் அதைச் சீக்கிரத்தில் சமைத்தான். வெண்ணையையும், பாலையும், சமைப்பித்த கன்றையும் எடுத்து வந்து அவர்கள் முன்பாக வைத்து அவன் நின்று கொண்டிருந்தாள். அவர்கள் புசித்தார்கள்.– ஆதியாகமம் 18.

உங்கள் எளியவர்களுக்குச் செய்தது எனக்குச் செய்தது போல என்னும் கிறிஸ்துவின் வரியுடன் கதையை இணைக்கிறது இந்த முகப்புவரி. டால்ஸ்டாயின் புகழ்பெற்ற குட்டிக்கதையை நினைவூட்டுகிறது. இதயம் கனிந்து ஓர் அன்னை சொல்வதுபோல.

'விருந்தாளி' கதையில் நீண்ட பயணத்தில் படிந்த செம்மண் புழுதி படிந்த தலையும் அழுக்கு உடையுமாக ஒருவர் வருகிறார். முன்பின் அறிந்திராதவர். அவருக்கு சமைக்க கதைசொல்லி வேலைக்காரனைப் பணிக்கிறார். வேலைக்காரன் சனூசி அன்று அம்ருதமாக சமைக்கிறான். அளவான வெந்தயம் இட்டு வெந்தயக் குழம்பு மணக்க, ஆபிரிக்க முறைப்படி வைத்த இறைச்சியும், ருசிக்கும் சம்பலுமாக. அவன் கைகளிலும் புகுந்த அன்னைமையும், கருணையும் தான் அதற்கு காரணம். இருப்பதிலேயே உயர்தர கபெர்னெ சாவினொன் வைனை அவரோடு பகிர்கிறார். சுவைக்கிறார்கள். டேப் ரிகார்டரில் காருக்குறிச்சி சக்கனி ராஜ நட்டநடு நிசியில் ஆபிரிக்க காட்டில் மரவீட்டில் இவர்களுக்காக வாசிக்கிறார்.

கண்ணீர் உருண்டோடுகிறது. கரகரப் பிரியாவில் மனம் நெகிழ்ந்து. இறுதியில் உருதுக் கவிதை ஒன்று வாசிக்கிறார்கள். வாழ்வின் உன்னத சுவைகள் எல்லாம் ஒன்றாகும் தருணம்.

அ.முத்துலிங்கம் அடிப்படையில் ஒரு மனிதாபிமானி. நம்பிக்கைவாதி. மனிதனின் நேர்நிலைத் தன்மையைச் சொல்லக் கூடியவர். அவரை படிப்பது எப்போதுமே சோர்வூட்டக் கூடியது அல்ல. எல்லா வாசிப்புகளுமே நிறைவூட்டும் அனுபவமாகவே இருக்கின்றன. உற்சாகமான கதைகள். நவீனத்துவக் கதைகளில் காணப்படும் இருண்மை, எதிர்மறைத் தன்மை அனேகமாக முத்துலிங்கம் கதைகளில் இல்லை எனலாம். மனிதனின் எல்லா இன்னல்கள், கீழ்மைகள், சிறுமைகள், இவற்றுக்கு அப்பால் பரிமாறிக்கொள்ளக்கூடிய புன்னகை அவருடைய எல்லா கதைகளிலும் உள்ளது. ஒரு புன்னகையால், மௌனத்தால், கண்ணசைவால் சரிசெய்து கொள்ளக்கூடியவைதான் எல்லாம். அதற்கு அவ்வளவு முஷ்டி பிடிக்கதேவையில்லை என்பதுபோல. ஒரு நல்ல சுவையால் மானுடம் எல்லா பேதங்களையும் கடந்து இணைந்துவிடலாம் என்பதுபோல.

விதிவிலக்காக, மனிதனின் இருட்டையும் கசப்பையும் சொல்லக்கூடிய 'கொழுத்தாடு பிடிப்பேன்' போன்ற சிறுகதைகளையும் அவர் எழுதியுள்ளார்.

கலாசாரங்களுக்கு இடையே உள்ள பொதுமையை அவர் கதையில் இயல்பாக எப்படி சாதிக்கிறார்? தன் மரபின் வேரிழைகளை அவர் தான் எதிர்கொள்ளும் பண்பாட்டின் வேர்களுடன் பின்னிக்கொள்கிறார். இதை ஊடுபாவாக நெய்யும் ஓர்அழகிய மொழியின் தறி அவரிடம் உள்ளது. அவருடைய சுவை தொன்மையான தமிழிலக்கியங்களிலும் தோய்ந்தது. ஆகவே, அது ஓர் இக்கட்டில் கச்சியப்பரின் கந்த புராணத்தை நினைவுக்கு கொண்டு வருகிறது. 'ஒரு சாதம்' கதையில் அவ்வையார் வரப்புயர என்று மட்டும் சொல்லி நிறுத்தி, எப்படி என்று மன்னன் கேட்டதும் வரப்பை சிறிது உயர்த்தினால் அது எப்படி அரசனையே உயர்த்தும் என்று விளக்குவதை கூறுகிறார். கணிப்பொறியின் பிழையை நாட்கணக்காக அறிய முயலும் நாயகனின் சாகசத்துக்குக் கள்ளிருக்கும் மலர்க்கூந்தல் ஜானகியின் மேல் ராவணன் மறைத்து வைத்த காதலை தேடிப் போகும் ராமனின் அம்புக்கு உதாரணமாகச் சொல்கிறார்.

சிறுத் தொண்டர் புராணம், சிற்றிலக்கியங்கள், கலிங்கத்துப் பரணி, கம்பனின் வரிகள், கபிலன், சங்கக் கவிதை, மஹாபாரதக்

கதை மாந்தர்கள் என்று அ.முத்துலிங்கத்தின் கதையுலகம் இலக்கியக் குறிப்புகளின் களமும் கூட. அதே இயல்பு கெடாமலே ஆபிரிக்க பழமொழியும் (ஆற்றில் ஆழம் பார்க்க இரண்டு காலையும் விடாதே, ஒரு காலை மட்டும் விடு முட்டாளே), கிரேக்க புராணத் தொன்மங்களும், பல தேச நாட்டுப்புறக் கதைகளும், அமெரிக்க, தென்னமெரிக்க எழுத்தாளர்களும் ஊடாக செல்கின்றனர். இந்த ஊடுபிரதித் தன்மையை (Inter texuality) அவர் எழுத்தின் தனித்தன்மை எனலாம்

பல மொழிகளின் சாராம்சமான துளிகளை சேகரித்து வைத்த அழகிய தடாகம் என அவர் ஆழ்மனதை சொல்லலாம். எட்ட நிற்கும் மரத்தின் வேர்கள் பூமிக்கு கீழ் உரசிக் கொள்வதைப் போல அவருக்குள் உலகப் பண்பாடுகள் அனைத்தும் கைகோர்த்துக் கொள்கின்றன. இந்நூற்றாண்டின் உலக மனிதனின் ஆழம் அவருடைய புனைவுலகு.

அருண்மொழி நங்கை
*09/18/2022*
நாகர்கோவில்

# உள்ளடக்கம்

1. திகடசக்கரம் 15
2. குதம்பேயின் தந்தம் 26
3. ஒரு சாதம் 42
4. கறுப்பு அணில் 59
5. பூமாதேவி 70
6. ஒட்டகம் 83
7. விருந்தாளி 95
8. தொடக்கம் 105
9. ராகுகாலம் 115
10. கொழுத்தாடு பிடிப்பேன் 124
11. கடவுச்சொல் 134
12. கடைநிலை ஊழியன் 142
13. விழுக்காடு 150

# 1
# திகடசக்கரம்

எரிச்சல் ஊட்டுவதற்கென்றே பிறவியெடுத்தவன் 'எரிக்ஸன்'. முந்திய பிறவியில் நான் செய்த வினைப்பயனால் அவனுடன் எனக்கு ஒரு தொந்தம் ஏற்பட்டுவிட்டது. நான் எங்கே போனாலும் அவனும் அங்கே என் பின்னால் வந்து சேர்ந்துவிடுவான்.

ஸ்வீடன் தேசத்து அரசாங்கத்துக்காக இவன் வேலை செய்து வந்தான். ஆள் உயரமாகவும் வசீகரமாகவும் இருப்பான். அவன் ஆங்கிலம் கதைப்பது கேட்க ஆனந்தமாக இருக்கும். 'ஸ்வீடிஷ்' மொழியிலே சிந்தித்துப் பின் அதை ஆங்கிலத்தில் வார்த்தைக்கு வார்த்தை மொழி பெயர்த்து பேசுவான். ஆகையினாலே, அவனுடைய ஆங்கிலம் நெளிந்து நெளிந்து வரும். சுருக்கமாக ஒரு விஷயத்தைப் பேசினோம் என்பது அவன் ஜாதகத்திலேயே கிடையாது. நீண்டு வளைத்துத்தான் கதைக்கு வருவான்.

அவன் வடதுருவம் என்றால் நான் தென்துருவம். அவன் நெருப்பு என்றால் நான் ஐஸ். அவன் நீட்டி நீட்டிப் பேசினால், நான் சுருக்கமாகத் தான் பேசுவேன். எப்பவும் அவசரப்பட்டு ஓடியபடியே இருப்பான். நான் அப்படி இல்லை. குழாயில் வரும் நீர் போல மளமளவென்று சிந்தனைகளை வரவரக் கொட்டிக்கொண்டே இருப்பான். நானோ ஆற அமர யோசித்து ஒரே ஒரு வசனம் பேசினாலே அது பெரிய காரியம். இப்படியாக நாங்கள் முற்றிலும் எதிர்மறையானவர்கள். எங்கள் இரண்டு பேருக்கும் கடவுள் எப்படியோ ஒரு முடிச்சைப் போட்டுவிட்டார்.

ஐந்து நிமிடத்திற்கு மேல் யாரும் எரிக்ஸனுடன் தொடர்ச்சியாகப் பேசமுடியாது. எப்படியும் எரிச்சல் மூட்டிவிடுவான். அப்படி அசாத்தியமான சாமர்த்தியம் அவனிடமிருந்தது.

✻

எங்கள் இருவருக்கும் சுற்றுச்சூழலைப் பாதுகாக்கும் பணி. எங்கள் பணியின் நிமித்தம் நாங்கள் இப்படி அடிக்கடி சந்திக்க வேண்டிவரும். ஆபிரிக்காவின் கடற்கரையோரத்தில் உள்ள ஐந்து நட்சத்திர ஹோட்டல் ஒன்றில் இருவரும் தங்கியிருக்கிறோம். ஒரு விசேஷ கூட்டத்திற்காக நாங்கள் வரவழைக்கப் பட்டிருந்தோம்.

விஷயம் இதுதான். ஸ்வீடன் நாடு பன்னிரெண்டு மில்லியன் டொலர் ஓர் அணைக்கட்டு விஷயமாகக் கொடுப்பதாக இருந்தது. இந்த அணைக்கட்டினால் மின்சக்தியும் விவசாயமும் பெருகி நாடு பெரும் சுபிட்சம் அடையும் என்று எதிர்பார்க்கப்பட்டது.

ஆனால், சுற்றுச்சூழலைப் பாதுகாக்கும் சில குழுக்கள் இந்த அணைக்கட்டு சம்பந்தமாக ஆராய்ந்ததில், பல அனர்த்தங்கள் விளையும் என்பதைக் கண்டுகொண்டார்கள். அவர்கள் வேண்டுகோளின்படி நாங்கள் ஆராய்ச்சி செய்து 96 பக்கம் கொண்ட ஓர் அறிக்கையைத் தயார்செய்திருந்தோம்.

மறுநாள் ஒன்பது பேர் கொண்ட குழுவின் முன் எங்கள் அறிக்கையைச் சமர்ப்பித்து, அணைக்கட்டினால் ஏற்படக்கூடிய பாதகங்களைக் கூறி, அணைக்கட்டு பிளானை முற்றிலும் முறியடிக்க வேண்டும்.

எரிக்ஸன் நெருப்புக்கு மேலே நின்றான். எங்களுடைய அறிக்கையை எப்படியும் வெற்றிகரமாக ஒப்பேற்றி விடவேண்டும் என்ற ஆர்வம் அவனுக்கு. ஆனால், ஆர்வம் இருந்தால் காணுமா? எங்களுக்கு சில வில்லங்கங்களும் இருந்தன.

குழுவுக்கு தலைமை வகிப்பவர் ஓர் ஓய்வு பெற்ற நீதிபதி. அனாவசியப் பேச்சு அவருக்குப் பிடிக்காது. ஆனால், 'சரி' என்று பட்டதை நேரே பயமின்றி சொல்லக் கூடியவர். மற்றது ஒரு பாதிரியார். அவராலும் எங்களுக்கு இடைஞ்சல் இல்லை.

'சாயத்' தான் எங்கள் முதல் எதிரி. மிகப்பெரிய பணக்காரன். முக்கால்வாசி மந்திரிமாரைக் கைக்குள்ளேயும், மீதியுள்ளோரை பைக்குள்ளேயும் வைத்துக்கொண்டு திரிபவன். பணத்தின் பலத்தினால் ஆடம்பரமாகப் பேசப் பழகிக்கொண்டவன். குழுவிலே இருந்த மற்ற ஆறு பேரையும் அவன் 'வாங்கிவிட்டான்' என்றுதான் கதை. இந்த அணைக்கட்டு திட்டம் அங்கீகாரம் பெற்றால் அதனால் வரும் ஒப்பந்தங்கள் எல்லாம் இவனிடம்தான் போய்ச் சேரும்; நிராகரிக்கப்பட்டாலோ அவனுக்கு கோடிக்கணக்கில் நஷ்டம்.

எரிக்ஸன், நாங்கள் தயாரித்த அறிக்கையை கர்மசிரத்தையாக படித்துக்கொண்டிருந்தான். சிவப்புக்கோடு, மஞ்சள்கோடு, நீலக்கோடு என்று எங்கும் மூவர்ணக்கொடி போல் கீறி வைத்திருந்தான்.

அறை முழுக்க சிகரட் புகையும், பீர் போத்தலும்,'பைல்' கட்டுகளும்தான். என்மேல் அவனுக்கு எரிச்சலுக்கு மேல் எரிச்சல். காரணம், நான் அன்றைய தினசரியை சாவதானமாகப் புரட்டிக் கொண்டிருந்ததுதான்.

எரிக்ஸனுக்கு 'குட்நைட்' சொல்லிவிட்டுப் படுப்பதற்கு விரைந்தேன். அவன் "YD, என்ன ? எட்டு மணிக்கே படுக்கப்போறாயா ? நாளைக்கு ஒன்பது மணிக்கல்லவா கூட்டம் ? இன்னும் எவ்வளவோ குறிப்புகள் தயார்பண்ண வேண்டியிருக்கிறதே ?" என்றான். ('வைத்தியநாதன்' என்று என் பெற்றோர் சூட்டிய அழகிய பெயரை இவனுக்காகச் சருக்கி 'வைத்தி' என்று மாற்றினேன்; இவன் அதையும் குறுக்கத்தறித்து "Y.D" என்று என்னைச் செல்லமாகக் கூப்பிடத் தொடங்கிவிட்டான், கொலை பாதகன்).

நான் "எரிக்ஸன், நாளை காலை எட்டு மணிக்க இங்கே சந்திப்போம். எங்கள் அணுகுமுறையை இன்னொரு தரம் ஒத்திகை பார்த்துக்கொள்ளலாம். பயப்படுவதற்கு ஒன்றுமில்லை" என்றேன்.

எரிக்ஸனுக்கு ஆத்திரமான ஆத்திரம். "சாயத்தோடு சேர்ந்து ஏழு பேர் ஒரு பக்கம். பாதிரியார் ஒருவரைத்தான் நாங்கள் நம்பலாம். இது எங்களுக்கு முழுத் தோல்வி. சந்தேகமே இல்லை. நீ போய் ஆனந்தமாக சயனி" என்றான் கோபத்துடன்.

இப்படி எத்தனை எரிமலைகளைக் கண்டவன் நான். விர்ரென்று என் படுக்கையறைக்குப் போனேன்; படுத்ததும் தூங்கியும்விட்டேன்.

*

அடுத்த நாள் விடிகாலை ஆறு மணிக்கே கதவைப் படபட வென்று தட்டினான் எரிக்ஸன். நான் அந்த நேரம் வழக்கம் போல ஸ்நானம் செய்து ஸ்தோத்திரங்களை முடித்துவிட்டு, இடது கை விரலால் எண்ணிக்கொண்டே காயத்ரி ஜபம் செய்துகொண்டிருந்தேன். அவனும் விடாமல் கதவைத் தட்டிக்கொண்டேயிருந்தான்.

இறுதியில் நான் ஜபங்களை முற்றாக முடித்தபின் கதவைத் திறந்தேன்.

எரிக்ஸன் முற்றிலும் உடுத்தித் தயாராகிக்கொண்டு வந்திருந்தான். நாங்கள் காலை உணவை முடித்துவிட்டு, ஒரு மூலையில் இருந்து எங்கள் அணுகுமறையைச் சரிபார்த்துக்கொண்டோம்.

நான் சொன்னேன்:

"எரிக்ஸன், இன்று நடக்கும் கூட்டமோ மூன்று மணித்தியாலத்திற்கு மேல் நீடிக்க முடியாது. தலைவர் முடிவை இன்றே ஜனாதிபதியிடம் சமர்ப்பிக்க வேண்டும். எங்களுடைய அறிக்கையிலே இன்று கேள்வி மேல் கேள்வியாகக் கேட்டுக்கொண்டே இருப்பார்கள். அதிலும் அறிக்கையின் முதல் பக்கத்திலேயே மூன்று தாக்கமான கேள்விகள் வரும். நீ அயர்ந்து விடாதே. உன் வித்தை எல்லாத்தையும் காட்டி பதிலை அவசரமின்றி எடுத்துக் கூறு. எவ்வளவு நேரம் கடத்த முடியுமோ அவ்வளவு நேரத்தையும் கடத்து. உன் பதில் முடியும் தறுவாயில் நான் உன்னுடன் வந்து சேர்ந்து கொள்வேன்"

"என்ன Y.D? அவ்வளவுதானா?" என்றான்.

"அவ்வளவுதான்."

தலையிலே இரு கைகளையும் வைத்து மேலே ஆண்டவனைப் பார்த்தான் எரிக்ஸன்.

*

ஒன்பது மணி நெருங்கிக் கொண்டிருக்கிறது. எரிக்ஸன் இரண்டு கைகளிலும் மலை போல குவித்து, கட்டுக்கட்டாகப் புத்தகங்களும், அறிக்கைகளும், 'கோப்பு'களுமாகக் (files) கொண்டுபோய் மேசை மேல் கண்காட்சிக்கு அடுக்கி வைப்பது போல் அடுக்கி வைக்கிறான். நான் நாலு தாள்களை மாத்திரம் ஒரு வெறும் 'கோப்பில்' மறைத்து வைத்துக்கொண்டு வருகிறேன்.

சாயத் ஆடம்பரமாக உரத்துப் பேசிக்கொண்டு நுழைகிறார். அவருக்கு பின்னால் நாலு பேர் ஓடாத குறையாக வருகிறார்கள். சபைத் தலைவர் கூட எழுந்து அவருக்கு மரியாதை செய்கிறார். நாங்களும் வணக்கம் சொல்லிக்கொள்கிறோம்.

தலைவருடைய சிறு உரைக்குப் பிறகு எரிக்ஸன் தன் கட்சி வாதத்தை ஆரம்பித்து வைக்கிறான்.

எடுத்த வீச்சிலேயே எரிக்ஸன் அறிக்கையில் கண்டுள்ளபடி இந்த அணைக்கட்டினால் 47,000 ஏக்கர் காடுகள் தண்ணீரில் மூழ்கி விடும் என்கிறான்.

சாயத் உடனேயே எதிர்ப்புக் குரல் தெரிவிக்கிறார்.

"இது என்ன குப்பை? எங்கே இதற்கான ஆதாரம்?" என்று கேட்கிறார்.

எரிக்ஸன் தனக்கே உரிய பாணியில் நேரிடையாகப் பதில் சொல்லாமல் சுற்றி வளைத்து ஆரம்பிக்கிறான். சுருள் வாளைப் போல் அவனுடைய வாதங்கள் எல்லாம் திருப்பித் திருப்பித் தொடங்கிய இடத்திலேயே வந்து விழுகின்றன. அவனோ களைப்படையாமல் தொடர்ந்து பேசிக்கொண்டே இருக்கிறான். இதற்கிடையில் சபையிலுள்ள மற்றைய உறுப்பினர்களும் தங்கள் தங்களுக்குத் தெரிந்ததைக் கூற வாதம் சூடு பிடித்தது. இப்படியாக முதல் கேள்வியிலேயே முக்கால் மணி நேரம் செலவழிந்து விட்டது.

அப்போது நான் எரிக்ஸனுக்கு சாடை காட்டிவிட்டுச் சொன்னேன்:

"பதினைந்து வருடங்களுக்கு முன்பு அரசு அமைத்த ஒரு விசாரணைக் குழுவில் தலைவர் அவர்களே ஓர் உறுப்பினராக இருந்திருக்கிறீர்கள். அந்த அறிக்கையில் 47,000 ஏக்கர் என்று பிரஸ்தாபித்தது ஞாபகமிருக்கிறது" என்று கூறிவிட்டு எரிக்ஸன் கொண்டுவந்த பைல் கட்டுக்களையும், புத்தகத்தையும் சிதற அடித்து தேடுவது போலத் தேடி சிறிது நேரம் கடத்திவிட்டு "ஆஹா, இதோ அதற்கான படிவம்" என்று நான் தயாராக கொண்டுபோன ஏட்டில் இருந்து தாளை உருவிக் கொடுத்தேன். தலைவர் அதை வாங்கிப் படித்துவிட்டுத் தலையை ஆட்டினார்.

சாயத் தாளைப் பிடுங்கி உற்று உற்றுப் பார்த்தார். பார்த்துவிட்டு மேசை மேலே போட்டார். மற்றவர்களும் எடுத்து காயிதத்தை ஆட்டி ஆட்டிப் பார்த்தார்கள்.

எரிக்ஸன் மீண்டும் பேசத் தொடங்கினான். ஆனால், மூன்றாவது நிமிடமே இன்னுமொரு இடைஞ்சல் வந்தது. சாயத் சொன்னார்.

"116,000 பேர் குடிபெயர்வதாகச் சொல்கிறீரே? அரசாங்கம் அவ்வளவு பேருக்கும் புது வீடுகள் கட்டித் தருவதாகக் கூறியிருக்கிறதே! இதில் என்ன நஷ்டம்?" என்றார்.

எரிக்ஸன் இதற்கும் பதில் அளிக்கத் தொடங்கினான். சொல்லி வைத்தபடி பதிலும் நீண்டுகொண்டே போனது தலைவர் தண்ணீர் குடித்தார். பாதிரியார் கொட்டாவி விட்டார். சாயத் தலையை இரண்டு பக்கமும் ஆட்டிக்கொண்டே இருந்தார்.

அப்போது, சமயம் பார்த்து நான் குறுக்கிட்டு, "தலைவரே, மதிப்பிற்குரிய எமது முதல் மந்திரியாரும், திரு சாயத் அவர்களும் இன்னும் சிலரும் கடந்த வருடம் மே மாதம் 20ஆம் திகதி ஸ்வீடன் போன போது மேற்படி விஷயம் மிகவும் விஸ்தாரமாகப் பேசப்பட்டது.

தொகுப்பு : அருண்மொழி நங்கை | 19

குடிபெயர்வால் ஏற்படும் சமுதாய இன்னல்கள் புது வீடுகள் கட்டுவதனால் மட்டுமே தீரக்கூடிய காரியமல்ல. இதை ஸ்வீடன் அரசாங்கமே ஒப்புக்கொண்டு எழுதியிருக்கிறது" என்று கூறி, அவர்கள் எழுதிய கடிதத்தின் நகலை சபையின் முன் வைத்தேன். எல்லோரும் பாய்ந்து எடுத்து அந்தக் கடிதத்தைப் படித்தார்கள்.

தலைவருடைய நம்பிக்கை இப்போது பரிபூரணமாக எரிக்ஸனுடைய பக்கம் திரும்பிவிட்டது. இதற்கிடையில் இரண்டு மணி நேரம் ஓடிவிட, மீதி நேரத்தில் எரிக்ஸன் சொல்ல வேண்டியதெல்லாவற்றையும் நேர்த்தியாகச் சொல்லி முடித்தான். இம்முறை அவனுக்கு தடங்கலே இல்லை.

அவன் பேசி ஓய்ந்ததும் தலைவர் இன்னும் யாராவது ஏதேனும் சொல்ல விரும்புகிறார்களா என்று கேட்டார்.

என் மடியில் இன்னுமொரு ஆணி இருந்தது. கடைசி ஆணி. நான் சொன்னேன்:

"தலைவரே, எல்லோரும் களைப்பாகி இருக்கும் இந்தச் சமயத்தில் நேரத்தை வீணாக்காமல் விஷயத்துக்கு வருகிறேன். எந்த ஒரு காரியத்தை எடுத்தாலும் அதில் நல்ல விளைவுகளும் கெட்ட விளைவுகளும் கலந்தே இருக்கும். நல்ல விளைவுகள் கூட இருப்பின் நாங்கள் அந்தக் காரியத்தைச் செய்கிறோம்; இல்லாவிடில் அதைத் தவிர்த்துவிடுகிறோம்."

"இந்த அணைக்கட்டினால் எங்களுக்கு அதிகப்படியான மின்சக்தியும், நீர்பாசன வசதிகளும், கிராமங்களுக்கு குடி தண்ணீரும் கிடைக்கிறது. அத்துடன், அடிக்கடி ஏற்படும் வெள்ளப் பெருக்குகளையும் இது தடுக்கிறது. இது எல்லாம் நல்ல விளைவுகள் தான்"

"ஆனால், இதனால் ஏற்படும் பாதகங்களையும் நாங்கள் கணக்கு பார்க்கவேணும். சுற்றுச்சூழல் முற்றிலும் அழிந்துவிடுகிறது; 116,000 பேர் குடிபெயர்வதினால் ஏற்படும் சமுதாயக் கேடுகள், காடுகளின் அழிவு; மீன் முதலிய உரியரினங்களின் புலம்பெயர்வு (Migration) தடை; ஆற்றிலே வண்டல் தன்மை குறைந்துவிடுவதால் நசிந்து விடும் விவசாயம்; இவையெல்லாம் பாதகமான விளைவுகள்"

"இந்த அறிக்கையின் 46ம் பக்கத்திலே கொடுத்திருக்கும் விபரங்களின் படி, நன்மைகளுக்கு 370 புள்ளிகள் என்றால், தீமைகளுக்கு 520 புள்ளிகள் விழுகின்றன."

“ஆனால், இந்தக் கணக்கிலே நாங்கள் ஒரு மிகப்பெரிய தப்பு செய்துவிட்டோம்”

“இந்த இடத்திலே வாழும் 16 வகையான உயிரினங்கள் இந்தப் பிராந்தியத்திலேயே பிரத்தியேகமாக வாழும் தன்மைபெற்றவை. இந்த உலகின் வேறெந்த மூலை முடுக்கிலும் இந்த உயிரினங்களைக் காண ஏலாது. இந்தத் திட்டம் நிறைவேறினால் இந்த உயிரினங்கள் முற்றிலும் அழிந்துவிடும்; பூண்டோடு போய்விடும்”

“இந்த உயிரினங்களின் அழிவுக்கு மதிப்புப் புள்ளிகள் போட முடியுமா? கோடி புள்ளிகள் போட்டாலும் அவை ஈடாகுமா?”

“கடவுள் இந்த உயிரினங்களைச் சிருஷ்டித்தார். இவை எத்தனையோ கோடி ஆண்டுகள் இதே இடத்தில் உயிர் வாழ்ந்தன. ஆனால், இனிமேலும் அவைகள் உயிர் வாழும் பொறுப்பு கடவுள் கையில் இல்லை; உங்கள் ஒன்பது பேருடைய கைகளில்தான் இருக்கிறது” என்றேன்.

கூட்டத்தில் சிறிது நேரம் சலனமில்லை. சாயத்தின் முகம் பேயறைந்தது போலிருந்தது. பாதிரியாரின் முகத்தில் புன்சிரிப்பு.

தலைவர் ஐந்து நிமிடங்களில் தன் முடிவுரையைக் கூறினார். அதன் கடைசி வாசகம்:

“தகுந்த ஆதாரங்களினாலும், ஆணித்தரமான வாதங்களாலும் இந்த அணைக்கட்டு மனித மேம்பாட்டுக்கு உகந்ததல்ல என்பது தீர்மானமாகி விட்டது. ஆகவே, இதைக் கைவிடும் ஆலோசனையை இன்றே அரசாங்கத்துக்கு அறிவிக்க நான் கடமைப்பட்டிருக்கிறேன்.

✸

வெளியே வந்ததும் எரிக்ஸன் என்னைக் கட்டிப் பிடித்து மேலே தூக்கினான்.

“எப்படி செய்தாய்?, எப்படிச் செய்தாய்?” என்று துளைத்து எடுத்தான். நான் “கச்சியப்பருக்கு நன்றி” *(Thanks to Kachiyapar)* என்று கூறினேன். “யாரிந்த கச்சியப்பர்?” என்று நச்சரித்தான். நான் “பிறகு சொல்கிறேன்” என்று கூறி அவனிடமிருந்து மெள்ள கழன்றுகொண்டேன்.

அன்று பின்னேரம் எரிக்ஸன் மறுபடியும் என் அறைக்கதவை விடாமல் தட்டியபடியே இருந்தான். நான் சாயங்கால பூசையை முடித்துக்கொண்டு கதவைத் திறந்ததும், என் கையைப் பிடித்து இழுக்காத குறையாகத் தன் ரூமுக்கு அழைத்துப் போனான்.

அங்கே இருந்த வசதியான கதிரையில் அவன் சாய்ந்து உட்கார்ந்து கொண்டான். என்னையும் இருக்கச் சொன்னான்.

பணிப்பெண்ணிடம் பீர் கொண்டுவரும்படி ஆணையிட்டான். அவள் அசைந்து அசைந்து பீரைக் கொண்டுவந்து வைத்தாள்; கண்களைச் சுழட்டி ஒரு வீசு வீசிவிட்டுப் போய்விட்டாள். எரிக்ஸனுடைய கண்கள் அவளைத் தடவிக்கொண்டே கொஞ்ச தூரம் பின்சென்று மீண்டும் திரும்பியது.

பீரை ஊற்றி சுவைத்துக் குடித்தான். பிறகு என்னைப் பார்த்து "யார், அந்தக் 'கசியபா', சொல்" என்றான். அவனுடைய ஆவலும் பீருடைய நுரை போல பொங்கிக்கொண்டு நின்றது.

நான் சொன்னேன்:

"எரிக்ஸன், 'கசியபா' இல்லை; 'கச்சியப்பர்' உனக்கு இது விளங்காது. எங்கள் பழக்க வழக்கங்கள், சமயக் கோட்பாடுகள் இவற்றை அறிந்த ஒருவரால்தான் நான் சொல்லப் போவதை உண்மையில் புரிந்துகொள்ள முடியும்; இது வீண் நேரம்."

அதற்கு எரிக்ஸன், "எந்த ஒரு விஷயமும் அதைச் சொல்லும் விதத்தில் இருக்கிறது. சொல்கிறவர் கெட்டிக்காரர் என்றால், புரிகிறவர் புரிந்துகொள்வார். நீ சொல்ல வேண்டியதைச் சொல்லு, நான் புரியும்வரை புரிந்துகொள்கிறேன்" என்றான்.

காலைத் தூக்கி மேலே போட்டுக்கொண்டு, பீர் குடித்தபடி கந்தபுராணம் கேட்கம் முதல் மனிதன் இவனாகத்தானிருக்கம் என்று நான் என் மனதிற்குள் நினைத்துக்கொண்ட சொன்னேன்:

"கச்சியப்பர் என்பவர் கந்தப்புராணம் என்ற பெருங்காப்பியத்தை தமிழிலே பாடினார். அதை அரங்கேற்றும்போது, ஒரு லட்சம் கிரந்தங்கள் கொண்ட அந்த நூலில் முதல் செய்யுளில், முதல் வரியில், முதல் வார்த்தையிலேயே ஒரு சிக்கல் வந்துவிட்டது. சிக்கலோ பெரிய சிக்கல். ஆனால் கச்சியப்பர் ஆணித்தரமான ஆதாரத்தோடு அந்த சிக்கலை அவிழ்க்கிறார். சபையோருக்கு அவருடைய ஆழ்ந்த புலமையிலே அளவற்ற மதிப்பும் நம்பிக்கையும் பிறக்கிறது (the credibility is established)."

"அதற்கு பிறகு கச்சியப்பர் மீதி செய்யுள்களையெல்லாம் தங்கு தடையின்றி படித்து, பொருள் கூறி வெற்றிகரமாக அரங்கேற்றி முடித்தார்."

"என்னுடைய அபிப்பிராயம், அந்த முடிச்சை கச்சியப்பர் வேண்டுமென்றே வைத்தார் என்பதுதான். அல்லாவிட்டால்,

ஒரு லட்சம் பாடல்களில் முதல் செய்யுளில், முதல் வரியில் ஒரு எக்கச்சக்கமான வார்த்தையை முதல் வார்த்தையாக யாராவது வைத்திருப்பார்களா?"

"Y.D. இது நல்லாயிருக்கு; விபரமாய்ச் சொல்" என்றான் எரிக்ஸன்.

✱

தொண்டை மண்டலத்திலே சிறந்து விளங்கும் காஞ்சிபுரத்தில் காளத்தியப்ப சிவாசாரியாருக்கு புத்திரராகப் பிறந்தார் கச்சியப்பர். அவர் தன் ஐந்தாவது வயதிலேயே வித்தியாரம்பம் செய்யப்பெற்று தமிழ், சமஸ்கிருதம் ஆகிய இரு மொழிகளையும் கற்றுத் தேர்ந்து வல்லுனரானார்.

ஒரு நாள் குமரக்கோட்டத்து சுப்பிரமணியக் கடவுள் இவர் கனவிலே தோன்றி "அன்பனே, நீ நமது சரித்திரத்தை கந்தப்புராணம் எனப் பெயரிட்டு தமிழிலே பெருங்காப்பியமாகச் செய். அதற்கு முதல் அடியாக 'திகடசக்கரச் செம்முக மைந்துளான்' என்று தொடங்குவாயாக" என்று கூறி மறைந்தார்.

இவரும் அப்படியே கந்தப்புராணத்தைப் பாட ஆரம்பித்து, நாளொன்றுக்கு நூறு பாடல்கள் பாடி, அந்தக் காப்பியத்தை குறைவற முடித்தார்.

இந்த நூலை அரங்கேற்றும் பொருட்டு தமிழ் புலவர்களுக்கும், வேதவேதாங்க பண்டிதர்களுக்கும், சிவாகம விற்பன்னர்களுக்கும் தேவார திருவாசக வல்லுனர்களுக்கும் ஓலை விடுத்து சபையைக் கூட்டினார்.

குறிப்பிட்ட ஒரு சுபதினத்தில் கந்தப்புராணத் திருமுறையை குமரக்கோட்டத்து சுப்பிரமணியக் கடவுள் முன்வைத்து துதித்து, பின்னர் முதற் செய்யுளை உரைக்கலானார்:

'திகடசக்கரச் செம்முகமைந்துளான்' என்று வாசித்து, அதாவது 'திகழ்+தசம்+கரம்', விளங்குகின்ற பத்து திருக்கைகளும் செவ்விய ஐந்து முகங்களுமாகவுள்ள சிவபெருமான்' என்று பொருள் கூறித் தொடங்கினார்.

அப்போது அங்கு கூடியிருந்த புலவர்களிலே மூத்த புலவர் ஒருத்தர் எழுந்து "நில்லும், நில்லும்; திகழ் தசம் கரம் 'திகடசக்கரம்' என்று புணர்வதற்கு விதி தொல்காப்பியம் முதல் இலக்கண நூல்களில் இல்லையே... இது எப்படிப் பொருந்தும்?" என்று கூறினார்.

தொகுப்பு : அருண்மொழி நங்கை | 23

அதற்குக் கச்சியப்பர் திகைத்து நின்று, “இது முருகனே எடுத்துக் கொடுத்த அடியல்லவா? இதற்குக் கூட இலக்கண விதிகள் உண்டா?” என்று கேட்டார்.

அப்போது அந்தப் புலவரானவர் புன்முறுவல் பூத்து, “உமக்கு அடியெடுத்துக் கொடுத்த முருகன் இவ்விடம் வந்து சாட்சி சொல்வாரானால், நாங்கள் அக்கணமே இதனை அங்கீகரிப்போம்; அன்றேல், இதற்கு யாதேனும் ஒரு பிற இலக்கண நூலில் விதி காட்டினும் அங்கீகரிப்போம்; அல்லாவிடில் அரங்கேற்ற ஒப்புக்கொள்ள மாட்டோம்” என்றார்.

இத்தருணத்தில் ஏனைய புலவர்களும் இரு கூறாகப் பிரிந்து தந்தமக்குத் தோன்றியபடி விவாதம் செய்ய, அன்றைய போதில் முக்காப் போதும் கழிந்தது; கச்சியப்பரும் ‘இதற்கு முடிவு நாளை தெரியும்’ என்று கூறி சபையைக் கலைத்தார்.

கச்சியப்பர் முருகனின் நேரே போய், “அப்பனே, உன்னாலன்றோ நான் கந்தப்புராணம் பாட முற்பட்டது. அதற்கு நீ எடுத்துக் கொடுத்த அடியிலேயே இழுக்கு வந்துவிட்டதே? இது தகுமா?” என்று குறையிரந்தார்.

அன்றிரவு முருகன் அவன் கனவிலே தோன்றி, “கச்சியப்பரே, பயப்பட வேண்டாம். சோழ தேசத்திலிருந்து ஒரு புலவர் நாளை வருவார். அவரால் சபையோருடைய ஐயம் தெளிவுறும்” என்று கூறி மறைந்தார்.

அடுத்த நாள் சபை கூடியது. அப்போது சோழ தேசத்திலிருந்து வந்த புலவர் ஒருத்தர் ‘வீரசோழியம்’ என்ற இலக்கண நூலைச் சபையினரின் முன் சமர்ப்பித்து, சந்திப்படலத்தில் பதினெட்டாவது செய்யுளில் திகழ் தசம் என்பது திகடசம் என்று புணர்வதற்கு விதியிருக்கிறதைக் காட்டினார். முன்னாளில் ஆட்சேபித்த புலவரும் அதனை வாங்கிப் படித்து, ‘திகடசக்கரம்’ என்னும் புணர்ச்சிக்கு விதி சரியாயிருக்கக் கண்டு விம்மிதமும் மகிழ்ச்சியுமுற்றார்; மற்றைய புலவர்களும் ஒருவர் பின் ஒருவராக நூலை வாங்கிப் படித்து தங்கள் சந்தேகம் தெளிவுபெற்றனர்.

தடைபெற்ற அரங்கேற்றம் மீண்டும் தொடங்கியது. சபையோருக்கு கச்சியப்பரிடத்தில் நம்பிக்கையும் மரியாதையும் பக்தியும் பெருகியது.

அதன்பிறகு தங்குதடை எதுவுமின்றி கச்சியப்ப சிவாசாரியார் கந்தப்புராணத்தை வாசித்து பொருளும் கூறி அரங்கேற்றி முடித்தார்.

✸

எரிக்ஸன் கதையை நன்றாக அனுபவித்து கேட்டான். விழுந்து விழுந்து சிரித்தான். பிறகு "உன்னுடைய கச்சியப்பர் பெரிய ஆள்தான்" என்றான்.

"இதை இனிமேல் 'கச்சியப்பரின் யுக்தி' (The Kachiyappar's strategy) என்று நாங்கள் எங்களுக்குள்ளே கூறிக்கொள்வோம்" என்றான்.

சிரித்துக்கொண்டே "சரி" என்றேன் நான்.

"ஏ! Y.D. அவுஸ்திரேலியாவில் நடக்கப்போகும் சம்மேளனத்துக்கு நீயும் வருகிறாயல்லவா? அங்கேயும் இதே யுக்தியை கையாளுவோம். அசந்துவிடுவார்கள்" என்றான்.

நான் "ஒரு யுக்தியை ஒருமுறை கையாளலாம். இரண்டாவது முறையும் சமயோசிதமாகக் கையாண்டு தப்பிவிடலாம். ஆனால் மூன்றாவது முறை எதிராளி உஷாராகிவிடுவான். அடுத்த முறைக்கு புதிதாக ஏதாவது யுக்தி தயார் பண்ண வேண்டியதுதான். கந்தப்புராணம் போனால் என்ன? சிவபுராணம் இருக்கிறதே! ஏதாவது தோன்றாமலா போய்விடும்!" என்றேன்.

"அதுவும் சரிதான்" என்றான் எரிக்ஸன்.

# 2
# குதம்பேயின் தந்தம்

**நா**ங்கள் நாலு பேரும் வந்து இறங்கினோம். நான், மனைவி, என் ஆறு வயது மகன், என் இரண்டு வயது மகள். மேற்கு ஆபிரிக்காவின் அடர்ந்த காட்டுக்குள் எங்களுக்காக ஒதுக்கப்பட்ட வீட்டிற்கு சேதமின்றி வந்து சேர்ந்துவிட்டோம். அங்கே நூற்றுக்கணக்கான குடியிருப்புக்கள்; எல்லாம் கம்பனி வீடுகள்தான்.

காடுகள் வெட்டும் பகுதிக்கு நான் ஆலோசகராக நியமிக்கப்பட்டிருந்தேன்; ஒரு வருட ஒப்பந்தம். என் மகன் அடிக்கடி வந்து என்னைக் கேட்பான் "அப்பா, உங்களுக்கு என்ன வேலை?" என்று. நான் 'வெட்டி விழுத்திற வேலை' என்று சொல்வேன். அவனும் விளங்கியது போல சிரித்துக்கொண்டே ஓடிவிடுவான்.

என் மனைவி, எவ்வளவு சொல்லியும் கேளாமல், பிடிவாதமாக தொடர்ந்து வந்துவிட்டாள்; ராமனுடன் போன சீதை மாதிரி.

இதுதான் எனக்கு ஆபிரிக்காவில் முதல் அனுபவம். அவர்களின் பழக்க வழக்கங்கள், வாழ்க்கை முறைகள் பற்றியெல்லாம் ஒன்றுமே தெரியாது; புத்தகங்களில் படித்ததுதான்.

மாமியார் மாத்திரம் என் மனைவிக்கு, ஓர் அரிய அறிவுரை கூறி அனுப்பியிருந்தார். "அங்கேயெல்லாம் ஆட்களை முழுசாக விழுங்கிவிடுவார்; நீ கவனமாயிரு. பிள்ளைகளை மாத்திரம் தனியே விட்டுவிடாதே?" என்று என் மனைவியும் அந்த புத்திமதியை சிரமேற்கொண்டு மகளை இடுப்பில் காவியபடியும், மகனைக் கையில் இறுக்கிப் பிடித்துக்கொண்டும் வந்து சேர்ந்துவிட்டாள்.

என்னுடைய மேலதிகாரியின் பெயர் 'லமபோ லெவாலி' பெயரைப் போலவே அவரும் ஆடம்பரமாகவே இருந்தார். சிறுவயது

முதல் இங்கிலாந்திலேயே படித்தவர். ஆறடிக்கும் மேலான உயரம்; ஆஜானுபாகுவான தோற்றம். இங்கிலீஷ் கதைத்தால் ஆங்கிலேயர் தோற்றார். பழக்க வழக்கங்களும் அப்படித்தான். அவர் நடக்கும் விதமும், இருக்கும் கம்பீரமும், பேசும் தோரணையும் அப்படி ஒரு பதவிசாக இருக்கும்.

என்னை எழும்பி நின்று வரவேற்று, வசதிகள் சரியாக இருக்கின்றனவா என்று விசாரித்துவிட்டு, வேலை விஷயமாக சுருக்கமாக உத்தரவுகளைப் பிறப்பித்தார். அன்றிரவு அவர் எங்களுக்காக ஏற்பாடு செய்த விருந்திற்கு கட்டாயம் வரும்படி நினைவூட்டினார்.

✸

நான் வெளியே வரும்போது “ஆஹா! இப்படியான மேலதிகாரியுடன் அல்லவா வேலை செய்ய வேண்டும்!” என்று நினைத்துக்கொண்டேன்.

அன்று பின்னேரம் மனைவி துள்ளிக் குதித்துக்கொண்டு வெளிக்கிட்டாள். அவளுக்கு விருந்துகள், கேளிக்கைகள் என்றால் அப்படி ஒரு குதூகலம்.

லெவாலியின் வீடு இங்கிலாந்தில் பார்க்கும் ஒரு வீடு போலவே இருந்தது. காட்டுக்குள்ளே இப்படி வசதிகளுடன் வீடு கட்ட முடியுமா? வாசலிலே ஆள் உயரமான இரண்டு யானைத் தந்தங்கள் இரண்டு பக்கமும் நிமிர்ந்து நின்றன. வெண்மையாகவும் வழவழவென்றும் பார்க்க அழகாக இருந்தது.

குடி வகைகள் எல்லாம் அடுக்கியபடி ஒரு ‘பார்’. அதிலே ஒருத்தன் நின்று வேண்டியவற்றை ஊத்திக் கொடுத்துக் கொண்டிருந்தான். முப்பது விருந்தினர்கள் மட்டில் வந்திருந்தார்கள்; முக்கியமான அரசாங்க அதிகாரிகள், குடிகள் தலைவர் (Paramount Chief) கந்தோரில் வேலை செய்பவர்கள், இப்படி.

வாசலிலே நின்ற லெவாலி, “வாருங்கள், ரி.சீ.வாருங்கள்” என்றார். என் மனைவியிடமும் கை கொடுத்து வரவேற்றார்.

பேயாட்டம் (Devil dancing) என்று ஒரு ஆட்டம். முடிவே இல்லாமல் இது நடந்துகொண்டிருந்தது. விருந்தினர்கள் எல்லாம் பங்கெடுத்துக் கொண்டார்கள். பார்க்க பயங்கரமாக, ஆனால் உற்சாகமாக இருக்கும்.

லெவாலியின் இரண்டாவது மனைவி, கட்டிளம் பெண், என் மனைவியிடம் வந்து பேசிக்கொண்டிருந்தாள். (இந்த இரண்டாவது

மனைவி விஷயத்தில் மாத்திரம் லெவாலி ஆங்கிலேயரைப் பின்பற்றவில்லை; ஆபிரிக்கப் பழக்கத்தையே கைக் கொண்டார்).

அவள் என் மனைவியின் நெற்றியிலே இருந்த பச்சை நிறப் பொட்டைப் பார்த்துவிட்டு 'இது எந்த இனத்தைக் குறிக்கிறது?' என்று கேட்டாள். என் மனைவிக்கு இது சட்டென்று புரியவில்லை. பின்னால் போகப் போகத்தான் நாங்கள் இதைப் புரிந்துகொண்டோம்.

அங்கே குழந்தைகள் பிறந்தவுடனேயே அந்த அந்த இனம் (Tribe) தங்கள் சின்னத்தை குழந்தையின் முகத்திலேயும், மார்பிலேயும் பொறித்துவிடுவார்கள்.

ஒரு கூரிய கண்ணாடித்துண்டினால் இப்படிக் கீறிக்கொள்வார்கள். இந்த வடு இறக்கும் வரை அழியாது. இதன்படி ஓர் இனத்தவர் தங்கள் இனத்தாரை உடனே அடையாளம் கண்டுகொள்வார்கள்.

என் மனைவி, "இது இனத்தைக் குறிப்பதல்ல; அழகுக்காகத்தான் வைக்கிறோம்" என்று சொல்லியும் அவள் நம்பியதாகத் தெரியவில்லை.

இன்னும் ஒரு நங்கை, அவளுக்கு வயது பதினாறு இருக்கும், வந்து மனைவியுடன் ஒட்டிக்கொண்டாள். அவள் ஒரு 'லெபனிஸ்' கன்னி. உயர்ந்த குதிகால் ஆணி; தொடை தெரியும் ஸ்கர்ட், நீண்ட கழுத்து வைத்த இறுக்கமான மேல் சட்டையுடன் வெள்ளை வெளேர் என்று இருந்தாள். எல்லோருடைய கண்களும் அவள் மேல் தாவிய படியே இருந்தன.

அவள் என் மனைவியின் சேலையைத் தொட்டு தொட்டுப் பார்த்தாள்; பிறகு தடவிப் பார்த்தாள். அவளுக்கு அதில் அப்படி ஒரு மோகம் தனக்கு வெகு காலமாகவே சேலை உடுக்க ஆசையென்று சொன்னாள். அதற்கு மனைவி, "அதற்கென்ன நான் கட்டி விடுகிறேனே! இது ஒன்றும் பெரிய விஷயம் இல்லையே?" என்று சொன்னாள்.

ஆனால், அந்த இளம்பெண் முகத்தைத் தொங்கப் போட்டுக் கொண்டு கூறினாள்; "இது எங்கள் வீட்டில் நடக்காத காரியம். எனக்கு எவ்வளவோ விருப்பம்தான்; ஆனால் 'அசிங்கம்' என்று வீட்டிலே தடை போட்டுவிடுவார்கள்.

என் மனைவி ஆடிவிட்டாள். "என்ன, அசிங்கமா? சேலையா?" என்று கேட்டாள். அதற்கு அந்த நங்கை கண்களை அகலவிரித்து, முக்கால்வாசி மார்புகளைக் காட்டியபடியே சொல்கிறாள்;

"ஆமாம்; இடையைக் காட்டி சேலை உடுப்பதை எங்கள் வீட்டில் செக்ஸியாகக் கருதுகிறார்கள். இது நடக்காத காரியம்."

என் மனைவி திகைத்துவிட்டாள். இந்தக் கதையை பின்னர் அவள் என்னிடம் விபரித்த போது நானும்தான் அதிர்ந்துவிட்டேன்.

✸

நான் லெவாலியையே அவதானித்துக் கொண்டிருந்தேன். அவர் ஒவ்வொருவராகப் போய் சந்தித்து, கை கொடுத்து, உரையாடிக் கொண்டே வருகிறார். அவர் குடிப்பது என்றால் பிராந்திதான் குடிப்பார். அதுவும் சாதாரண பிராந்தி அல்ல; 'ரெமி மார்டின்'. அந்தக் காலத்திலேயே அதன் விலை 80 டொலர்.

அவர் குடிப்பதை அன்று பார்த்தேன்; பிறகும் பல தடவைகள் பார்த்திருக்கிறேன். ஒரு பொருளின் மதிப்பு அறிந்து ஒருவர் அனுபவிக்கும்போது அது ஒரு கலையாகவே உயர்ந்துவிடுகிறது.

எங்கள் ஊரில் ஆட்கள் பத்து சதம் கொடுத்துவிட்டு 'பிளாவிலே' பனங்களை 'மடக் மடக்' கென்று குடிப்பது போன்ற விஷயம் அல்ல அது. லெவாலி ஆற அமரத்தான் அந்தச் சுவையை அனுபவிப்பார்.

முதலில் பிராந்தி கிளாஸை எடுப்பார். அது மேற்பக்கம் சுருங்கி, கீழ்பக்கம் அகன்று ஒரு நீண்ட காம்பின் மேல் நிற்கும். அதை இடது கையில் நடு விரலுக்கும், ஆள் காட்டி விரலுக்குமிடையிலே வைப்பார். பிறகு போத்தலை 'டங்' என்ற சத்தத்துடன் திறந்து பிராந்தியை கால் பாகம் ஊற்றுவார். அது விழும் சத்தம் 'கிளிங், கிளிங், கிளிங்' என்று கேட்க இதமாக இருக்கும்.

திராட்சை ரசத்தில் சூரிய ஒளியைக் கலந்தது போல ஒரு மின்னும் அழகு. அதையே கண்களால் சிறிது நேரம் பருகிக்கொண்டு இருக்கலாம். இப்போது உள்ளங்கையால் கிளாஸின் அடிப்பாகத்தை தழுவ, கையின் சூடு பிராந்தியைக் கொஞ்சம் வெது வெதுப்படைய வைக்கும். அப்போது பிராந்தி கிளாஸை மூக்கின் கீழ் கொண்டு வந்து அங்கும், இங்கும் அசைத்து அதை முகர்ந்து அதிலேயே கொஞ்ச நேரம் கிறங்கி நின்று, பிறகு மெள்ள சரித்து சிறிது பிராந்தியை வாயின் உள்ளிழுத்து, சுவைத்துப் பருக வேண்டும்.

எது காரணம் கொண்டும் பிராந்தியை 'மடக் மடக்' என்று குடிக்கக் கூடாது. அது பிராந்தி தேவதைக்கு செய்யும் மகா அவமரியாதை. இதனிலும் மிக முக்கிய விதி; பிராந்திக்கு ஐஸ் காட்டவே கூடாது. அது பிராந்தியின் பவித்திரத்தை கெடுத்துவிடுமாம்.

"ஐம்புலன்களையும் ஒருங்கே ஆக்கிரமிக்கிறது இந்த பிராந்தி ஒன்றுதான்" என்று லெவாலி அடிக்கடி கூறுவார். இதைப் பார்த்துக்

கொண்டிருக்கும்போது அவருடைய உற்சாகமும் வாழ்க்கையை அனுபவிக்கின்ற ருசியும் எங்களிடமும் ஓடி வந்துவிடும்.

இப்படியாகத்தான் எங்களுடைய ஆபிரிக்க வாழ்க்கையின் முதல் நாள் குதூகலத்துடனும், ஆச்சரியம் தரும் வகையிலும் தொடங்கியது.

✸

நாங்கள் வெளியே வரும்போது என் மனைவி “நீங்கள் என்ன? அவர் உங்களை ‘ரி.சீ, ரி.சீ’ என்று கூப்பிடுகிறாரே? இது என்ன புதுப் பேரா? ‘ரவாலர்ஸ் செக்’ என்று சொல்வது போலிருக்கிறதே” என்றாள்.

“என்னுடைய முழுப் பெயரையும் – ‘திருச்சிற்றம்பலம்’ என்று சொல்வதற்கிடையில் அவருடைய பல் எல்லாம் உடைந்து விடுகிறதாம். நான்தான் மனமிரங்கி ‘ரி.சீ’ என்று கூப்பிடலாம் என்று சொல்லிவிட்டேன்” என்றேன்.

“அவருடைய பேரைப் பாடமாக்க எங்களுக்கு மூன்று நாள் எடுத்ததே? ‘லம்போ லெவாலி’ என்று சொல்ல எவ்வளவு கஷ்டமாயிருக்கு; மூச்சு எடுக்குது. ‘உங்கள் பேரை சக்கிரீவன் என்று மாத்துவோமா?’ என்று கேட்டோமே? இல்லையே? ஒருத்தரில் உண்மையான மதிப்பு இருக்குமெண்டால் நாங்கள் கொஞ்ச நேரம் செலவழித்து அவருடைய பேரைச் சரியாக உச்சரிக்கப் பழக வேணும். இது அவருக்குக் காட்டும் மரியாதை” என்றாள் என் மனைவி.

நான், “நீ சொல்வது உண்மை; முற்றிலும் உண்மை; உண்மையைத் தவிர வேறொன்றுமில்லை. ஆனால், அவர் எனக்கு சம்பளம் கொடுக்கிறாரே! நீ கொடுக்கிறாயா? இல்லை. அவர் நாளைக்கு களைத்துப்போய் இனிமேல் ‘ரீ என்று கூப்பிடுவதென்றாலும் ‘ஆஹா’! என்பேன்; இல்லை ‘கோப்பி’ என்றாலும் ‘சரி’ என்பேன்”, என்றேன்.

என் மனைவி, “உங்களுக்கு முதுகெலும்பு இருக்க வேண்டிய இடத்தில் கடவுள் ஈக்கு குச்சியை வைத்துவிட்டார்” என்றாள்.

நான், “அது உனக்கு எப்படியோ தெரிஞ்சு போச்சு! தயவுசெய்து மற்றவைக்குச் சொல்லிவிடாதே!” என்றேன்.

✸

இரண்டு நாள் போனது. மூன்றாம் நாள்தான் இந்தப் பேச்சு வந்தது.

“அந்த யானைத் தந்தம் என்ன மாதிரி இருக்கு! எவ்வளவு உசரம்! என்ன வடிவு! எங்களுக்கும் அது மாதிரி இஞ்ச வாங்க ஏலாதோ?” என்றாள் என் மனைவி.

"எங்கடை பக்கத்து நாட்டுக்குப் பேர் 'ஐவரிகோஸ்ட்' அதாவது 'தந்தங்கள் ஏற்றுமதி செய்யும் நாடு'. ஒரு காலத்திலை அங்கையிருந்து ஆயிரக்கணக்கான தந்தங்களை உலகம் எங்கும் ஏற்றுமதி செய்தார்களாம். இந்த ஊர்தான் யானைகளுக்கு பேர் போனதாச்சே!" என்றேன்.

"லெவாலி வீட்டிலை நாங்கள் பார்த்த தந்தம் என்ன உயரமிருக்கும்? இதைத் தூக்குறதெண்டால் அந்த யானை இன்னும் எவ்வளவு பெரிசாயிருக்க வேணும்?"

"இந்த யானைகள் பன்னிரெண்டு அடி உயரம் வரைக்கும் வளரும்; எடை ஒரு ஏழு டன் ஆவது இருக்கும். ஒன்பது அடி நீளத் தந்தங்கள் கூட இருக்கு, ஒவ்வொரு தந்தமும் 100 கிலோ எடை தேறும். ஆனால், இஞ்ச ஆபிரிக்காவிலை யானைகள் இந்திய யானைகளைப் போல இல்லை. வேற மாதிரி" என்றேன்.

"என்ன மாதிரி?"

"இந்தியாவில் ஆண் யானைக்கு மாத்திரம்தான் தந்தம் இருக்கும். இஞ்சயோ ஆண், பெண் இரண்டுக்குமே தந்தம்; சம உரிமை" என்றேன்.

"வேற"

"மற்றம்படிக்கு ஆபிரிக்க யானை சரியான பெரிசு; பெரிய காதுகள், பெரிய தந்தங்கள் இப்படியாய் இருக்கும்."

"இந்த தந்தங்கள் யானை இளமையாயும், பலமாயும் இருக்கும் வரை யானைக்கு பெரிய பாதுகாப்பாக இருக்கும். ஆனால், வயது போய் உடல் தள்ளாடத் தொடங்கினாலும் தந்தம் மாத்திரம் மெலியாமல் அப்படியே இருக்கும். யானை இந்த தந்தத்தை தூக்கிக் கொண்டு அலைஞ்சு சரியாய் அல்லல்படும், பாவம்" என்றேன்.

"அப்ப நாளைக்கு ஒருக்கா விசாரிச்சுப் பாருங்கோ. இதை எங்கடை ஊருக்கு கொண்டுபோனால் என்ன மதிப்பாயிருக்கும்" என்றாள்.

✱

அடுத்த நாள் வேலையிலிருந்து வந்தவுடன், "என்ன, என்ன?" என்றாள் மனைவி; நான் முற்றிலும் மறந்துவிட்டேன். "என்ன விஷயம்?" என்று திருப்பிக் கேட்டேன்.

"இல்லை, யானைத் தந்தம் பற்றி கேட்கிறேன் எண்டு சொன்னீங்கள்" என்றாள்.

“இது என்ன அறுகம்புல்லா, போய் படக்கென்று பிடுங்கிக் கொண்டுவர? மயிலிறகு பிடுங்கிறதுக்குக் கூட மயிலைத் தேடிப் போக வேணும். இது யானைத்தந்தம். யானையீட்டை போய்ப் பிடுங்க ஏலுமா, எங்கடை அவசரத்துக்கு?”

“ஒன்றில் யானை சாகும் வரை காத்திருக்க வேணும்; இல்லை ஒரு யானையைக் கொல்ல வேணும். எது வசதி?” என்று சொல்லித் தப்பிக்கொண்டேன்.

✸

எங்கள் ஊரில் ‘தொட்டாட்டு வேலை’ என்று ஒன்றிருக்கு. ஆங்கிலத்தில் Handy man என்று சொல்வார்கள். குதம்பே எனக்காக ஏற்படுத்தப்பட்ட தொட்டாட்டு வேலையாள். எனது பலவித சௌகரியங்களையும் கவனிப்பதற்காக நியமிக்கப்பட்டவன்.

அவனைப் போன்ற மகா முட்டாளை நான் பார்த்ததே இல்லை. மிகவும் கஷ்டப்பட்டுத்தான் அவனை எனக்காகத் தேடிப் பிடித்திருப்பார்கள் போலும். ஆனாலும், ஒரு சௌகரியம். உள்ள தாபங்களையெல்லாம் அவன் மேல் கொட்டலாம்.

குதம்பேயிடம்தான் இந்த யானைத் தந்தம் வாங்கும் பொறுப்பைக் கொடுத்தேன். அவன் இதுவரை இருநூறு தந்தங்கள் வாங்கிப் பழகியவன் போல மிகச் சாதாரணமாக அந்த வேலையை ஒப்புக் கொண்டான்.

‘இந்தா வருது’, ‘இந்தா வருது’ என்று ஒவ்வொரு நாளும் ஒவ்வொரு கதை விட நாட்கள் நகர்ந்துகொண்டிருந்தன.

இதற்கிடையில் குதம்பே கம்பனியில் ஒரு ‘லோன்’ கேட்டிருந்தான். நானும் அதை ‘சாங்ஷன்’ பண்ணிக் கொடுத்தேன். அதோடு நிற்கவில்லை. ஒரு நாள் தன் கடைக்குட்டி மகனை பள்ளியில் சேர்க்க வேணும் ‘இடமில்லையாம்’ என்று அழுதுகொண்டு வந்தான். அந்தப் பள்ளிக்கூட, தலைமையாசிரியர் எனக்குத் தெரிந்தவர்தான்; ஒரு கடிதத்துடன் விஷயம் முடிந்துவிட்டது.

ஆனால், என்னுடைய தந்தம் மாத்திரம் தரித்திரம் போல இழுத்துக்கொண்டே போனது. வீட்டிலேயும் இந்த விசர் சூடு பிடிக்கத் தொடங்கிவிட்டது. என் மனைவி இரவும் பகலும் இது பற்றியே சிந்திக்கத் தொடங்கினாள். கனவு கூடக் கண்டிருப்பாள் போலும். என்னை ஞாபகப்படுத்தாக நாளே இல்லை. இந்த ஞாபகமூட்டல் பிறகு கரைச்சலாக மாறி, அதற்கும் பின் எரிச்சலூட்டத் தொடங்கியது. இதிலிருந்து தப்ப முடியாது போல எனக்குப்பட்டது.

✸

குதம்பே வழக்கம் போல வாராந்திர அறிக்கையைக் கொண்டு வந்து என் முன் வைத்தான். நான் முதல் இரண்டு வரியை மட்டுமே படித்தேன். 'இதென்ன அறிக்கை இது? குப்பை! இதை ஆர் வாசிக்க போறான்; நீரே கொண்டுபோம்' என்று முகத்திலடிச்சது போலச் சொல்லிவிட்டு திரும்பவும் என் வேலையில் மூழ்கினேன்.

குதம்பே முனகிக்கொண்டு சிறிது நேரம் நின்றான். பிறகு அறிக்கையை எடுத்துக்கொண்டு போய்விட்டான்.

குதம்பே ஒரு பஞ்சுப் பொதி. திட்டு வாங்குவதற்கென்றே பிறந்தவன். எவ்வளவுதான் திட்டினாலும் அவ்வளவையும் உள்ளுக்கு வாங்கி வைத்துக்கொள்வான். கொஞ்சமாவது முகம் சுருங்க வேண்டுமே? கிடையாது. திட்டுபவர்தான் களைத்துப்போய் ஓய்வெடுக்க வேணும்.

கந்தோர் எனக்கு நரகமாகிவிட்டது. வீட்டிலேயோ இன்னும் மோசம். போதாக்குறைக்கு, இப்ப இரண்டு நாளாக என் மனைவி கதைப்பது கூட இல்லை.

✺

ஒருநாள் சனிக்கிழமை மத்தியானம் போல குதம்பே வீடு தேடி வந்தான். அவன் வீட்டுக்கு வருவது இதுதான் முதல் தடவை. வெயிலில் வேர்க்க விறுவிறுக்க நடந்து வந்திருந்தான். எனக்கு பார்க்க என்னவோ போலிருந்தது. வெளி விறாந்தையையில் உட்காரச் சொல்லி "என்ன விஷயம்?" என்றேன்.

"நைஜீரியாவிலே இருந்து ஒருத்தன் நாலு ஜோடி தந்தம் கொண்டு வந்திருக்கிறான். உங்களுக்கு சௌகரியமென்றால் நாளைக்கே அவன் கந்தோருக்கு வருவான். நீங்களே விலை பேசி வாங்கலாம்" என்றான்.

எனக்கு மட்டில்லாத சந்தோஷம். தந்த வேட்டைக்கு ஒரு முடிவு கிடைத்துவிட்டது போலத்தான் பட்டது. குதம்பேக்கு குடிக்க 'என்ன வேண்டும்' என்று கேட்டேன். அந்த வெயிலில் வேறு என்ன கேட்பான். பீர்தான் கேட்டான்.

என்னுடைய ஆறு வயது மகன், ஒரு போத்தல் பீரையும் ஒரு கிளாசையும் கொண்டுவந்து வைத்துவிட்டு ஓடிவிட்டான். குதம்பே மடமடவென்று அதை இளநீர் குடிப்பது போல குடித்து முடித்தான். மேற்கு ஆபிரிக்காவில் பீரும் ஒன்றுதான் மோரும் ஒன்றுதான்.

என் மகன் வெளியிலே விளையாடிக் கொண்டிருந்தான். அதைப் பார்த்துவிட்டு குதம்பே சொன்னான்: "இந்த ஊர்களிலே 'துப்பும் பாம்பு' (Spitting Cobra) என்று ஒன்று இருக்கிறது. சிறு பிராணிகளை

தொகுப்பு : அருண்மொழி நங்கை | 33

பார்த்து எட்டத்தில் இருந்தே ஒரு வித நஞ்சைத் துப்பிவிடும். அதன் கண்களைப் பார்த்துத்தான் துப்பும். அந்தப் பிராணி ஓட முடியாது தவிக்கும்போது இந்தப் பாம்பு போய் பிடித்து விழுங்கிவிடும்."

இதைக் கேட்டுக்கொண்டிருந்த என் மனைவி பாய்ந்துபோய் வெளியிலே விளையாடிக் கொண்டிருந்த எங்கள் மகனை 'பிராந்து' தூக்குவது போல் தூக்கிக்கொண்டு உள்ளே வந்துவிட்டாள்.

இது என் மனைவி என்னுடன் 'டூ' விட்ட நாள். பேசா மடந்தையாக இந்தப் பக்கமும் அந்தப் பக்கமுமாக வேலை இருப்பது போல் நடந்தபடியே இருந்தாள். அவளுக்கு 'குதம்பே என்ன சொல்லுறான்? தந்தம் கிடைக்குமா? என்று அறிய ஆவல்.

கடைசியில் அவளுடைய ஆசை கட்டுக்கடங்காமல் போகவே சமையல் அறையில் இருந்து மெள்ள வெளியே வந்து ஓரமாக நின்று கொண்டு, 'இஞ்சருங்கோ' என்று கூப்பிட்டாள்.

நான் வெளியே வந்து 'என்ன?' என்று கேட்டேன். "முருங்கைக்காய்க்கு என்ன புளி போடிறது? பழப்புளியா? தேசிக்காய் புளியா?" என்றாள்.

எனக்கு மனத்தை வருத்தியது. படிப்பை பாதியிலேயே எனக்காக நிறுத்தியவள். பெற்றோரையும் சுற்றத்தாரையும் துறந்து என்னையே கதியென்று வந்தவள். பெரிய வீடும் நாலு சமையல்காரருமாகச் செல்லமாக வளர்ந்தவள். முதன்முதலாக சமையல் அறையைப் பார்த்ததே இங்கேதான்; நான் இப்படிக் கருணையில்லாமல் இருக்கலாமா?

அவள் என்ன, சீதையைப் போல 'மாயமானைப் பிடித்து தா?' என்று கேட்டாளா? இல்லை, யானையைத் தான் கேட்டாளா? யானைத் தந்தம்தானே வேண்டுமென்றாள். கேவலம், இதைக்கூட என்னால் செய்யமுடியாதா?

அன்று முருங்கைக்காயுடன் நல்ல சாப்பாடு. ஆபிரிக்காவில் முருங்கைக்காய் என்ன சும்மா கிடைத்துவிடுமா? நாலு மைல் தூரம் காட்டிலே போய் அல்லது தேடி ஆய வேண்டும். இதை 'பேய்க்காய்' (Devil stick) என்றுதான் அங்கே சொல்லுவார்கள்; தொடவே மாட்டார்கள். இப்படி அருமையாகக் கிடைக்கும் காய்க்கு ருசியே தனி. அது மாத்திரமல்ல, என் மனமும் அன்று வெகு சந்தோஷமாக இருந்தது.

✸

அடுத்த நாள் கந்தோரில் தந்தம் வந்துவிடும் என்று எதிர்பார்த்தேன். வரவே இல்லை. குதம்பேயைக் கூப்பிட்டு விசாரித்தேன். அவன் கையைப் பிசைந்துகொண்டு நின்றான்.

நான் வீடு திரும்பியபோது என் மனைவி மந்தகாசமாக ஒரு புன்னகையோடு என்னை வரவேற்றாள். இந்தப் புன்னகையை விசேஷமான ஒரு சில நாட்களுக்கு மாத்திரமே அவள் ஒதுக்கி வைத்திருந்தாள்.

எனக்கு அந்த முகத்தைப் பார்க்கவே குற்ற உணர்வாக இருந்தது. நான் நடந்ததைச் சொன்னேன். அவள் முகம் வாடிவிட்டது. கண நேரத்தில், தாமரைப் பூப் போல விகஸித்து இருந்த முகம் இப்படி வாழைப் பூ போல கூம்பிவிட்டதே! இது எப்படி நடந்தது?

மறுநாள் குதம்பே நடந்ததைச் சொன்னான். அந்த நைஜீரிய வியாபாரி நல்ல விலை கிடைத்ததால் அந்த தந்தங்களை ஒரு லெபனிஸ் கடைக்காரருக்கு விற்றுவிட்டானாம். மேற்கு ஆபிரிக்காவில் ஆயிரக்கணக்கான லெபனிஸ்காரர்கள் மடியிலே பணத்தைக் கட்டிக்கொண்டு என்ன செய்வது என்று தெரியாமல் அலைந்து கொண்டிருப்பார்கள். நான் அவர்களோடு போட்டி போட முடியுமா?

இன்னும் இரண்டு மாதங்கள் இப்படியே ஓடிவிட்டன. என்னுடைய ஒரு வருட ஒப்பந்தத்தில் நாலே நாலு மாதங்கள்தான் மீதி இருந்தன. தந்தம் கிடைப்பது கனவாகி விடும் போலிருந்தது.

ஒரு நாள் மாலை. நான் கந்தோரில் நேரம் போவது தெரியாமல் வேலை செய்துகொண்டிருந்தேன். அப்போது குதம்பே அவசரமாக வந்தான். 'என்ன விஷயம்?' என்பது போலப் பார்த்தேன். அங்கே காட்டில் மரம் வெட்டும் குழுவோடு இவன் ரேடியோவில் தொடர்பு கொண்டானாம். வேலை இரண்டு நாள் அங்கே தடைப்பட்டு விட்டதாம். ஒரு யானைக் கூட்டம் வேலை செய்யவிடாமல் அந்த இடத்தில் உலாவுகிறதாம். பிறகு மெல்லக் கீழே குனிந்து "அதிலே ஒரு யானைக்கு தந்தம் இருக்கு" என்றான்.

"அதுக்கு நான் என்னய்யா செய்ய வேணும்?" என்றேன்.

"இந்த மாதத்து மரங்கள் வருமதி வெகு சொற்பம். எங்களுடைய இலக்கில் (Target) நாங்கள் அரைவாசி கூடத் தாண்டவில்லை. இது இப்படியே போனால் இந்த மாதம் முற்றிலும் பெரிய நஷ்டம் காட்ட வேண்டிவரும். யானைகளின் தொல்லை பொறுக்க முடியாதென்றால் அவற்றைச் சுட அதிகாரமிருக்கிறது. சென்ற வருடம் இப்படி இரண்டு முறை செய்திருக்கிறோம். நீங்கள்தான் உத்தரவு போட வேண்டும்" என்றான்.

"பாப்பம், பாப்பம்" என்று இருந்துவிட்டேன்.

✱

அடுத்த நாள் காலை முடிவு கேட்டு என்னை ரேடியோவில் கூப்பிட்டார்கள்.

"பிரவோ சார்லி, பிரவோ சார்லி"

"யானைகள் தொந்தரவு தாங்கமுடியவில்லை. வேலைக்கு இடைஞ்சல்; என்ன செய்வது?" என்று கேட்டார்கள்.

"ஒரேயொரு யானையை வெடி வையுங்கள்; கூட்டத்தைக் கலைத்துவிட்டு வேலையை கெதிப் படுத்தப் பாருங்கள்" என்று உத்தரவு கொடுத்தேன்.

ரேடியோ புத்தகத்தில் கையெழுத்தையும் இட்டு, தேதியையும் போட்டேன்.

அன்றிரவு என் மகன் கேட்டான்:

"அப்பா, யானை எவ்வளவு காலம் சீவிக்கும்?"

"நூறு, இருநூறு என்று எங்கள் ஊர்களில் சொல்வதெல்லாம் பொய். யானை 60, 70 வருடம் வரைதான் உயிர் வாழும்" என்றேன்.

"இந்த யானைத் தந்தம் எப்பிடிக் கிடைக்கும்?" என்றாள் மனைவி.

"நிச்சயமாக 'பாக்டரியில்' கிடைக்காது. யானையிடமிருந்து தான் கிடைக்கம். ஒன்றில் யானை சாக வேணும்; அல்லது அதைக் கொல்ல வேணும்"

"வேறு வழியே இல்லையா?"

"இல்லையே. அதிலும் 99 வீதம் தந்தங்கள் யானையைக் கொலை செய்தே கிடைக்கிறது."

"அப்பா, எங்கடை வாத்தியார் சொல்லுறார் யானைகளின் எண்ணிக்கை சரியாய்க் குறைஞ்சு போச்சுதாமே? உண்மையா?"

'டோடா, டோடா' என்று ஒரு சாதிப் பறவை. உருண்டையான உடம்பும் சின்னக் கால்களுமாய் அந்தப் பறவை லட்சக்கணக்காய் ஒரு காலத்தில் இருந்தது. பறக்கக்கூடத் தெரியாது அந்த அப்பாவிப் பறவைக்கு. அதை மனுசன் விளையாட்டுக்காகச் சுட்டு சுட்டே கொன்றுவிட்டான். அந்தப் பறவை இனமே இப்ப உலகத்திலை இருந்து மறைஞ்சுப் போச்சுது. ஒரு பறவை கூட இல்லை. படங்களில்

பார்த்தால்தான் உண்டு. இந்த யானைக்கும் அந்தக் கதி வந்துவிடுமோ என்று சிலர் பயப்படுகினம்" என்றேன்.

"அது உண்மையாகிவிடுமா?" என்றாள் மனைவி.

"யானைகள் எப்பவும் கூட்டமாகத்தான் திரியும். ஏழு, எட்டு யானைகள் கொண்ட கூட்டம். ஒண்டுக்கொண்டு நல்ல ஒற்றுமையாயும், விசுவாசமாயும் நடந்துகொள்ளும். இந்தக் கூட்டத்துக்கு தலைவி பெண் யானைதான்."

"நான் சொல்லுறது உண்மையாய் நடந்த ஒரு கதை. ஒரு சமயம் வேட்டைக்காரன் ஒருத்தன் தந்தத்துக்காக ஒரு யானையைச் சுட்டு விட்டான். அது சுருண்டு விழுந்தது. ஆனால், முழுவதும் சாகவில்லை. கூட்டத்திலிருந்த மற்ற யானைகள் அவனை துரத்திக்கொண்டு வர அவன் ஓடித் தப்பிவிட்டான்."

"ஒரு மாசம் கழிச்சு அவன் திரும்ப அதே இடத்துக்குப் போனான். யானை செத்துப் போயிருக்கும் அந்தத் தந்தத்தை எடுக்க. ஆனால், அந்த யானை விழுந்த இடத்திலே அப்பிடியே உயிரோடு கிடந்ததாம். மற்ற யானைகள் அதை விட்டுப் போகவே இல்லை. சாப்பாடும் தண்ணியும் கொண்டுவந்து கொடுத்து எப்படியோ ஒரு மாசம் வரை அதைச் சாக விடவில்லையாம்."

"மனிதனுக்கு எவ்வளவு அழிவுபுத்தி இருக்குதோ, அவ்வளவுக்கு யானைகளுக்கு சினேக புத்தியும், தங்களைக் காப்பாற்றிக்கொள்ளுற உணர்வும் இருக்குது. இந்த விஷயத்தில் யானையின் சாதகம் பலமாக இருக்குமெண்டுதான் நான் நிணைக்கிறேன்."

✸

அன்று பின்னேரம் நான் வீடு திரும்பும்போது எங்கள் கம்பனி வாசலிலிருந்து ஒரு கால் மைல் தூரத்தில் மரங்கள் கொண்டுவரும் பெரிய 'லொறி' ஒன்று நின்றுகொண்டிருந்தது. அதைச் சுற்றிலும் நூற்றுக்கணக்கானவர்கள் ஆரவாரம் செய்துகொண்டும் சத்தம் போட்டு சிரித்துப் பேசிக்கொண்டும் நின்றார்கள். கார் அந்த லொறியின் சமீபத்தில் போன பின்தான் எனக்கு விஷயம் புரிந்தது.

அந்த லொறியின் மீது மல்லாக்காக மலைபோல ஒரு யானை செத்துப்போய் கிடந்தது. அதில் இருந்து பாய்ந்த ரத்தம் திட்டுத்திட்டாக ஒரு இஞ்சு உயரத்துக்கு காய்ந்திருந்தது. யானையின் வாயும், துதிக்கைப் பாகமும் சிதிலமடைந்து ரத்தக்களரியாக இருந்தது. யானையின் கால்கள் 'ஓ' வென்று மேலே ஆகாயத்தைப்

பார்த்தபடி தூக்கி நின்றன. ஏசுநாதர் கைகள் இரண்டையும் மேலே தூக்கி ஆகாயத்தை பார்த்து கதறியது போல இருந்தது எனக்கு.

காரை ஓட்டிய சாரதி சொன்னான்: "மாஸ்ட, இன்றைக்கு இரவு முழுக்க நல்ல விருந்தும் கும்மாளமுமாக இருக்கும். இந்த யானையைத் தின்று தீர்ப்பதற்கு மூன்று நாள் பிடிக்கும். இது தவிர, இன்றைக்கு எங்கள் குடிகள் தலைவர் மூன்றாவது மனைவியையும் எடுத்திருக்கிறார்; பதினெட்டு வயதுப் பெண். அவளுடைய நடனத்தைப் பார்க்க ஊர் முழுக்க அங்கே கூடிவிடும். ஆனால், மிகவும் முக்கியமானது, இப்போதெல்லாம் யானை இறைச்சி கிடைப்பது வெகு அபூர்வம்."

வீட்டிற்கு நான் வந்திறங்கியதும் சாரதி காரைப் பூட்டிவிட்டு எடுத்தான் ஓட்டம். மனைவி என்னிடம் "ஏன் 'ம்பாயா' இப்பிடித் தலை தெறிக்க ஓடுறான்" என்று கேட்டாள்.

நான் வழியில் கண்ட காட்சியை விவரித்தேன். மலைக்குவியல் போல அந்த யானை பெரிய லொறியில் செத்துப்போய் கிடந்ததையும் யானை விருந்து நடக்கப் போவதையும் சொன்னேன். ஆனால் அதன் காரணகர்த்தா யாரென்பதை சொல்ல மெள்ள தவிர்த்து விட்டேன்.

"ஊர் முழுக்க இந்த யானை இறைச்சியை மூன்று நாள் வரை தின்னுமாம். மிக்க ருசியாய் இருக்குமாம். அவர்களுக்கு பாட்டும் கொண்டாட்டமும்தான்" என்றேன்.

"யானை இறைச்சியைச் சாப்பிடுவினமா?" என்று என் மனைவி அதிர்ந்துபோய் கேட்டாள்.

"இறைச்சி எண்டு வந்த பிறகு யானை இறைச்சி என்ன, குதிரை இறைச்சி என்ன; எல்லாம் ஒண்டுதான்" என்றேன் நான்.

"அப்ப நாங்கள் மாவிலையும், பலாவிலையும் சாப்பிடுறோமா?"

"ஏன் இல்லை? ருசியாக இருந்தால் விட்டுவைப்போமா? அதையும்தான் சாப்பிடுவோம்" என்றேன் நான்.

✸

அடுத்த நாள் கார்சாரதி லேட்டாகத்தான் வந்தான். எதிர் பார்த்தது போல குதம்பே வரவே இல்லை. இன்னும் பல பேரும் கந்தோருக்கு மட்டம். யானை விருந்து அப்படி ஆட்களை மயக்கி விட்டது.

மறு நாள், சனிக்கிழமை, நான் வழக்கம் போல வெளி விறாந்தையில் இருக்கிறேன். என் குட்டி மகள் காலடியில் இருந்து படம் போட்டுக்

கொண்டிருக்கிறாள். என் மனைவி உள்ளுக்கு மும்முரமாகச் சமையல் செய்கிறாள்.

வெளியே விளையாடிக் கொண்டிருந்த என் மகன்தான் முதலில் கண்டான். 'குதம்பே, குதம்பே' என்று கத்திக்கொண்டே ஓடிவந்தான்.

குதம்பேயின் பேர் இப்போது எங்கள் வீட்டிலே அப்படிப் பிரபலம். மனைவி கைவேலையைச் சடாரென்று போட்டுவிட்டு வெளியே ஓடிவந்து விட்டாள். என் குட்டி மகள் மாத்திரம் கண்களை மலர்த்தி நிமிர்ந்து பார்த்துவிட்டு மறுபடியும் படம் போடத் தொடங்கினாள்.

குதம்பே வழக்கம் போல வேர்க்க விறுவிறுக்க ஓட்டமும் நடையுமாக வந்தான். நான் 'வாரும், வாரும்' என்று சொல்லி அவனை உள்ளே கூப்பிட்டு இருத்தினேன். என் மகன் சொல்லாமல், கொள்ளாமல் குதம்பேக்கு பிடித்தமான பீரை கொண்டுவந்து அவன் முன் வைக்கிறான். அவனும் 'மடக்மடக்' கென்று குடிக்கிறான்.

ராத்திரி நடந்த விருந்தைப் பற்றி வருணிக்கிறான் குதம்பே. விடிகாலை ஐந்து மணி வரைக்கும் கூத்தும் கும்மாளமும் தொடர்ந்ததாம்.

இதிலே விசேஷம் என்னவென்றால், குடிகள் தலைவருக்கு இப்ப வயது 65 ஆகிறது. இது மூன்றாவது மனைவி; கொஞ்சம் குமரி அவள். 40 ஆடுகளும், 8 மாடுகளும் கொடுத்து அவளை வாங்கினாராம். இப்படியான மயக்கும் அழகி அவருக்கு மிகவும் மலிவாகவே கிடைத்துவிட்டதாக குதம்பே அபிப்பிராயப்பட்டான்.

என் மனைவியோ தவித்தபடி நின்றாள். 'பின்னால் யாராவது தலையில் ஏதாவது தூக்கி வைத்தபடி வருகிறார்களா?' என்று கண்களால் தேடினாள். 'ஒரு வேளை லொறியில் வருமோ? என்று அந்த வழியால் போகும் லொறிகளையும் திரும்பித் திரும்பிப் பார்த்தாள்.

அப்போது பார்த்து குதம்பே எழுந்தான். கமக்கட்டில் வைத்திருந்த பேப்பர் சுருளை உருவினான். அதற்குள் இருந்து இரண்டு தந்தங்களை எடுத்து என் மனைவியின் கையில் மிக்க பணிவோடு வைத்தான். பிறகு என்னவெல்லாமோ சொன்னான். 'பெண் யானை' என்றது மாத்திரம் என் காதில் விழுந்தது. அவன் போய்விட்டான்.

எங்கள் ஊரில் சொல்வார்கள் 'நாடி விழுந்துவிட்டது' என்று. நான் அப்படியே கொஞ்ச நேரம் நிலைத்து நின்றுவிட்டேன். தந்தத்தைப் பார்த்த மாத்திரத்தில் என் மனைவியின் கண்கள் பெரிதாக விரிந்தன.

தொகுப்பு : அருண்மொழி நங்கை

வாய் திறந்தது. பிறகு பொத்திக் கொண்டாள். 'மேல் மூச்சு' வாங்க மெதுவாக அங்கே இருந்த கதிரையில் இருந்துவிட்டாள்.

என் மகன், அவள் கையில் இருந்த தந்தங்களைப் பிடுங்கி தன் கால் சட்டைப் பைக்குள் வைத்துக்கொண்டு ஓடி விட்டான், விளையாட.

உலகம் கவிழ்ந்தது தெரியாமல் என் மகள் காலடியில் இருந்து படம் போட்டுக் கொண்டிருந்தாள்.

✸

அன்றிரவு 'டம், டம்' என்று மேளச் சப்தம் வெகு நேரம் வரை கேட்டுக் கொண்டேயிருந்தது. கூவும் குரலில் பெண்கள் பாடுவதும், ஆடுவதும் கடல் அலைபோல வந்து வந்து அடித்தது.

என் மனைவி நித்திரை கொண்டதாகத் தெரியவில்லை. ஒரு முறை எழும்பிப் போய் ஜன்னல் பக்கம் கொஞ்ச நேரம் நின்றாள். பிறகு திரைச்சீலையை இழுத்துவிட்டு வந்து படுத்துக்கொண்டாள். திடீரென்று நடுவே எழும்பி கொஞ்சம் தண்ணீர் குடித்தாள்; திரும்பித், திரும்பிப் படுத்தாள். அடிக்கடி பெருமூச்சு விட்ட படியே இருந்தாள்.

நானும் தூங்கவில்லை. ஆனால், கனவுகள் மட்டும் வந்தன. அந்த கனவிலே யானை காலை உயர்த்திக்கொண்டு மல்லாக்காகக் கிடக்கிறது; பிறகு ஏசுநாதர் வருகிறார்; ரத்தம் ஆறாக ஓடுகிறது. எனக்கு தேகம் குளிருகிறது.

திடுக்கிட்டு விழித்துவிட்டேன். பலபலவென்று விடிந்திருந்தது. பிள்ளைகள் இரண்டு பேரும் அயர்ந்து தூங்கிக் கொண்டிருந்தார்கள்.

காலைச் சாப்பாட்டை கடமைக்காகச் சாப்பிடுகிறேன். மனைவி பரிமாறுகிறாள். என் முகத்தைப் பார்க்கவே அவளுக்கு கூசியது போலும். கடைசியில் பொறுக்க முடியாமல் கேட்டாள்; "அந்தப் பெரிய யானையை, அதுவும் பெண் யானையை, இந்த தந்தத்துக்காகவா கொன்றார்கள் பாவிகள் ?"

அவள் கண்களிலே முத்தாக ஒரு சொட்டுக் கண்ணீர்.

✸

இரண்டு நாளாக அந்தத் தந்தம் மேசை மேலேயே கிடந்தது. பிறகு அதைக் காணவில்லை. நானும் கேட்கவில்லை.

என்னுடைய பன்னிரண்டு மாத ஒப்பந்தம் ஒரு நாள் முடிந்தது. கம்பனி லொறி வந்து எங்கள் சாமான்கள் எல்லாவற்றையும் மூட்டை கட்டி எடுத்துக்கொண்டு போனது.

விமான நிலையத்துக்கு நாங்கள் புறப்பட்டோம். மனைவியும் நானும் லெவாலியிடம் சொல்லிக்கொள்ள அவர் வீட்டுக்குப் போனோம்.

லெவாலி சாய்ந்த கதிரையில் நீண்ட சுருட்டைப் புதைத்தவாறு உட்கார்ந்து இருக்கிறார். பின்னணியில் மெல்லிய இசை. நானும், மனைவியும் போய் அவரிடம் விடை பெறுகிறோம். பெருந்தன்மையாக எங்களுக்கு நன்றி கூறி அடிக்கடி தொடர்புகொள்ளச் சொல்கிறார். நாங்களும் எங்கள் அன்பைத் தெரிவிக்கிறோம். லெவாலி எங்களை வீட்டு வாசல் வரை வந்து மரியாதையாக அனுப்புகிறார்.

வாசலிலே இரண்டு யானைத் தந்தமும் இரண்டு பக்கமுமாக, கல்யாண வீடுகளில் வாழைமரம் கட்டுவது போல, உயர்ந்து நிற்கிறது.

நான் வெளியே வரும்போது மனைவியிடம், "யானைத் தந்தத்தை பார்த்தீரா?" என்று கேட்டேன்.

"ச்சீ, அது பார்க்கவே அருவருப்பாயிருக்கு" என்றாள்.

# 3

# ஒரு சாதம்

பாதையை நிறைத்து பனி மூடியிருந்தது. கனடாவின் அன்றைய வெட்பநிலை மைனஸ் 20 டிகிரி. டாக்சி மெதுவாக ஊர்ந்து 32ம் நம்பர் வீட்டு வாசலில் போய் நின்றது. வீட்டின் பெயர் 'ஒரு சாதம்' என்று போட்டிருந்தது.

ஹோட்டலில் இருந்து அங்கே வர பரமனாதனுக்கு இருபது டொலர் ஆகிவிட்டது. காசைக் கொடுத்துவிட்டு ஓவர் கோட், மப்ளர், தொப்பி, பூட்ஸ் என்ற சம்பிரமங்களுடன் கையிலே பையையும் தூக்கிக்கொண்டு டாக்சியில் இருந்து பனி சறுக்காத இடமாக காலை வைத்து சிவதாண்டவம் செய்து ஒரு மாதிரி இறங்கிவிட்டான்.

வீட்டினுள்ளே சிவலிங்கம் ஒரு சாரமும், பனியனுமாக நின்றான். கனடாவில் வீடுகளை அந்தமாதிரி கட்டியிருந்தார்கள்; குளிர் அண்டவே முடியாது. பரமனாதன் 'ஸ்ரிப் ரீஸ்' போல ஒவ்வொன்றாகக் கழற்றி வாசலிலே குவித்தான்; ஓவர் கோட், மப்ளர், தொப்பி, பூட்ஸ், அப்பா! அரைவாசி பாரம் குறைந்துவிட்டது.

சிவலிங்கத்தின் மனைவி பூர்ணிமா வந்தாள். அவளுடைய அழகு அழிவில்லாத அழகுதான். சிவலிங்கமும் பூர்ணிமாவும் பரிமாறிய காதல் கடிதங்களை எல்லாம் அந்தக் காலத்தில் எடிட் செய்ததே பரமனாதன்தான். பதின்மூன்று வருடங்களுக்கு பிறகு அவர்களை பரமனாதன் முதன் முறையாக கனடாவில் பார்க்கிறான். சிவலிங்கத்துக்கு இப்போது இரண்டு பெண் குழந்தைகள்; மூத்தவளுக்கு வயது பன்னிரண்டு இருக்கலாம்; அடுத்தவளுக்கு நாலு.

பரமனாதன் கேட்டான்: "இது என்ன புதுவிதமான வீட்டுப் பேர்? 'ஒரு சாதம்' என்று வைத்திருக்கிறாய்?"

“அதுவா? இந்தப் பனிக் குளிரில் வீடு தேடி வாறவைக்கும் ஒரு பிடி சாதமாவது போட வேணும் என்ற பிடிவாதத்தில் வைத்த பேர்” என்றான் சிவலிங்கம். இதைக் கேட்டுக்கொண்டிருந்த அவனுடைய மூத்த மகள் ‘களுக்’ என்று சிரித்துக்கொண்டே உள்ளே ஓடிவிட்டாள்.

‘சாதம்’ என்ற வார்த்தையைக் கேட்ட பரமனாதனுக்கு கதையை மாற்றப் பிடிக்கவில்லை. கடந்த பத்து நாட்களாக ஹோட்டலில்தான் அவன் வாசம். ரொட்டியும், வெண்ணெயும், பழங்களுமாகச் சாப்பிட்டு, சாப்பிட்டு அவனுக்கு அலுத்துப் போய்விட்டது. கனடாவின் படுபயங்கரக் குளிருக்கு அவனுடைய வயிறு ‘கொண்டா, கொண்டா’ என்று கேட்டுக்கொண்டிருந்தது. சாதத்தை அவன் அங்கே கண்ணால் கூடக் காணவில்லை. “என்ன? சோறு கறி வகைகள் எல்லாம் இங்கே தாராளமாகக் கிடைக்குமா?” என்றான் பரமனாதன். அவன் மனமானது சம்பா அரிசிச் சோற்றையும், மீன் குழம்பு கறியையும் நினைத்துப் பறந்தது.

இதற்கு பூர்ணிமா, “இதென்ன இப்பிடிக் கேக்கிறியள்? இது ஒரு சின்ன யாழ்ப்பாணம்தான்; யாழ்ப்பாணத்தில் கிடைக்காததுகூட இங்கே கிடைக்கும். அப்ப பாருங்கோ” என்றாள். பரமனாதனுடைய வாய் அப்பவே ஊறத் தொடங்கிவிட்டது.

அப்போதெல்லாம் சிலோனில் பரமனாதனும் சிவலிங்கமும் அடிக்கடி ‘கிரின்லாண்ட்ஸில்’ சாப்பிடுவார்கள். சிவலிங்கத்தின் காதல் உச்ச கட்டத்தில் இருந்த காலம் அது. இருவரும் சார்டர்ட் அக்கவுண்டண்ட் சோதனைக்கு படித்துக் கொண்டிருந்தார்கள். சிவலிங்கம் படிக்கவே மாட்டான்; பெட்டையின் பின்னாலேயே அலைந்து கொண்டிருந்தான்.

படிப்பைத் தவிர மற்ற எல்லாம் செய்துவந்தான்; படிக்காத புத்தகங்கள் இல்லை; எல்லாம் அறிவுசார்ந்த புத்தகங்கள். அந்தக் காலத்திலேயே அறிவுஜீவி. ஒரு விஷயத்தை ஒருக்கால் சொன்னால் பிடித்துக் கொண்டுவிடுவான். அபாரமான ஞாபகசக்தி. அவனோடு வாதம் செய்து வெல்வது என்பது நடக்காத காரியம்.

எல்லோரும் அதிசயிக்கும்படி ஒரே முறையில் சோதனை பாஸ் பண்ணிவிட்டான். அவன் முழு மூச்சாகப் படித்தது என்னவோ இரண்டு வாரங்களே! மிகப்பெரிய தனியார் கம்பனி ஒன்றில் சேர்ந்து கிடுகிடுவென்று மேலுக்கு வந்துவிட்டான். பூர்ணிமாவை, பெற்றோரை எதிர்த்து மணமுடித்தான். அவனுடைய வாழ்க்கையானது இப்படி அந்தரலோக சுகபோகத்தில் சென்றுகொண்டிருந்த போதுதான் 1977 கலவரம் வந்தது. இவனுக்கு ஒரு பிரம்மாண்டமான வீடு

கம்பனி கொடுத்திருந்தது; அத்துடன் நாலு வேலைக்காரர்கள், தோட்டக்காரன், டிரைவர், காவல்காரன் என்று பலபேர்.

அந்தக் கம்பனியிலே பத்தாயிரத்துக்கு மேலான பேர் வேலை செய்தார்கள். அங்கே வேலை செய்த தமிழர்களை விரல்விட்டு எண்ணலாம். எல்லாம் சிங்களவர்கள். இவனுடைய பதவியோ மிகமிக உயர்ந்தது. கலவரம் வந்தபோது எல்லாவற்றையும் துறந்துவிட்டு 'உயிர் தப்பினால் போதும்' என்று இந்தியாவுக்கு பூர்ணிமாவுடன் ஓடி வந்துவிட்டான்.

அங்கே சிவலிங்கம் பட்ட இன்னல்களை இங்கே விவரிக்க இயலாது. ஓர் உயர்ந்த பதவியில் சகல சௌகரியங்களுடனும் வாழ்க்கை நடத்திவிட்டு அகதியாக வந்து இம்சைப் படுகிற அவதி சொல்லி விளங்காது. கடைசியில், எவ்வளவோ கஷ்டப்பட்டு, அவனும் பூர்ணிமாவும் கனடாவுக்கு அகதிகளாக வந்து தஞ்சம் புகுந்தார்கள். இத்தனை வருடங்களுக்கு பிறகு பரமனாதன் முதன் முறையாக அவர்களைப் பார்க்கிறான்.

பசி பிடுங்கியது பரமனாதனுக்கு. ஆனால், பூர்ணிமா அவர்களுடன் இருந்து சுவாரஸ்யமாகப் பேசிக்கொண்டிருந்தாள். சாப்பாடு அடுக்குகள் ஒன்றையும் காணவில்லை. முதலில் பரமனாதனுக்கு கொஞ்சம் பயமாக இருந்தது; பிறகு திகில் பிடித்துவிட்டது. 'சாப்பாடே ஒருவேளை கிடைக்காதோ? என்று நெஞ்சு அடிக்கத் தொடங்கி விட்டது.

பூர்ணிமா சடுதியாகச் சொன்னாள்: "இஞ்சருங்கோ! டூ போர் ஒன்னை (241) டெலிபோனில் கூப்பிடுவமா?" பரமனாதன் பாவம், ஒன்றும் புரியாமல் இருவரையும் மாறி மாறிப் பார்த்தான். சிவலிங்கம் விளங்கப்படுத்தினான்: "டூ போர் வன் நம்பரை டயல் பண்ணி ஒரு பெரிய பீஸா ரொட்டி ஓடர் பண்ணினால், ஒரு காசுக்கு இரண்டு ரொட்டி கொண்டுவந்து கொடுப்பார்கள்; ஒன்று பெரிசு, மற்றது சிறிசு. சிறிய ரொட்டி இலவசம். டூ போர் வன் (ஒரு காசுக்கு இரண்டு). பதினைந்து நிமிடங்களுக்கிடையில் வீட்டிற்கே கொண்டுவந்து தருவார்கள். அது பிந்தினால் ரொட்டி இலவசம். அதைத் தான் பூர்ணிமா கேட்கிறா? ஓடர் பண்ணுவமா?"

பரமனாதனுக்கு இடி விழுந்தது. "என்னடா! வந்திறங்கியவுடன் ஏதோ ஒரு பிடி சாதம் என்றெல்லாம் கதைத்தாய். இப்ப மெல்ல ரொட்டிக்கு தாவப் பார்க்கிறாயே!" என்றான்.

"ஓ, ஓ மறந்துவிட்டேன். சாதம்தான், சாதம்தான்" என்று கூறிவிட்டு மனைவியைப் பார்த்தான், சிவலிங்கம், பூர்ணிமாவும் புன்சிரிப்புடன் மறுபடியும் டயல் பண்ணத் தொடங்கினாள்.

சிவலிங்கம் விஸ்தாரமாக கனடா கதைகளைச் சொல்லிக் கொண்டிருந்தபோதே சாப்பாடு வந்துவிட்டது பரமனாதனுக்கு தன் கண்களையே நம்பமுடியவில்லை. 'ஆஹா! என்ன சாப்பாடு. சம்பா அரிசிச் சோறு, மீன்குழம்பு, கத்தரிக்காய் பொரியல், மாசுச் சம்பல், முருங்கைக்காய் கூட்டு, இது என்ன கனடாவா அல்லது யாழ்ப்பாணமா? ருசி, மணம் எல்லாம் தூக்கி அடித்தது. இவ்வளவு சீக்கிரம் வீட்டுக்கே கொண்டுவந்து கொடுத்து விட்டார்களே?"

எல்லோருமாக மேசையில் சுற்றிவர இருந்து சுடச்சுட சாப்பிட்டார்கள். பரமனாதனுக்கும் உலகமே மறந்துவிட்டது. அவன் பசிக்காகச் சாப்பிடுகிறவன் அல்ல; நாக்குக்காகச் சாப்பிடும் பேர்வழி! விட்டுவைப்பானா?

பூர்ணிமா சொன்னாள்: "இங்கே புருசன் பெண் சாதி இரண்டு பேருமே அநேகமாக வேலைக்குப் போகினம். அதனாலே இஞ்ச கன குடும்பங்களில் இப்பிடித்தான் ஓடர் பண்ணிச் சாப்பிடுகினம். நல்ல சாப்பாடு, விலையும் பரவாயில்லை."

"நாங்கள் இங்கு வந்த மூட்டம் அகதிகள் உதவிப் பணத்தில்தான் மிகவும் சிக்கனமாக சீவித்தனாங்கள்; பிள்ளைகள் கனடா உணவு பழகிவிட்டார்கள். இப்படி நாங்கள் ஓடர் பண்ணிச் சாப்பிடுவது இப்ப கொஞ்ச நாளாய்த்தான்" என்றான் சிவலிங்கம்.

சாப்பாடு முடியுந் தறுவாயில் பூர்ணிமா, "உங்கடை ப்ரண்டு வீட்டுப் பேரைப் பற்றி கேட்டார். நீங்கள் ஏதோ சொல்லி சமாளித்து போட்டியள். இவருக்கு நாங்கள் இஞ்ச வந்து பட்ட பாட்டைக் கட்டாயம் சொல்ல வேணும்" என்றாள். சிவலிங்கத்திற்கு விஸ்தாரமாக கதை சொல்லுவது என்றால் அளவற்ற பிரியம், விடுவானா?

"இஞ்ச எல்லோருக்கும் நடக்கிறது போலத்தான் எங்களுக்கும் நடந்தது. ஆனால் எங்கடை கஷ்டம் கொஞ்சம் வித்தியாசமானது; அனுபவித்தால்தான் தெரியும்.

"இருபத்தைந்து வருடங்களுக்கு முன் சிலோனில் நடந்த சம்பவம் இது. அப்ப ஒரு கம்பனிக்கு கணக்காய்வு (Audit) செய்யப் போயிருந்தேன். அங்கே பொன்னுச்சாமி என்றொரு கிழவர் நாற்பது வருடமாகவே வேலை பார்த்து வந்தார். பேரேடுகளைத் தயாரித்து ரயல் பாலன்ஸ் எடுத்து கணக்காய்வாளரிடம் (Auditor) கொடுப்பது

தொகுப்பு : அருண்மொழி நங்கை | 45

அவர் பொறுப்பு. கணக்கு எழுதுவதில் அவர் புலி. எந்தக் கஷ்டமான சிக்கல் என்றாலும் அவிழ்த்துவிடுவார்.

"நாற்பது வருட காலமாக வராத ஒரு கஷ்டம் அவருக்க அப்போது வந்தது. அவருடைய ரயல் பாலன்ஸ் அந்த வருடம் பொருந்தவில்லை; ஒரு சதம் வித்தியாசத்தில் நொட்டிக்கொண்டு நின்றது.

"பொன்னுசாமிக்கு இது ஒரு பெரிய சவால். இதை எப்படி அவர் ஏற்பார்? இரவு பகலாகக் கண் விழித்து முழுக் கணக்குகளையும் இன்னொரு முறை சரிபார்த்தார். அந்த ஒரு சதத்தை அவரால் கண்டு முடியவில்லை. பெரிய மானப் பிரச்சனையாக இது உருவெடுத்து விட்டது. கணக்காய்வு தள்ளிப்போய்க் கொண்டே வந்தது. ரயல் பாலன்ஸ் சரி வராமல் கணக்குகளை முடிக்க முடியாதே?

"ஏர்னஸ்ட் ஹெமிங்வே எழுதிய ஒரு கதை படித்திருப்பாய். ஒரு கிழவன் தன் சிறு வள்ளத்தில் மீன் பிடிக்கப் போனான். தூண்டில் போட்டு மீனைப் பிடித்துவிட்டான். ஆனால், அகப்பட்டதோ ஒரு ராட்சச மீன். பலத்த போட்டி. கிழவன் மீனை விடுவதாக இல்லை; மீனும் பிடி கொடுப்பதாக இல்லை. இந்தச் சண்டை நாள் கணக்காக நீடிக்கிறது. ஒன்றில் மீன் சாக வேண்டும் அல்லது கிழவன் சாக வேண்டும். அப்படியான ஒரு நிலை.

"அது போலத்தான் பொன்னுச்சாமிக்கும் பேரேட்டுக்கும் நடந்த போராட்டம் முடிவில்லாமலே நீண்டுகொண்டு போனது. ஒரு திங்கள் காலை நான் போகிறேன். பொன்னுச்சாமி தலைவிரி கோலமாய் என் முன்னே வந்து நிற்கிறார். அவர் கண்கள் எல்லாம் சிவந்து காணப்படுகின்றன. சனி, ஞாயிறு விடுமுறைக்கு அவர் வீட்டுக்கே போகவில்லை. இரவு பகலாக பேரேடுகளை மீண்டும் மீண்டும் சரிபார்த்திருக்கிறார்.

"அவருடைய கண்கள் கீழே பார்த்தபடி இருந்தன. தன் பைக்குள் கையை விட்டு ஒரு சதக் காசை எடுத்து என் மேசை மேல் வைத்தார். 'தம்பி, இந்த ஒரு சதத்தை வைத்துக்கொள்ளுங்கள். என்னால் இந்த வித்தியாசத்தைக் கண்டுபிடிக்க முடியவே இல்லை. இது எனக்கு ஏற்பட்ட மிகப்பெரிய தோல்வி. என்னை விட்டுவிடுங்கள்' என்றார். பொன்னுச்சாமியுடைய கஷ்டம் எனக்கு அப்பொழுது முற்றாக விளங்கவில்லை. ஆனால் அதேபோன்ற ஒரு சங்கடம் எனக்கம் இங்கே கனடாவில் ஏற்பட்டது.

"நாங்கள் அகதிகளாக வந்து சீரழிந்த கதை நீண்டுகொண்டே போகும். அதை விட்டுவிடுவோம். என்னுடைய விண்ணப்பத்தை

எழுதிக்கொண்டு கம்பனி கம்பனியாக ஏறி இறங்கினேன். நூற்றுக்கணக்கான விண்ணப்பங்களைத் தபாலிலும் அனுப்பினேன். அகதிகள் உதவிப் பணத்தில் சிக்கனமாக வாழ்க்கை நடத்தினோம்.

"இங்கே பெண்களுக்கு வேலை கிடைப்பது வெகு சுலபம். பூர்ணிமாவுக்கு வேலை கிடைத்துவிட்டது. ஆனால், அவள் அப்போது கர்ப்பம். அதனால் வேலையை ஏற்றுக்கொள்ள முடியவில்லை.

"சில பேர் எனக்கு குறுக்கு மூளை சொல்லித் தந்தார்கள். கனடா அரசாங்கத்தை ஏமாற்றி உதவித்தொகை அதிகரிப்பதற்கு ஆயிரம் வழிகள் இருக்கின்றன; அதில் ஒன்று மனைவியைத் தற்காலிகமாக நீக்கிவைப்பது. என் மனம் உடன்படவில்லை. சொந்த நாட்டிலிருந்து துரத்தப்பட்டு அகதிகளாக வந்து தஞ்சம் புகுந்த நாட்டை இப்படி ஏமாற்றுவதா?

"கனடாவில் மீண்டும் ஒருமுறை படித்து கணக்காளர் தேர்வு எழுதி முடித்தேன். வேலை கிடைப்பது இப்போது இன்னும் கஷ்டமாகிவிட்டது. விஷயம் இதுதான். என்னுடைய படிப்புக்கும், அனுபவத்துக்கும் ஏற்ற வேலை எடுத்த வீச்சே தரமாட்டார்களாம். கீழ் மட்டத்தில் சேர்ந்து படிப்படியாகத்தான் உயரவேணும். அப்படிக் கீழ்மட்டத்தில் எடுப்பதற்கும் கம்பனிகள் பயப்பட்டன.

"நீ சொன்னால் நம்பமாட்டாய், கடைசியில் எனக்குக் கிடைத்த வேலை வாட்ச்மேன் உத்தியோகம்தான். அதற்கும்கூட எவ்வளவு கஷ்டப்பட்டிருப்பேன் தெரியுமா? ஒரு இந்தியக்காரர், சுந்தரம் என்று பேர் அவர்தான் எனக்கு அந்த வேலையை எடுத்துக் கொடுத்தார். அதற்கென்று பிரத்தியேகமான பயிற்சிகள் எல்லாம் தந்தார்கள். எங்கள் ஊரில் சைக்கிள் கடை வைத்திருந்தவர்களும், பேப்பர் போட்ட பெடியன்களும் BMW காரில் இங்கே உலா வந்து கொண்டிருந்தார்கள். நான் இவ்வளவு படித்துவிட்டு இப்படியாக காவல்கார வேலை செய்துவேண்டி வந்துவிட்டதே! விதியே என்று நொந்துகொண்டேன்.

"எங்கள் கம்பனி பிரெஸிடெண்ட் போகும்போதும் வரும் போதும் நான் அவருக்கு தவறாமல் சலாம் செய்வேன். அவருடைய கவனத்தை எப்படியும் ஈர்க்க வேண்டும் என்பதில் ஆர்வமாக செயல்பட்டேன். அவருடைய கடைக்கண் பார்வைபட்டால் என் கஷ்டமெல்லாம் தீர்ந்துவிடுமே!

"என் வேலையோ மிகவும் கடுமையானது. முன்பின் எனக்கு அப்படி வேலை செய்து பழக்கவில்லை. இரவு முழுவதும் ரோந்து

வந்து மெஷினை பஞ்ச் பண்ணியபடியே இருக்க வேண்டும். பனியென்றால் ஓவர் கோட்டையும், பூட்சையும் மேலாடைகளையும் மீறி குளிர் உள்ளே போய் உயிரைத் தொடும்.

"ஒருநாள் என் வீட்டுக்குப் போய் காலுறையைக் சுழற்றியபோது காலுறையெல்லாம் ரத்தம். பூர்ணிமா அழுதுவிட்டாள். அன்று இரவு வெகு நேரமாக ஒரு விண்ணப்பம் தயாரித்தேன் எங்கள் கம்பெனி பிரெஸ்'டெண்டுக்கு. எப்படியும் ஒரு சின்ன வேலையாவது போட்டுத் தருமாறு என் தகுதிகளை எல்லாம் காட்டி விளக்கினேன். தருணம் பார்த்திருந்து ஒருநாள் அதை அவர் கையிலும் சேர்த்து விட்டேன்.

"அதன்பிறகு ஒவ்வொரு நாளும், அவர் போகும்போதும் வரும் போதும், அவருடைய முகத்தையே பார்த்தபடி இருப்பேன். ஏதாவது ஒருநாள் அவர் வாயிலிருந்து நல்ல வார்த்தை வருமா என்று பார்த்துப் பார்த்து ஏமாந்தேன்.

"அந்தச் சமயத்தில்தான் James Gleick எழுதிய Chaos என்ற புத்தகம் வெளியாகி எங்கும் பரபரப்பாகப் பேசப்பட்டது. அறிவுஜீவிகளுக்காக மட்டுமே எழுதப்பட்ட புத்தகம் அது என்று உனக்குத் தெரியும்.

"நான் சிலோனில் இருந்தபோது புத்தகங்களை வாங்கி வாங்கி குவிப்பேன். வாங்கின புத்தகங்களை இரவு பகலாக வாசித்து முடித்து விடுவேன். இங்கே புத்தகங்களின் விலையோ எக்கச்சக்கம். ஒரு புத்தகம் கூட வாங்க முடிவதில்லை. புத்தகக் கடைகளைப் பார்த்துப் பார்த்து ஏங்குவேன்.

"ஒருநாள் பிரெஸிடெண்ட் கையில் அந்த Chaos புத்தகத்தைப் பார்த்தேன். அடுத்த நாளே புத்தகக் கடையில் போய் நானும் ஒன்று வாங்கிவிட்டேன். விலையோ 12 டொலர். பூர்ணிமா என்னுடன் சண்டை போட்டாள், எங்கள் வரும்படிக்கு அது அநாவதியமான செலவு என்று. புத்தகத்தை முதலில் இருந்து கடைசிவரை மூன்று தடவை படித்தேன்; சில பகுதிகளைக் கரைத்தும் குடித்துவிட்டேன்.

"அதற்குப் பிறகு அந்தப் புத்தகத்தை வைத்துகொண்டு உலாவத் தொடங்கினேன். பிரெஸிடெண்ட் வரும் சமயம் பார்த்து புத்தக அட்டை தெரியக்கூடியதாக பிடித்தபிடியே அங்குமிங்கும் அலைந்தேன்.

"என்னுடைய யுக்தி ஒருநாள் பலித்தது. அவரசமாய் போன பிரெஸிடெண்ட் நின்று உற்றுப் பார்த்துவிட்டு 'ஆஹா ! James Gleick?' என்றார். அவர் வாய் மூடு முன் நான் அந்த எழுத்தாளர் கூறிய தத்துவங்கள் பற்றி என் கருத்தை எடுத்துவிட்டேன். குளத்தின் நடுவே

ஏற்படும் சிறு சலனம் எப்படி விரிந்து விரிந்து கரையை அடைகிறதோ அதேபோன்று வளிமண்டலத்தில் ஏற்படும் அணுப்பிரமாணமான சிறு மாற்றம்கூட வானிலையை ஏன் பூதாகரமாகப் பாதிக்கிறது என்பதைப் பற்றி விளக்கினேன். அதனால்தான் கிரகணம். நீர்மட்ட ஏற்ற இறக்கம் பற்றியெல்லாம் கச்சிதமாக முன்கூட்டியே கூறிவிடும் விஞ்ஞானம், பருவ நிலையை மாத்திரம் முன்னறிவித்தல் செய்வதற்கு திக்குமுக்காடுகிறது என்பது பற்றி கூறினேன்.

"'எங்கள் நாட்டில் ஔவையார் என்று ஒரு மிகப் படித்த பெண் புலவர் இருந்தார். அவர் ஓர் அரசனை வாழ்த்தப் போய் 'வரப்புயர' என்று மட்டும் கூறி பேசாமல் இருந்துவிட்டார். அதன் தாற்பரியத்தை பின்பு அவரே விளக்கினார்.'

'வரப்புயர, நீர் உயரும்

நீர் உயர, நெல் உயரும்

நெல் உயர, குடி உயரும்

குடி உயர, கோல் உயரும் '

கோல் உயர, கோன் உயர்வான் ?'

'ஒரு துளி காரியம் எப்படிப் பிரம்மாண்டமான ஒரு தாக்கத்தை உண்டாக்குகிறது என்பதற்கு இது சான்று. இது எனக்கு மிகவும் பிடித்தமானது ஒரு கருத்து' என்று மூச்சுவிடாமல் சொல்லி நிறுத்தினேன். பிரெஸிடெண்ட் ஆடிவிட்டார். 'அட! மிக நல்ல வியாக்கியானமாய் இருக்கிறதே! குட், குட்' என்று சொல்லிவிட்டு வேகமாய் போய்விட்டார்.

"அடுத்த நாள் எனக்கு ஓர் அதிசயம் காத்திருந்தது. கணக்காளர் பிரிவில் ஓர் அடிமட்ட வேலை எனக்கு கிடைத்துவிட்டது. எனக்குண்டான மகிழ்ச்சிக்கு அளவே இல்லை. வேலை என்பது பத்தாம் வகுப்பு படித்தவனை பாலர் வகுப்பில் போட்டதுபோலத்தான். ஆனால், அதை நான் பொருட்படுத்தவில்லை இரண்டு நாள் வேலையை இரண்டு மணி நேரத்தில் முடித்து விடுவேன். ஒய்வு நேரங்களில் மற்றவர்களுடைய வேலையையும் இழுத்துப் போட்டுக்கொண்டு செய்வேன். இரண்டு மாதத்தில் அந்தப் பிரிவு வேலையெல்லாம் எனக்கு தண்ணிபட்ட பாடு.

"என்னுடைய செக்‌ஷனில் எல்லோரிடமும் கம்ப்யூட்டர் இருந்தது; எனக்கு மட்டும் இல்லை. செக்‌ஷன் தலைவரிடம் வழவழவென்று ஒரு கம்ப்யூட்டர். அந்த வழியால் போகும்போதெல்லாம்

அதைத் தொட்டுத் தடவி விட்டுத்தான் போவேன். நேரம் கிடைக்கும்போதெல்லாம் மற்றவர்களுடைய கம்ப்யூட்டரில் வரும் சிறிய பிரச்சினைகளை எல்லாம் தீர்த்து வைப்பேன்.

“இதற்கிடையில், ஐம்பது டொலருக்கு நான் ஓர் ஓட்டை கம்ப்யூட்டர் வாங்கிவிட்டேன். மற்ற கம்ப்யூட்டர்கள் பென்ஸ் கார் என்றால், இதை ‘திருக்கல்வண்டி’ என்று சொல்லலாம். அவ்வளவு மெதுவாகப் போகும். கம்பெனியில் சிக்கலான சில வேலைகளை வீட்டில் கொண்டுவந்து இதில் தட்டி சரி செய்துவிடுவேன்.

“அப்போது ஒரு நாள் எங்கள் செக்க்ஷன் தலைவர் சில நாள் லீவு போட்டார். அந்தப் பகுதி வேலைகள் எல்லாத்தையும் நான் பார்க்கும்படி வந்தது. விடுவேனா? அதிலும் அந்த கம்ப்யூட்டரில் வேலை செய்ய கொடுத்துவைக்க வேணுமே? அப்படி வேலை செய்யும்போதுதான் ஒரு நாள் கவனித்தேன்; கம்ப்யூட்டர் பிரிண்ட் பண்ணும்போது ஒரு சதம் தவறியிருந்தது.

“இது பெரிய விஷயமில்லை. ஆனால், இது திருப்பித் திருப்பி நடந்தது. என்ன செய்தும் போகவில்லை. குத்துக்கரணம் அடித்து வித்தை காட்டினாலும் அந்த ஒரு சத வித்தியாசம் போவதாகத் தெரியவில்லை.

“கம்ப்யூட்டர் என்பது கணக்குகளைச் சரியாகவும் வேகமாகவும் போடுவதற்கென்றே பிறவியெடுத்தது. இப்படி பிழை நடக்கலாமா? ‘விடேன், தொடேன்’ என்று நான் இந்த ரகஸ்யத்தை உடைக்க முற்பட்டேன்.

“ஒரு நாள் பிரெஸிடெண்ட் தனியாக இருக்கும் சமயம் பார்த்து அவர் முன்பு போய் நின்றேன். அந்த ஆதிமூலத்துக்குள் என் போன்ற சாதாரண மனிதப் பதர்கள் காலடி எடுத்துவைக்க முடியாது என்றாலும் நான் துணிந்து போய்விட்டேன்.

“முதலிலேயே மன்னிப்பு கோரி, இப்படி அடிக்கடி வரும் ஒரு சத வித்தியாசத்தைப் பற்றி அவரிடம் விஸ்தரித்தேன். அவர் அதைப் பொறுமையாகக் கேட்டுவிட்டு, புன்சிரிப்புடன் ‘அதை பார்த்து விட்டாயா? உண்மைதான். நாங்கள் கடந்த ஆறு வருடங்களாக முயன்றும் அந்த ஒரு சதம் உரைப்பதை நீக்க முடியவில்லை. சில வெளி இடத்து நிபுணர்கள்கூட வந்து பிழையைத் திருத்துவதற்காக எண்பதாயிரம் டாலர் வரை செலவு செய்துவிட்டோம். இது தவிர, இது என்ன, ஒரு சதம் தானே! இதை ஆர் நுணுக்கமாகப் பார்க்கப் போகிறார்கள். இது வேஸ்ட் என்று முடிவு செய்துவிட்டோம். இதில் கவனத்தைத் திருப்பாதே’ என்றார்.”

அந்த நேரம் பார்த்து சிவலிங்கத்தின் மூத்த மகள் வந்து கணக்குப் பாடத்தில் ஒரு சந்தேகம் கேட்டாள். சிவலிங்கம் பொறுமையாக அவளுக்கு அந்தக் கணக்கை விளக்கப்படுத்தினான்; பிறகு மறுபடியும் தொடர்ந்தான்:

"மகாத்மா காந்தி இங்கிலாந்து அரசுடன் பேச்சுவார்த்தை நடத்துவதற்காக லண்டன் பயணமானார். எப்போதும்போல சாதாரண இந்தியக் குடிமகன் போல நாலு முழத்துண்டும், மேற்போர்வையும், செருப்புடனும் வெளிக்கிட்டார். அவருடைய உணவுப் பழக்கமோ உலகம் அறிந்தது. பேரிச்சம் பழம், ஆட்டுப் பால், வெண்ணெய் இப்படி வெகு எளிமையானது. இங்கிலாந்து அரசாங்கம் அவருடைய சாப்பாட்டில் அக்கறை கொண்டு ஆட்டையும் கப்பலில் அவருடன் லண்டன் வரவழைத்திருந்தது. அப்போது லண்டன் பேப்பர்களில் இப்படி ஒரு செய்தி வந்ததாம்: 'மகாத்மா காந்தியை அவர் ஏற்றுக்கொண்ட ஏழ்மை நிலையில் வைத்திருப்பதற்கு இங்கிலாந்து அரசு நாளொன்றுக்கு நூற்றுக்கணக்கான பவுண்ட் செலவு செய்யவேண்டி இருக்கிறது.'

"அதுபோலத்தான் இந்தக் கதையும் இருந்தது. நான் தைரியத்தையெல்லாம் வரவழைத்துக்கொண்டு. 'ஐயா, எனக்கு ஒரு முறை இதைப் பார்க்க அனுமதி கொடுப்பீர்களா?' என்று கேட்டேன்.

"அவர் சிறிது யோசித்தபடி இருந்தார். அந்த ஒரு நிமிடத்தில் என் மூச்சு ஓடாமல் நின்றது. கடைசியில் என்ன நினைத்தாரோ 'சரி' என்று கூறிவிட்டார்.

"அன்றிரவு என் போராட்டம் ஆரம்பித்தது. கிழவனுக்கும் மீனுக்கும் நடந்தது போன்ற போராட்டம்; பீமனுக்கும் ஜராசந்தனுக்கும் நடந்து வந்த யுத்தம் போன்று முடிவில்லாத ஒரு யுத்தம்.

"170 பக்கங்கள் கொண்ட ப்ரோகிராம் அது. நுணுக்கமாக, வரிவரியாக அதைச் சோதித்தபடியே வரவேண்டும். மூலை முடுக்கெல்லாம் தடவித் தடவி தேடிக்கொண்டே வருகிறேன். எங்கோ ஒரு மூலையில் அந்த தவறு ஒளித்திருந்துகொண்டு என்னைப் பார்த்தபடியே இருக்கிறது.

*கள்ளிருக்கும் மலர்க் கூந்தல் ஜானகியை*

*கரதலத்தில் கவர்ந்த காதல்*

*உள்ளிருக்கம் என நினைந்து உடல்புகுந்து*

*தடவியதோ ஒருவன் வாளி!*

தொகுப்பு : அருண்மொழி நங்கை

என்ற கம்பனுடைய பாடல் ஒன்று இருக்கிறது. ஜானகியைக் கவர்ந்த காதல் எங்கே ஒளிந்திருக்கிறது என்று ராவணனுடைய உடலை கூரிய அம்பினால் ஓட்டை போட்டு, ஓட்டை போட்டு தடவிப் பார்க்கிறதாம் ராமனுடைய பாணம். அதுபோலத்தான் எங்கேயோ ஒளிந்திருக்கும் அந்தப் பிழையைத் துருவித் துருவி தேடிப் பார்க்கிறேன். என் கண்ணுக்கு அது தென்படவே இல்லை.

"என் நண்பர்கள் என்னைப் பார்த்து பரிகசிப்பதுண்டு; கம்ப்யூட்டரை இயக்குமுன் நான் வழக்கம்போல சொல்லும் ஸ்தோத்திரத்தைச் சொல்லி துதிக்கிறேன்:

மனிதனை உய்விப்பதற்காக அவதரித்த கம்ப்யூட்டரே!

உனக்கு அநேக கோடி வணக்கங்கள்!

உன்னுடைய விஸ்வரூபத்தின் முன்

நான் சிறுதுளி.

உன் பரிபூரண கடாட்சம்,

என் மீது பாயட்டும்!

சகல கதவுகளையும் திறந்து

உன் ரகஸ்யங்களை என் வசமாக்குவாயாக!

உன் வாசலிலே புக அனுமதி கேட்டு நிற்கிறேன்.

நமஸ்காரம்! நமஸ்காரம்!

இப்படியாக அதை வணங்கி இயக்குகிறேன். அது கிர்ரென்ற சத்தத்துடன் உயிர் பெறுகிறது. தன் பரந்த உலகத்தை என் முன்னே விரிக்கிறது. ஒவ்வொரு கதவாகத் தட்டி விடையைத் தேடிக்கொண்டே வருகிறேன். விடையும் என் கைக்குள் சிக்காமல் தப்பிக்கொண்டே போகிறது.

"ஒரு நாள் அல்ல, இரண்டு நாள் அல்ல. பல நாட்கள் இப்படியாக பயனின்றி ஓடிவிட்டன. கந்தோரிலிருந்து வந்ததும் நேராகப் போய் கம்ப்யூட்டரின் முன் இருந்துவிடுவேன். இரவு இரண்டு மணி, மூன்று மணி வரை வேலை செய்வேன். களைத்துப்போய் அப்படியே படுத்து தூங்கியும் இருக்கிறேன். மறு நாளும் இதுபோலவே போய் விடும். ஆனால், அந்த ஒரு சதம் என் கைக்குள் அகப்படாமல் தப்பிக்கொண்டு வந்தது.

“நான் உண்பதில்லை; வடிவாக உறங்குவதில்லை. வேறு ஒன்றிலும் கவனமில்லை. என் புத்தியெல்லாம் இதிலேயே செலவழிந்தது. உன்மத்தம் என்று சொல்வார்களே, அப்படியான ஒருநிலைதான். கம்ப்யூட்டர் தேவதை என்னை உதாசீனப்படுத்தி அலைக்கழித்துக் கொண்டிருந்தாள்.”

இந்த இடத்தில் சிவலிங்கம் கதையை நிற்பாட்டிவிட்டு மனைவி கொண்டுவந்து வைத்த காபியை சிறிது பருகினான்; பிறகு மறுபடியும் தொடர்ந்தான்:

“நாங்கள் கலாசலையில் படித்தபோது வேதியியல் பேராசிரியர் கூறியது உனக்கு ஞாபகமிருக்கிறதா? பென்சீனுடைய (Benzene) அணு அடுக்கு முறையைக் கண்டுபிடிக்க விஞ்ஞானிகள் பட்டபாடு. அதிலும் பிரடெரிக் கேகுலே என்ற விஞ்ஞானி ஒன்றல்ல, இரண்டல்ல ஏழு வருடங்கள் இதற்காகப் போராடினார். எப்படித்தான் படம் போட்டாலும் ஆறு கார்பன் அணுக்களையும், அறு ஹைட்ரஜன் அணுக்களையும் விகிதமுறை தவறாமல் அவரால் அடுக்க முடியவில்லை.

“கடைசியிலே ஒரு நாள் மாலை அவர் களைப்புடன் குதிரை வண்டியில் பிரயாணம் செய்துகொண்டிருந்தபோது சிறிது அயர்ந்துவிட்டார். அப்போது அந்த விஞ்ஞானியின் கனவிலே பாம்புகள் தோன்றினவாம். அதிலே ஒரு பாம்பு தன் வாலைப் பிடித்துத் தானே விழுங்கத் தொடங்கியது. அந்தச் சமயம் பார்த்து இவருக்கு விழிப்பு வந்து திடீரென்று எழுந்துவிட்டார். அந்தக் கனவைத் தொடர்ந்து அணுக்களை வட்டமாக வரிசைப்படுத்தும் எண்ணம் உதித்தது. அப்படியே செய்து பார்த்தபோது அந்த அணு அமைப்பு சரியாக வந்துவிட்டது.

“இது மாதிரியான சம்பவம்தான் எனக்கும் இங்கே ஏற்பட்டது. ஆறு மாத காலம் இப்படியே விரயமாகக் கழிந்தது. போராட்டத்திற்கு முடிவே இல்லை. என் மனைவிக்கும் வெறுத்துவிட்டது. ஒருநாள் கம்ப்யூட்டரைத் தூக்கி எறிவதற்கு கூடத்துணிந்து விட்டாள். ஒரு சரஸ்வதி பூசை நாள். மனைவி மும்முரமாக பூசை அடுக்குகள் செய்கிறாள். கம்ப்யூட்டரில் மூழ்கி இருந்த என்னிடம் வந்து சொல்கிறாள்:

“இண்டைக்காவது இதை விடுங்கோ! மூளைக்கு கொஞ்சம் ரெஸ்ட் கொடுத்துப் பாருங்கோ. ஒரு நாள் போனால் என்ன; நாளைக்கு வேலை செய்யலாம்தானே” என்று என்னை இழுத்துக் கொண்டு போய்விட்டாள். நானும் கம்ப்யூட்டரை தொடுவதில்லை என்று சத்தியம் செய்து மூடிவிட்டேன். ஆனாலும் என்ன பயன்?

"சாமி கும்பிடும்போதும் சரி, மனைவியுடன் பேசும்போதும் சரி, குழந்தையுடன் விளையாடும்போதும் சரி என் மனமானது கம்ப்யூட்டருடனேயே ரகஸ்யமாகச் சல்லாபித்துக் கொண்டிருந்தது.

"அன்றிரவு வழக்கத்துக்கு மாறாக பத்து மணிக்கே படுக்கப் போய் விட்டேன். நித்திரையிலே எனக்கு ஒரு கனவு வந்தது. அப்போது பளீர் என்று என் மூளையிலே ஒரு மின்னலடித்தது. அந்தத் தப்புக்கான விடை அங்கே என் முன்னே குதித்துக்கொண்டு நின்றது. எழும்பி விட்டேன். நேரம் மூன்று மணி காட்டியது. ப்ரோகிராமை எடுத்துப் பார்த்தேன். பதினேழாவது பக்கம், நாலாவது வரியில் நான் நினைத்த மாதிரியே இருந்தது. என் கண்களை நம்பவே முடியவில்லை.

"ஸ்ரீரங்கநாதர் நீண்டு சயனிப்பதுபோல் அந்தப் பிழையானது நீளவாட்டில் படுத்துக்கொண்டிருந்தது. இதே பாதையால் முன்னூறு தடவையாவது போயிருப்பேனே! நான் பார்க்கவில்லையே! இன்று என்ன இவ்வளவு துல்லியமாகத் தெரிகிறது. இவ்வளவு காலமும் ஏன் என் கண்கள் இதைக் கவனிக்கவில்லை?

"என் நெஞ்சு படக்படக்கென்று வேகமாக அடிக்கத் தொடங்கியது. வெளியிலேயோ பனி கொட்டுகிறது. மனைவி, குழந்தைபோல அமைதியாகத் தூங்கிக்கொண்டு இருக்கிறாள். மெதுவாக ஓவர் கோட்டையும், பூட்ஸையும் எடுத்துக்கொண்டு பூர்ணிமாவுக்கு ஒரு சிறு குறிப்பு எழுதி வைத்துவிட்டு ஓசைப்படாமல் நழுவுகிறேன்.

"அப்போது என்னிடம் காரில்லை. டாக்ஸி ஒன்றை டெலிபோனில் கூப்பிட்டு என்னுடைய கந்தோருக்கு போய் இறங்கினேன். சுந்தரம்தான் காவல் காக்கிறான். செக்கியூரிட்டி கார்ட்டை கதவிடுக்கில் சொருகி கதவைத் திறந்துகொண்டு உள்ளே போகிறேன். 'கம்ப்யூட்டர் தேவதையே! இன்று எனக்கு நீ இணங்கிவிடு' என்று வேண்டிக்கொண்டே அதை இயங்குகிறேன்.

"கம்ப்யூட்டர் கிர்ரென்று உயிர்பெற்று தன் வாசல்களை எனக்குத் திறக்கிறது. ஒவ்வொரு வாசலாகத் தட்டிக்கொண்டே செல்கிறேன். அங்கே கஷ்டப்பட்ட என் அணங்கு கைகளைப் பரப்பிக்கொண்டு எனக்காகக் காத்திருந்தாள். பதினேழாவது பக்கத்திலே அந்தப் பிழையானது வியாபித்து நிற்கிறது. நிமிடத்தில் அதைச் சரி செய்துவிட்டு ஓட்டிப் பார்க்கிறேன். ஒரு சதம் போய்விட்டது; விளம்பரங்களில் சொல்வதுபோல் 'போயே போய்' விட்டது.

"என்னால் என் கண்களை நம்பமுடியவில்லை. இன்னும் ஒரு இருபது தடவை திருப்பித் திருப்பி ஓட்டிப் பார்த்தேன். ஒரு சத வித்தியாசம் மறைந்துவிட்டது. யாரிடமாவது சொல்லிக் கதற

வேண்டும் போல இருந்தது. 'சுந்தரம் சுந்தரம்' என்று ஓடினேன். அவனைக் கட்டிப் பிடித்துக்கொண்டு உளறினேன். 'என்ன தம்பி, என்ன ஆச்சு? கம்ப்யூட்டரை உடைச்சுப்பிட்டியா?' என்றான். 'இல்லை, சுந்தரம் ஒரு சதம் ஒன்று இவ்வளவு நாளும் காணாமல் போச்சு. இன்று கிடைத்துவிட்டது' என்று கூறினேன். அவன் ஒன்றும் புரியாமல் விழித்தான்.

"நான் அந்த ப்ரோகிராமை திருப்பித் திருப்பி ஓடவைத்து அதன் லாவண்யத்தை ரசித்தபடியே இருந்தேன். அந்த அழகு கொள்ளை அழகு; அதை எத்தனை தரம் பார்த்தாலும் ஆசை தீராது.

"அந்தச் சமயம் பார்த்து இன்னொரு அதிசயம் நடந்தது. பனி சறுக்கு விளையாட்டுக்கு எங்கள் பிரெஸிடெண்ட் அடிக்கடி போவதுண்டு. அன்று சனிக்கிழமை. அதிகாலையிலேயே அவர் கந்தோருக்கு வந்திருந்தார், தன்னுடைய உபகரணங்களை எடுப்பதற்காக. என்னைக் கண்டதும் திகைத்துவிட்டார்; என்னுடைய குழம்பிய தலையையும், சிவந்த கண்களையும் பார்த்து உண்மையாகவே அவர் அதிர்ந்துவிட்டார். 'என்ன நடந்தது?' என்று கேட்டார்.

"அந்த ஒரு சதம், அதைக் கண்டுபிடித்துவிட்டேன்" என்றேன். அதைச் சொன்னபோது எனக்கு நாக்கு குழறியது; கண்களிலே பொலபொல வென்று கண்ணீர். 'எங்கே பார்ப்போம்?' என்றார். ஓட்டிக் காட்டினேன். 'இன்னொரு முறை' என்றார். கம்ப்யூட்டர் மறுபடியும் ஓடி ஓய்ந்தது. 'ஆஹா!, போய்விட்டதே. ஆறு வருடமாக எங்களை அலைக்கழித்தது இன்றோடு ஒழிந்தது; எக்சலண்ட் வேர்க்; காங்கிராஜுலேசன்ஸ்' என்றார்.

"என் மனதில் ஏதோ ஒன்று நெருடியது. 'ஐயா, இதன் உண்மையான தாத்பரியம் தங்களுக்கு தெரிகிறதா?' என்றேன். 'என்ன' என்று இன்னொருமுறை கேட்டார். 'இந்தப் பிழை நீக்கத்தால் இந்த வருடம் மட்டும் 384,000 டொலர் லாபம் அதிகமாகிறது; போன வருடம் இந்தத் தவறினால் 292,000 டொலர் இழந்துவிட்டோம். அது போனதுதான். அடுத்த வருட பட்ஜட்டின்படி 483,000 டொலர் லாபம் மிகையாக வரும் என்றேன்.

"தொடர்ந்து அதற்கான கணக்குகளையும் படபடவென்று போட்டுக் காட்டினேன். ஆறுதலாக அமைதியாக எல்லாவற்றையும் கேட்டார். அவர் முகத்தில் அவமானம், அதிர்ச்சி, மகிழ்ச்சி எல்லாம் ஓடியது. போய்விட்டார்.

"அடுத்த நாளே எனக்கு ஒரு ப்ரமோஷன் காத்துக் கொண்டிருந்தது. எங்கள் கம்பனியில் இருந்த எட்டு பினான்ஸியல்

கொண்ட்ரோலர்களில் ஒருவராக நான் நியமிக்கப்பட்டேன். இதுதான் என் சரித்திரம்" என்றான்.

"மிச்சத்தையும் சொல்லுங்கோ" என்றாள் மனைவி.

"இது மனசுக்கு கொஞ்சம் கஷ்டமான விஷயம். புது வேலையில் உயர்த்தப்பட்ட உடனேயே என் வழக்கப்படி எல்லா வேலைகளையும் இழுத்துப் போட்டு கற்றுவிட்டேன். கம்ப்யூட்டர் மூலம் வேலைகளை எளிமையாக்கினேன்; நஷ்டத்தை குறைத்து லாபத்தை விரிவடையச் செய்தேன்.

"ஒருமுறை ஒரு சோதனையான காலம். கம்ப்யூட்டர் பிரிவு தலைமை அதிகாரி லீவிலே போய்விட்டார். சில அந்தரங்க அறிக்கைகள் தயாராக வேண்டி இருந்தது. கம்ப்யூட்டரில் ஒரு சிக்கல். ஆலோசகர்களைத் தருவிக்க நேரமில்லை. அவர்கள் ஒட்டாவாவில் இருந்து வரவேண்டும். இரண்டு நாட்களாக கம்பனி இயக்குனர்கள் ஓடி ஓடி தாங்களாகவே அதை நிவர்த்தி செய்யப் பார்த்தார்கள். முடியவில்லை. கெடு நாளும் நெருங்கிக்கொண்டே வந்தது.

"பிரெஸிடெண்ட் என்னைத் தனிமையில் அழைத்து 'இதைப் பார்க்க முடியுமா? இதில் ஏதோ பெரிய சிக்கல், நாளைக்கே ரிப்போர்ட் தயாராக வேண்டும், உங்கள் உதவி மிகவும் அவசியம்' என்றார்.

"அந்தரங்கமான அறிக்கைகள் அவை. என் போன்றவர்கள் அவற்றைப் பார்க்க அருகதை இல்லை. 'ஆபத்துக்கு பாவம் இல்லை' என்று என் கையில் அது வந்துவிட்டது. கடவுளாக அனுப்பிய பிரசாதம்.

"பெரும் காப்பியங்களை எழுதும்போது 'காப்பு' என்று கடவுள் வாழ்த்துப் பாடி பின்பே காப்பியத்தை தொடங்குவார்கள். அது போல இந்த ப்ரோகிராமிலும் காப்பு போல ஒன்று இருந்தது. அதற்கு பிறகே முறையான ப்ரோகிராம் தொடங்கும்.

"நான் ப்ரோகிராமைப் பார்த்தேன். பார்த்தவுடனேயே தெரிந்து விட்டது. காப்பிலேயே பிழை. கனதூரம் போகத் தேவையில்லை. 'ஆஹா!, இதோ' என்று சொல்ல வாய் திறந்துவிட்டு சடாரென்று மூடிக்கொண்டேன். 'இது கொஞ்சம் சிக்கலாக இருக்கும்போலத் தெரிகிறது. நாளை வரை டைம் கொடுங்கள்' என்று சொல்லி ப்ரோகிராமை பெற்றுக்கொண்டேன்.

"முதல் ஒரு நிமிடத்திலேயே பிழையைத் திருத்திவிட்டேன், மீதி இரவெல்லாம் ப்ரோக்கிராமை அணு அணுவாக ஆராய்ந்து மனதில்

பதித்து வைத்துக்கொண்டேன். இப்படியான சந்தர்ப்பம் இனிமேல் கிடைக்காதல்லவா?

"அந்தச் சம்பவத்திற்குப் பின்புதான் எனக்கு Deputy Finance Director பதவி கிடைத்தது. அதற்கு முன்பு அந்த வேலையில் இருந்தவரை நீக்கி விட்டார்கள். அவர் நல்ல மனிதர். அன்பான சுபாவம். என்னைப் போல அகதியாக வந்து உயர்ந்தவர். அவரை நீக்கி எனக்கு அந்த வேலையைக் கொடுத்தபோது மிகவும் சங்கடமாகி விட்டது."

"இப்பவும் அதே வேலைதானா? இனி எப்ப அடுத்த ப்ரோமஷன்? என்று பரமனாதன் கேட்டான்.

"சூரபத்மன் ஒரு வரம் வாங்கினான். சாகாத வரம், தெரியுமல்லவா? அவன் செய்த கொடுமைகள் பொறுக்கமுடியாமல் தேவர்கள் முறையிட்டார்கள். முருகப் பெருமானும் மனமிரங்கி வேலாயுதத்தை எறிந்து சூரனை இரு கூறாக்கினார். அவன் ஒரு பாதி சேவலும், மறு பாதி மயிலுமாக மாறினான். இறக்கவில்லை; உருவம்தான் மாறினான். முருகப்பெருமான் சேவலை கொடியாக தன் தலை மேலும், மயிலை வாகனமாக காலில் கீழும் வைத்துக்கொண்டார். சூரனுடைய தலையும் (சேவல்) வாலும் (மயில்) என்றைக்கும் ஆடாமல் தன்னுடைய நேரடிக் கண்காணிப்பில் வைத்துக்கொண்டதாக அர்த்தம். கொஞ்சம் அசந்தால் சூரன் தன் பழைய குணத்தைக் காட்டத் தொடங்கிவிடுவான் என்பது முருகனுக்குத்தான் தெரியும்.

"என் நிலையும் அதுதான். என்னை நிமிரவிடாமல் ஒரு முருகப்பெருமான் எனக்கு மேலே, அதுதான் Finance Director. என் மேல் அவருக்கு எப்பவும் ஒரு பயம். என்னால் தன்னுடைய வேலைக்கு ஆபத்து வந்துவிடுமோ என்று நித்தமும் கலங்கியபடி இருக்கிறார். நான் இதற்கு என்ன செய்யலாம்" என்றான்.

"எனக்கு உன்னைத் தெரியாதா? நான் உன்னை அடுத்த முறை பார்க்கும்போது நீ உன் மேலதிகாரியின் வேலைக்கு வெடி வைத்துவிட்டு பிரெஸிடெண்டின் வேலையில் கண் வைத்திருப்பாய்" என்றான் பரமனாதன்.

அப்படிச் சொல்லிவிட்டு பரமனாதன் தன் நண்பனைப் பார்த்து புன்னகை செய்தான். சிவலிங்கத்தின்மேல் அவனுக்கு ஒரு அளவில்லாத மரியாதையும் அன்பும் சுரந்தது.

"வெறும் கையோடு அகதியாக ஓடிவந்த எங்களை கனடா அரவணைத்து வாழ இடம் கொடுத்தது. இந்த வீட்டை நான்

அடிமட்ட வேலையில் சேர்ந்தபோது கடனுக்கு வாங்கினேன். என்னுடைய சம்பளம் பத்து மடங்கு பெருகிவிட்டது. இது என் சொந்த வீடு. நான் மிக்க சந்தோஷமாக இருக்கிறேன்" என்று சிவலிங்கம் கண்கலங்கியபடியே கூறினான்.

அப்போது அவனுடைய இளைய மகள், நாலு வயது இருக்கும்; ஒரு கரடி பொம்மையைத் தலைகீழாக இழுத்தபடி அரை நித்திரையில் வந்து, தகப்பனுடைய மடியில் தாவி ஏறினாள். சிவலிங்கம் அவளைத் தூக்கி அணைத்து வைத்துக்கொண்டு, "என் ஆசை மகளே, உனக்குத்தான் இந்த வீடு" என்றான்.

அப்போது அவனுடைய மூத்த மகள், மேசையில் படித்துக் கொண்டிருந்தவர், ஓடோடி வந்து தகப்பனின் மற்ற மடியில் துள்ளி ஏறி இருந்து கொண்டு "அப்ப எனக்கு, அப்ப எனக்கு" என்றாள்.

சிவலிங்கம் சொன்னான்: "உனக்கு இல்லாமலா என்ரை மகளே! புத்தம் புது வீடு ஒன்று உனக்குத்தானே வாங்கப் போறேன்."

"அப்ப என்ரை வீட்டுக்கு என்ன பேர் வைக்கப் போறீங்க?" என்றாள் அவள்.

"பத்து சதம்' என்று வைச்சால் போச்சு" என்றான் சிவலிங்கம்

பரமனாதனின் மூளையில் பளீரென்று ஒரு மின்னல் அடித்தது. சிவலிங்கத்தினுடைய வீட்டின் பெயர் 'ஒரு சதம்' (ORU SATHAM). பரமனாதன்தான் எப்போதும் போல முட்டாள்தனமாக அவசரப்பட்டு 'ஒரு சாதம்' என்று நினைத்துவிட்டான்.

பரமனாதன் நண்பனைப் பார்த்து அர்த்தத்தோடு சிரித்தான். சிவலிங்கமும் பதிலுக்கு புன்முறுவல் பூத்தான்.

# 4

# கறுப்பு அணில்

ஒரு நாள் தற்செயலாகத்தான் அது ஆரம்பமானது.

வேலை முடிந்து மாலை பஸ் தாப்பில் இறங்கி வீட்டுக்கு வரும் வழியில், அவன் ஒரு கார் பாதுகாப்பு நிலையத்தை கடப்பான். பட்டனை அமுக்கி டிக்கட்டை இழுத்து கார்கள் உள்ளே நுழைவதையும், திரும்பும்போது காவலனிடம் காரோட்டிகள் கட்டணம் செலுத்துவதையும் பார்த்திருக்கிறான். சாரதி கண்ணாடிக் கதவை திறந்து காசைக் கொடுப்பான். மீதி சில்லறை வழங்கப்பட்டதும் மஞ்சளும், கறுப்பும் பூசிய தடுப்பு மரம் மறுபடியும் உயர கார் வெளியே சென்றுவிடும்.

அன்று அந்த நிலையத்தை தாண்டும்போது தடுப்பு மரத்துக்கு கீழே சில்லறைக் காசுகள் சிதறிக் கிடந்தன. அவன் அதை பொறுக்கி பக்கட்டுக்குள் வைத்துக்கொண்டான். ஆயிரம் கார்கள் போகும் இடத்தில் ஒரு சிலர் சில்லறைகளை தவறவிட்டு விடுவார்கள். பரம லோபிகளைத் தவிர மற்றவர்கள் சீட் பெல்ட்டைத் தளர்த்தி, கதவைத் திறந்து, கீழே இறங்கி அவற்றை பொறுக்கமாட்டார்கள்.

இந்தச் சில்லறையைதான் கொண்டுபோய் அவன் தன் அறையிலே காலியான ஒரு வாய் அகலமான போத்தலில் போட்டு வைத்துக்கொண்டான்.

அதற்குப் பிறகு அதுவே வழக்கமாகிவிட்டது. அந்த நிலையத்தை தாண்டும்போது அவன் குனிந்து சில்லறைகளைத் தேடுவான். எல்லாமே 25, 10, 5, 1 சதக்குற்றிகளாக இருக்கும். அபூர்வமாக டொலர் குற்றிகளும் கிடைக்கும். அவற்றை அவன் தவறாமல் அந்தப் போத்தலில் போட்டு மூடியையும் திருகிவிடுவான்.

இவன் வேலையில் சேர்ந்த அந்த முதல் நாள் லோரா என்ன டிரஸ்ஸில் வந்தாள் என்று கேட்டால், மிகச் சரியாக பதில் சொல்லிவிடுவான். கறுப்பு நீள ஸ்கர்ட், கறுப்பு தொளதொள பிளவுஸ். அதற்கு மேல் ஒரு ரத்தச் சிவப்பு ஸ்வெட்டர், பெரிய பட்டன்கள் வைத்து முன்புறமாக திறக்கும் வசதியுடன் இருந்தது. தலை மயிர் இவ்வளவு குவியலாகப் பொன் நிறமாக இருந்ததை அவன் முதன்முதலாக பார்த்தது அப்போதுதான்.

அன்றைய வேலை நிரல்களை அவள் நின்றபடி டிக் செய்து, இரண்டு இடங்களில் முத்திரை குத்தி அவர்களிடம் நீட்டினாள். இவனுடைய முறை வந்தபோது, இவன் முகத்தை அவள் பார்க்கவில்லை. பார்க்க முயலவுமில்லை. இவனுடைய பாரத்தில் முத்திரையை அளவுக்கு அதிகமான பலத்துடன் குத்தி அதை மேசை மீது தள்ளிவிட்டாள். அது மேசையின் விளிம்பை தாண்டி வேகம் குறையாமல் போகும்போது இவன் ஒரு பறவையை பிடிப்பதுபோல பிடித்தான். மற்றவர்களுடையதைப்போல அந்த நிரலை கையிலே கொடுக்கலாம் என்ற சாதாரண அறிவு அவளுக்குத் தோன்றவில்லை என்பதில் அவனுக்கு வருத்தம்.

தன் பெயர் தெரியாமல் அவள் பாரத்தை மாற்றிக் கொடுத்துவிடலாம் என்ற பயத்தில் இவன் 'என்னுடைய பெயர் லோகிதாசன். இன்றைக்குத்தான் புதிதாக வேலைக்கு சேர்ந்திருக்கிறேன்' என்று முனகினான். இடைக்கு மேலே உள்ள பாகத்தை மட்டும் இவனுக்கு எதிரான திசையில் திருப்பி வைத்து அலட்சியமாக அடுத்த தாளில் முத்திரை பதிப்பதில் அவள் சிரத்தையானாள்.

அவளுடைய நீண்ட வெண்மையான கழுத்திலிருந்து எப்படிப்பட்ட ஒலி வரும் என்று ஊகிப்பதில் அவனுக்கு அன்று இரவு முழுக்க செலவழிந்தது. அந்தக் கவலை அடுத்த நாள் காலையே தீர்ந்தது. லோரா பக்கத்தில் இருந்தவளிடம் சோகமாக ஒரு முறைப்பாட்டை வைத்துக்கொண்டிருந்தாள். அவளுடைய பெரிய மஞ்சள் பூ போட்ட கவுனை சலவைக்காரன் பாழாக்கிவிட்டானாம். இந்த அழகான பெண்ணின் மனது இப்படி நொந்துபோனதே என்று இவனுக்கு கோபமாக வந்தது. ஒரு கன்றுக்குட்டி பார்ப்பதுபோல அவளைப் பார்த்தான். அவளுக்கு தேறுதல் சொல்வதற்கு அவனிடம் போதிய ஆங்கில வார்த்தைகள் அப்போது சேர்ந்திருக்கவில்லை.

அவளுடைய அலங்காரம் அன்று முற்றிலும் மாறியிருந்தது. ஆழமான கழுத்துடன், இறுக்கமான மஞ்சள் பிளவுஸில் வந்திருந்தாள்.

வேப்பம்பழ சைஸ் செயற்கை முத்துக்களால் செய்த மாலை ஒன்று அவள் ஸ்தனங்களுக்கிடையில் சிக்கிக் கிடந்தது. இதைப் போடுவதற்கு அவள் மிகுந்த சிரமப்பட்டிருக்க வேண்டும். இதைக் கழற்றும்போது இன்னும் சிரமமிருக்கிறது. ஒன்றிரண்டு முத்துக்கள் அறுந்து விழுவதற்கான சாத்தியக்கூறுகள் நிறைய இருந்தன.

எந்த ஏரியா அவனுக்கு ஒதுக்கப்பட்டிருக்கிறது என்று கேட்டாள். இவன் ‘சாவிக்னோன்’ என்று கூறினான். மிகவும் செலவு வைக்கக்கூடிய ஓர் அபூர்வமான ஒப்பனைக்காரியால் செதுக்கப்பட்ட மெல்லிய புருவங்களை உயர்த்தி சுழித்தபடி, அந்த வார்த்தையின் சரியான உச்சரிப்பைக் கூறினாள். மேலும் பேப்பரை இழுத்து மிகக் கச்சிதமாக இரண்டு தரம் குத்தினாள். அன்றைக்கும் அவனுடைய முகத்தை அவள் பார்க்கவில்லை.

சாதாரண ஊழியன் என்ற முறையில் அவன் அதிபரை சந்திக்க முடியாது. காலாண்டுக் கூட்டங்களில் அவருடைய சொற்பொழிவை கேட்டிருக்கிறான். ‘தூசி எங்கள் எதிரொலி’ என்று பேச்சைத் தொடங்குவார். முக்கோண தாடையுடன், அடர்ந்த புருவங்களுடன், மிக நேர்த்தியாக வாரிய சிகையுடன் சிவப்பு நிறத்தில் அவர் இருப்பார். உலர்சலவை செய்த அவருடைய உயர்தர ஆடையின் மடிப்புகள் அவர் அசையும்போது அலையாக எழும்பி அதே இடத்தில் விழும். அவர் பேசத் தொடங்கும்போது அவருடைய குரல்கூட சுத்திகரிக்கப்பட்ட பின்பே வெளியே வரும். அவனுக்கு எங்கே தான் விடும் சுவாசக்காற்றின் மிச்சத்தை அவர் சுவாசித்துவிடுவாரோ என்ற பயத்தில் மூச்சுமுட்டும்.

மிகப் பாரமான தூசி உறிஞ்சிகளை மெலிந்த தோள்களில் காவியபடி, அவன் ஆயிரம் மாடிப்படிகள் ஏறி இறங்கினான். ஆயிரம் கம்பளங்களை உறிஞ்சி எடுத்தான். மெல்லிய மருந்து நெடி கொண்ட கிருமி நாசினிகளால் கழிவறைகளைக் கழுவினான். உரசி, உரசி துடைத்த அவை தானாகவே ஒளிவிட்டன. கண்ணாடிக் கதவுகளையும் சாளரங்களையும் விண்டெக்ஸ் மாயசக்தியால் பளபளப்பாக்கினான். அவற்றில் தெரியும் முகங்கள் சொந்தக்காரர்களின் முகங்களிலும் பார்க்க பிரகாசம் கூடியவையாக இருந்தன. படுக்கை விரிப்புகள் வெள்ளை நிறத்தில் நறுமணம் பரப்பி, ஒரு சுருக்கு விழாமல் உறுதியாக படுக்கைகளை மூடின. புரூஸ் லஸ்ரர் மினுக்கி போட்டு துடைத்து வழுவழுப்பாக்கிய மேசைகளும், கதிரைகளும், சோபா கைப்பிடிகளும் தூசிகள் எப்படி இருக்கும் என்பதை மறக்கவைத்தன.

வெள்ளை வெளேரென்று சுத்தமான தூசிகள் அகற்றப்பட்ட ஒரு சுகந்தமான உலகத்தை தயாரிப்பதில் அவன் தீவிரமாக ஈடுபட்டிருந்தான்.

அலுவலகங்களை சுத்தப்படுத்துவதற்கும் வீடுகளை சுத்தப்படுத்துவதற்கும் பல வேறுபாடுகள் இருந்தன. அலுவலகங்கள் பெரிசாக இருந்தாலும் வேலையைச் சீக்கிரமாக முடித்துவிடலாம். கையைக் காலை நீட்டி வேலை செய்ய தாராளமாக இடம் இருக்கும். தரையோடு ஒட்டிய கம்பளங்கள், மேசைகள், கதிரைகள் என்று துப்புரவு செய்வது சுலபம்.

வீடுகள் என்றால், நெருக்கமான சூழ்நிலை. கார்ப்பட்டுகளில் கால்கள் புதையும். படுக்கை விரிப்புகளை மாற்றவேண்டும். அலங்காரப் பொருட்களை தூசி தட்டி குசினிகளைப் பளபளப்பாக்க வேண்டும். இந்த வீட்டு எசமானிகளைச் சமாளிப்பது மகா கஷ்டம். முறைப்பாடுகள் வந்தபடியே இருக்கும்.

என்றாலும், அவனுக்கு வீடுகள்தான் பிடிக்கும். அவனும், அவனுடைய சகாவும் வேலையைப் படுக்கை அறை, இருக்கும் அறை, நிலவறை, கழிவறை, குசினி என்று பிரித்துக்கொள்வார்கள். துப்புரவு செய்யும்போதே அந்த வீட்டில் வாழ்பவர்கள் பற்றியும், அவர்களுடைய குணாதிசயங்கள் பற்றியும் அவனுடைய கற்பனைகள் விரியும்.

வேலை முடிந்த சில நேரங்களில், முற்றிலும் தூசி நீக்கிய, கைப்பிடிகள் மினுக்கிய, வெள்ளை வெளேரென்ற மிருதுவான சோஃபாவில் அவன் சாய்ந்ததும் கனவுகள் உண்டாகும். அவனுடைய வீடு வெண்ணீல வர்ணத்திலும், திரைச்சீலைகள் விடியல் நிறத்திலும் இருக்கும். அலுவலகத்தில் இருந்து அவன் களைத்து வந்து கதவைத் திறந்ததும் நல்ல வாசனை வரும். பிரபல இத்தாலியன் டிசைனர் Georgio Armani உருவாக்கிய, ஒரு வயதேயான ஆட்டுக்குட்டியின் மெல்லிய சருமத்தினால் தயாரித்த கதகதப்பான மேலங்கியை கழற்றிவிட்டு, கணுக்கால்கள் புதையும் கார்ப்பட்டில் நடந்துபோய், அமர்ந்ததும், அரையடி கீழே பதியும் சோஃபாவில் கால்களை நீட்டி உட்காருவான். கணப்பு அடுப்பில் புகை தராமல் சிறு மணத்துடன் எரியும் பேர்ச் விறகுகளை மெல்லத் தள்ளிவிடுவான். இரண்டு கைகளை அகட்டி விரித்தாலும் விளிம்புகளைத் தொடமுடியாத அகலமான தட்டை கண்ணாடி டிவியில் 55 வது சானலை திருப்பி வைப்பான்.

அன்று அவன் வீடு திரும்பும்போது இரவு பத்து மணிக்கு மேல் ஆகிவிட்டது. 14 மணி நேரம் தொடர்ந்து வேலை. அதில் இரண்டு மணி நேர சம்பளத்தை லோரா வெட்டிவிட்டாள். மெல்லிய பனிப்புயல் தொடங்கிவிட்டது. குளிர் காலத்துக்குப் பொருத்தமில்லாத சப்பாத்துகளை அவன் முடிச்சுப்போட்டு நீட்டிய லேஸ்களால் கட்டியிருந்தான். பனித்தூள்கள் உள்ளே போய் கால்கள் ஈரமாகிவிட்டன.

அந்த வீட்டின் நிலவறையை அமைத்தவன் மிகவும் விவேகமானவனாக இருந்திருக்க வேண்டும். இருட்டிலே வந்து அவன் துழாவி சாவியைப் போட்டு கதவை திறப்பான். அதற்குப் பிறகு பத்தடி தூரம் தடவித் தடவி போய் ஸ்விட்சை கண்டுபிடித்து போடுவான். எலிகளை மிதிக்காமல் தந்திரமாக நடக்க பழகிக்கொண்டான். சிறு வயதில் பிறந்தநாள் விழாக்களில் கண்ணைக் கட்டிவிட்டு கழுதையின் படத்துக்கு வாலை சரியான இடத்தில் பொருத்திய பயிற்சி அப்போது அவனுக்கு மிகவும் உதவியது.

அவனுக்குக் கடிதங்கள் வருவதில்லை. மாதம் ஒருமுறை வரும் அம்மாவின் கடிதம் நீல உறையில், பென்சிலால் விலாசம் எழுதப்பட்டு, மூன்று நாட்களாக உடைக்கப்படாமல் கிடந்தது. அன்றைக்கு அதை திறப்பதாக இருந்தான். அதில் இருக்கும் தகவல்களைத் தாங்கிக்கொள்ளும் பலத்தை அவன் இன்னும் சேகரிக்கவில்லை.

ஒரு ரீ.வி கூட இல்லாத அவனுடைய அறை பிணக்கிடங்குபோல குளிர்ந்துபோய் கிடந்தது. தெருவிலே இலவசமாகப் பொறுக்கிய ஒரு பச்சைக் குளிர்ப்பெட்டி அறையின் நடுவில் இருந்தது. மடகஸ்கார் கறை படிந்த சாரம் அவன் கழற்றிவிட்ட இடத்திலேயே கிடந்தது. அவன் இல்லாத நேரத்தில் மாயக்குள்ளர்கள் வந்து அறையைச் சுத்தம் செய்து நறுமணம் பரப்பி வைக்கவில்லை. 'தூசி எங்கள் எதிரொலி' என்று கறுப்பு எழுத்தில் எழுதிய மஞ்சள் வானில் துப்பரவுப் பணியாளர்கள் வந்து சுத்தம் செய்யவும் இல்லை. தரையில் விரித்த மெத்தை அவன் காலையில் விட்டமாதிரியே ஒரு எஸ்கிமோவின் இக்ளூ போல தடித்த போர்வையில் ஒரு துளை கொண்டதாக அவனுடைய உடம்பு திரும்பவும் நுழைவதை எதிர்பார்த்துக் கிடந்தது.

ஃபிரிட்ஜின் கதவைத் திறந்து பார்த்தான். முந்தாநாள் சாப்பிட்டு மீதம் வைத்த பீட்ஸா துண்டு ஒன்றிருந்தது. ஹைனக்கன் பியர் கான் ஒன்று விசேட தினமொன்றில் குடிப்பதற்காகக் காத்துக் கிடந்தது. வேறு ஒன்றுமே இல்லை.

மறுபடியும் பனி கொட்டத் தொடங்கிவிட்டது. அவனுக்குப் பசித்தது. இன்னும் ஒரு முறை சப்பாத்து அணிந்து, கோட்டை மாட்டி, தொப்பி போட்டு வெளியே போகும் சக்தி அவனுக்கில்லை. பீட்ஸாவை சாப்பிடுவோம் என்று யோசித்தான். ஆனால், அதை நிறைவேற்ற முடியவில்லை. அதை அவன் உண்ணும் முன்பே நித்திரையால் கவரப்பட்டு விரிப்புகள் இழுத்து மூடப்படாத அந்தப் படுக்கையில் விழுந்து அப்படியே தூங்கிவிட்டான்.

அவனுடைய பக்கத்து வீட்டில் குடியிருந்தது ஒரு வசதியான சீனக் குடும்பம். பெரிய வீடு. இரண்டு இருக்கும் அறைகள்; இரண்டு கார்கள்; இரண்டு பிள்ளைகள்; இரண்டு நாய்கள். எல்லாமே பணக்காரருக்கான அறிகுறி. பத்து கியர் வைத்த சைக்கிளில் பையன் ஓடித்திருந்தான்; அவள் பதினேழு வயது பள்ளி மாணவிபோல காணப்பட்டாள்.

மாலை வேளைகளில் அந்த நாய்கள் அவளுடன் உலாத்தப்போகும். அந்த தருணங்களை எதிர்பார்த்து அவன் பல நாட்கள், பல மணி நேரங்கள் காத்திருப்பான். ஒரு நாள் அவள் பெயரை கேட்கவேண்டும் என்று நினைத்தான். அன்றும் அவள் நாய்களுடன் உலாத்தச் சென்றபோது, இவனும் அவள் திரும்பி வரும் பாதையை ஊகித்து அதற்கு எதிராகப் போனான்.

பனித்திவலைகளைத் தாங்கும் இமைகளும், நுனி சிவந்த நாக்கும், தோளில் தொட அனுமதி மறுத்து உச்சியில் சுருட்டி வைத்த முடியும், சிறிய மூக்கை நோக்கி மேடாக வளைந்து, பார்த்த கணத்தே காமத்தை தூண்டும் சொண்டுமாக அந்தப் பெண் சடை நாய்கள் முன்னே போக, பின்னால் செல்லமாக அசைந்தாள். பக்கத்து வீட்டில் அவன் குடியிருக்கிறான். ஒரு 'ஹாய்' சொல்லுவாள் என்று எதிர்பார்த்தான். அவளுக்கு அந்த எண்ணம் இருக்கவில்லை. நாய்களுக்கு இருந்ததாகவும் தெரியவில்லை. கறுப்பு தோல் பூட்ஸ்கள் பனியிலே புதைய மறைந்து போனாள்.

இந்த நாட்டில் அவனுக்கு முகமன் கூறுவதற்கு யாருமேயில்லை. அவனுடன் வேலை செய்யும் டானியல், உயரமாக, உறுதியான உறுப்புகளுடன் துப்புரவுப் பணிக்கே படைக்கப்பட்டவன்போல இருப்பான். கயானா நாட்டுக்காரன். அவனைப் போலவே கள்ளமாக வந்தவன்; அவனைப் போலவே தனிமையானவன். அவனைப் போலவே வசதிகள் குறைந்த ஒடுக்கமான நிலவறையில், வீட்டுக்கு உடமைக்காரன் உஷ்ணத்தைக் கூட்டி வைக்கப்போகும் நல்ல தருணத்துக்காக ஏங்கி இருப்பவன்.

கறுப்பு எழுத்துகள் பொறித்த மஞ்சள் நிற வாகனத்தில் அன்று சாமான்களை ஏற்றும்போது டானியல் 'ஹாய்' என்றான். இவன் வாய் திறக்கவில்லை.

'என்ன அந்த நெட்டை கொக்கு இன்றைக்கும் உன்னை ஏசினாளா?'

"இல்லை, மூன்று நிமிடம் ஆகிவிட்டது. இதுவரை தப்பிவிட்டேன்."

"ஒரு நாளைக்கு சொல்லிவிடு."

"என்னத்தை சொல்ல?"

"நான் என்ன பாம்பா? நீ மெக்ஸிக்கோ தேசியக்கொடி கழுகா? எப்ப பார்த்தாலும் என்னைக் கொத்துகிறாயே! அப்படிச் சொல்லு. அவளுடைய மூதாதையர்கள் மெக்ஸிக்கோவிலிருந்து வந்தவர்கள். விளங்கிக்கொள்வாள்."

'எனக்கு அவ்வளவு தைரியமிருந்தால் உள்ளாடைகளை நான் மாற்றவே தேவையில்லை.' அவன் முகம் இருண்டு கண்கள் ஈரமாகத் தொடங்கின. அதற்குப் பிறகு வேலை முடியும்வரை அவர்கள் பேசவேயில்லை.

அன்றைக்கு பனிக்காலத்து அயனம் (Solstice) என்று அறிந்திருந்தான். வடபாதி உலகத்தின் மிக நீண்ட இரவு, குறைந்த பகல். அவன் நீண்ட நித்திரையில் இருந்தபோது வானம் சோம்பலாக இருக்கவில்லை. இரவு முழுக்க பனி பெய்துகொண்டே இருந்தது. ஜன்னல் வழியே பார்த்தபோது கார்கள் எல்லாம் வெள்ளித் தொப்பிகள் அணிந்திருந்தன. தரை உயர்ந்துகொண்டே வந்தது. பிரகாசம் கண்ணை அடித்தது. அவனுக்கும் உலகத்துக்கும் இருந்த ஒரே தொடர்பு அந்த ஜன்னல்தான். அதுவும் அரைவாசி பனியில் மூழ்கி இன்னும் சிறிது நேரத்தில் கல்லறைபோல ஆகிவிடும்.

அன்றைக்கு வேலைக்குப் போவதா, விடுவதா என்பதை அவனால் தீர்மானிக்க முடியவில்லை. பாதைகள் சீரானால் ஒழிய பஸ்கள் ஓடாது. லோரா வேலை பாரங்களையும், முத்திரை குத்திகளையும் வைத்துக்கொண்டிருப்பாள். அன்று அவனுடைய சீட்டை மிகவும் சந்தோசத்தோடு கிழிக்க தயாராவாள். ஒரு பிங்க் கலர் தாளில் அவனுடைய பேரை எழுதி, வேலை நீக்கும் காரணத்தை குறித்து, தேதியையும் போட்டு அவனிடம் நீட்டுவாள். அப்பொழுதுகூட அவனுடைய முகத்தை பார்க்கமாட்டாள்.

தொகுப்பு : அருண்மொழி நங்கை | 65

மாலை வரை அவன் அசையவில்லை. பனிப்பொழிவும் அசையவில்லை. ஒரு பனிச்சிறையில் அகப்பட்டதுபோல அவனுக்கு மூச்சு முட்டியது. வாய்விட்டு கத்தவேண்டும் அல்லது கூரையைப் பிய்க்கவேண்டும் என்று தோன்றியது. அந்த மாலை குப்பை பைகளுக்கான மாலை. அந்த வீதியிலே குப்பை பைகள் எல்லாம் நிரையாக அடுக்கப்பட்டிருந்தன. எல்லா வீட்டு முகப்புகளிலும் அந்தந்த வீட்டு தராதரத்தை காட்டுவதுபோல நாலு, ஐந்து, மூன்று என்று குப்பை பைகள் கட்டப்பட்டு கிடந்தன. அடுத்த நாள் அதிகாலையிலேயே அவை மறைந்துவிடும்.

இவை அந்தஸ்தை குறிப்பவை. அவனுடைய வீட்டின் முன் ஒரு பை மாத்திரமே கிடந்து, வீட்டுக்காரருடைய வறுமையை பறை சாற்றியது. பக்கத்து சீனக்காரர் வீட்டில் வழக்கம்போல ஆறு கறுப்பு தடித்த பொலிதீன் பைகள் சிவப்பு நாடாவினால் கட்டி இறுக்கப்பட்டு கிடந்தன. அதைப் பார்க்க பார்க்க எரிச்சலாக வந்தது.

அதற்கு முன்பு வராத ஓர் எண்ணம் அவனுக்குத் தோன்றியது. ஆறு கறுப்பு பொலிதீன் பைகளை நிரப்புவது மாதிரி அப்படி என்ன குப்பை அவர்கள் சேர்க்கிறார்கள். அப்பொழுது இரவு பதினொரு மணியாகிவிட்டது. வீதியில் நடமாட்டம் குறைந்துபோய் இருந்தது. பனிப்பொழிவு நின்றுவிட்டது. ஆனால், சந்திர ஒளியில் பனி நிலம் பகல்போல ஜொலித்தது.

இவன் தன்னுடைய கறுப்பு ஓவர்கோட்டை அணிந்து வெளியே போய் ஒரு குப்பை பையை உள்ளே தூக்கி வந்தான். அந்தப் பையை நடு அறையில் வைத்து அதற்கு மேல் ஏறி நின்றான். ஓங்கி உதைத்தான். துள்ளி மிதித்தான். அதன் பக்கங்களெல்லாம் பிளந்து கொட்டத் தொடங்கியது. முட்டைகோசின் மணமும், அழுகிய தோடம்பழத்தோலின் நெடியும் அறையை நிறைத்தது. பிரசவ காலத்துக்கு முன்பாகவே கர்ப்பிணியின் பனிக்குடம் உடைந்ததுபோல குப்பை நாலு பக்கமும் வழிந்தது.

பெரும் ஓட்டத்திற்கு பிறகு இரையைப் பிடித்த விலங்கு மாதிரி அவனுடைய மூச்சு பெரிதாக வந்தது. வியர்வை பெருக்கெடுத்தது. மறுபடியும் பையைக் கட்டி அதே இடத்தில் வைத்துவிட்டு திரும்பியபோது, அவனுடைய கையிலே எப்படியோ ஒரு பழைய கழித்துவிட்ட நீல ரிப்பன் காணப்பட்டது. அது சரசரவென்று ஒரு சிறு பாம்பைப்போல குளிர்ந்தும் மிருதுவாகவும் இருந்தது. அவளுடைய சருமமும் அப்படித்தான் இருக்கும் என்று அவன் மனம் ஊகித்தது.

அயனம் முடிந்து நாலு நாள் ஆகியும் அவளைக் காணவில்லை; நாய்களையும் தவறவிட்டுவிட்டான். இந்த நாய்கள் ஒரே ஜாதியில், ஒரே வயதுடையவை. இரண்டுமே ஓவல்டின் கலரில் சிறிது சடை வைத்து நீண்ட உடம்புடன் பழுப்பு நிறக் கண்களுடன் இருந்தன. அவற்றின் கழுத்துப் பட்டைகள் பதப்படுத்தப்பட்ட தோலினால் கறுப்பாக செய்யப்பட்டிருந்தன. வேண்டிய தூரம் நீளக்கூடியதும், சுருங்கக் கூடியதுமான தடித்த நைலோன் நாடாவின் நுனியில் அவை பிணைக்கப்பட்டிருந்தன. அதன் அடுத்த நுனி அவள் கையில் இருந்தது. அந்த நாய்கள் ஏற்கனவே பழக்கப்பட்ட சாலையில் துள்ளிக்கொண்டு முன்னால் பாய்ந்தும், ஓடியும், நின்றும், பனித்தரைக்கு மேலாக தெரியும் ஒரு சில செடிகளை மோந்து பார்த்தும் விளையாடின.

அந்த சீனப் பெண்ணின் முகம் மஞ்சள் நிறத்தில் இருந்தது. சூரிய ஒளியில் இருந்து பல வருடங்கள் மறைத்து வைக்கப்பட்டதில் கிடைத்த வர்ணம் இது. அவளுடைய கீற்று கண்கள் இயற்கையாகவே பச்சையாக இருந்தன. உதடுகள் ரத்தச் சிவப்பு. இப்படியாக பச்சை, சிவப்பு, மஞ்சள் ஆகிய மூன்று சிக்னல் விளக்கு வர்ணங்களுடனும் இருந்த அவள் அவனுக்கு வேண்டிய சமிக்ஞையைத் தருவதற்காகக் காத்திருந்தான்.

அம்மாவுக்கு அனுப்புவதற்காக அவன் சேமித்து வைத்திருந்த காசை ஏற்கனவே எடுத்துவிட்டான். அதிலே குளிரில் இருந்து பாதுகாப்பதற்கு உத்திரவாதமளித்த அந்தப் புதிய ஓவர்கோட்டை வாங்கியிருந்தான். அதை அணிந்தபோது என்றும் இல்லாத மாதிரி அவனுடைய உடம்பு கதகதப்பு நிலையை அடைந்தது. அவளைக் கண்டதும் ஓவர்கோட்டை தாடைவரை இழுத்துவிட்டு, மூக்கும், கண்களும், வாயும் மாத்திரம் தெரியும் விதமாக நின்றுகொண்டு, தற்செயலானதுபோல 'ஹாய்' என்று சொன்னான். அவளும் பதிலுக்கு போதிய இடைவெளிகூட விடாமல் 'ஹாய்' என்று திருப்பிக் கூறினாள். அப்படியே நாய்கள் வேகமாக இழுக்க பென்ஹர் குதிரைகள் ஓட்டிச் சென்றதுபோல நிமிடத்தில் மறைந்துபோனாள். அவள் போனபிறகு அந்த நடைபாதை அநியாயத்துக்கு சும்மா கிடந்ததை அவனால் தாங்கிக்கொள்ள முடியவில்லை.

தீவிரமாக யோசித்துப் பார்த்தான். அவள் சீன மொழியில் நாய்களுடன் பேசியிருக்கலாம் என்றும் பட்டது.

அவனுடைய அம்மாவின் நீல உறைக் கடிதம் அன்றும் பிரிக்கப்படவில்லை. மண்ணெண்ணை விளக்கில் மணிக்கணக்காக குனிந்திருந்து, வயலட் கலர் பென்சிலால் அடிக்கடி நாக்கைத்

தொட்டு, அதை எழுதியிருப்பாள். மாதமாதம் பயணக் கடன் தீர்க்க அவன் அனுப்பும் காசு அந்த மாதம் கிடைக்கவில்லை என்று புலம்பியிருப்பாள். பக்கத்து வீட்டு பத்மனாபன் பணம் கிரமமாக அனுப்பி, அவர்கள் காணியை மீட்டுவிட்டதை புளகாங்கிதத்தோடு அறிவித்திருப்பாள். இப்பவெல்லாம் தென்னையிலிருந்து தேங்காய் விழுவதில்லை; வானத்தில் இருந்து மழை விழுவதில்லை; ஆகாயத்தில் இருந்து குண்டுகள் விழுகின்றன என்றும் எழுதியிருப்பாள்.

கடைசி பாராவில் தன்னுடைய வியாதி பற்றிய குறிப்புகளை குணுக்கி, வியாதி உச்சநிலையை அடைய கிட்டத்தட்ட எவ்வளவு காலம் எடுக்கும் என்பதை ஆதாரங்களோடு விளக்கியிருப்பாள். எந்த விரதம் முடிந்தது, எது ஆரம்பமாகிவிட்டது போன்ற விபரங்களும் ஞாபகமாக குறிக்கப்பட்டிருக்கும்.

வேலைக்கு போகத் தேவையில்லை. விடுமுறை. ஒரு நாள் சம்பளத்தை வெட்டும் சந்தோசம் லோராவுக்கு கிடையாது. பனிப்பிரதேசம் சூரிய ஒளியில் பளீரென்று கண்ணாடி வழியாக தெரிந்தது. அன்று காலையில் இருந்து அதையே பார்த்தவாறு இருந்தான்.

புசுபுசுவென்று சடை வைத்து கொழுத்த கறுப்பு அணில் ஒன்று எங்கிருந்தோ தோன்றியது. பனிக்குள் கால்கள் புதைய புதைய மீட்டுக்கொண்டு விரைந்தது; தெரியாத இடத்துக்கு அவசரப்பட்டு வந்துவிட்டது போல திகைத்து இரண்டு கால்களிலும் நின்றது. கண்களில் மிரட்சியுடன் முன்னங்கால்களால் பனியை அகற்றியது. பின் தன் செய்கையின் அசட்டுத்தனத்தை யாராவது கவனிக்கிறார்களோ என்று அங்குமிங்கும் பயத்துடன் பார்த்தது. பிறகு சறுக்கிக்கொண்டு போனது வெகுதூரத்துக்கு. வெள்ளிப் பனியில் கறுப்பு புள்ளி பாய்ந்து பாய்ந்து மறைந்து போனது.

அந்தக் காட்சி அவனை என்னவோ செய்தது. திடீரென அந்த மூன்று கால் கதிரையைத் தள்ளிவிட்டு எழுந்தான். அவனுடைய பச்சை நிற குளிர்ப் பெட்டியின் மேல் அந்த மூடி திருகிய போத்தல் இருந்தது. அதை முக்கல்வாசி நிறைத்து, அவன் கார் தானிப்பு நிலையத்தில் மஞ்சளும் கறுப்பும் பூசிய தடுப்பு கம்புக்கு கீழே பொறுக்கிய சில்லறைக் காசுகள் கிடந்தன. அவற்றைத் திறந்து உடனேயே எண்ணிப் பார்க்கவேண்டும் என்ற ஆவல் ஏற்பட்டது.

இரண்டு நாள் பழசான தினசரி பேப்பரை தரையிலே விரித்து போத்தல் காசுகளை அதிலே கொட்டினான். கொட்டிவிட்டு அவற்றை வகைப்படுத்தி எண்ணத் தொடங்கினான்.

கனடாவுக்கு வந்த நாளில் இருந்து அவனை அலைக்கழித்த விஷயம் ஒன்றிருந்தது. பத்து சதக்குற்றி சிறிய வெள்ளி வட்டமாக இருக்கும். ஐந்து சதக்குற்றியோ பெரிய வெள்ளி வட்டமாக இருந்தது. இது கனடிய அரசாங்கம் விட்ட பாரதூரமான பிழை என்ற கருத்து அவனுக்கிருந்தது. பெரிய வட்டமான குற்றி, சிறிய வட்டத்திலும் பார்க்க உண்மையில் மதிப்பு குறைந்தது என்பதை அவனுடைய மனது ஏற்க சரியாக ஒரு வருடம் பிடித்தது. 25 சதக்குற்றிகள் மிகையாக இருந்தன. மீதி எல்லாம் 10,5,1 சதக்குற்றிகளே. லூனி என்று சொல்லப்படும் ஒரு டொலர்கூட இரண்டு இருந்தன. ரூனி, அதாவது இரண்டு டொலர் குற்றி, ஒன்றும் இருந்தது. ஆறுமாதக் கடும் உழைப்பில் அவனிடம் 48.19 டொலர் சேர்ந்திருந்தது.

மனதினால் ஒரு கணக்கு போட்டுப் பார்த்தான். இன்னும் சரியாக எண்பத்தி மூன்று வருடங்களில் ஒரு ரொயோட்டா கார் இரண்டாம் கையாக வாங்கும் அளவுக்கு அவனிடம் காசு சேர்ந்துவிடும்.

அந்த எண்ணத்தில் அவனுடைய மனது பூரித்தது. இந்த சந்தோசத்தை எப்படியும் கொண்டாடிவிட வேண்டும் என்ற ஆசையேற்பட்டது. நேராக நடந்து பழைய நீல ரிப்பன் பாதி ஒட்டி வைத்திருக்கும் பச்சை குளிர்ப்பெட்டியின் கதவைத் திறந்தான். அங்கே நடுநாயகமாக அவன் ஒரு விசேட தினத்துக்காக பாதுகாத்துவந்த ஹைனக்கன் பியர் கான் இருந்தது. அதைக் கையிலே எடுத்துக்கொண்டு கதவை சத்தத்துடன் சாத்தினான்.

மூன்று கால்கள் மட்டுமே விசுவாசமாக உழைக்கும் அந்த நாற்காலியில் அவன் சாய்ந்திருந்து, ஆள்காட்டி விரலை வளைத்து பியர் கானைத் திறந்து, அதை ஒரு கிளாஸில் ஊற்றிக் குடிக்கும் பொறுமைகூட இன்றி, வலது கையால் தூக்கி உயரப்பிடித்து வாய்வைத்து இரண்டு கடவாய்களிலும் ஒழுக குடித்தான். அப்பொழுது அவனது இடதுகை 55 வது சானலை தேடியது.

# 5
## பூமாதேவி

இங்கே என்னடா என்றால் சமையலறைக் கேத்தில் கூட என்னை விசில் அடித்துக் கூப்பிடுகிறது! அவ்வளவு மரியாதை!

என்னுடைய அப்பா மிகவும் கண்டிப்பானவர். நான் சிறுவனாய் இருந்தபோது அவர் வீட்டில் இருக்கும் சமயங்களில் எல்லாம் மெள்ள மெள்ள அடிவைத்துத்தான் நடக்க வேண்டும். உரத்துப் பேசக் கூடாது; குஷியான சமயங்களில் பாடுவதற்கும் ஏலாது. ஏன் விசிலடிக்கக்கூட முடியாது. அப்படிப்பட்ட பாரம்பரியத்தில் வளர்ந்தவன் நான். ஆனால் இங்கே...!

நான் அமெரிக்காவுக்கு வந்து மிக வேகமாக முன்னேறியது இந்தத் தேநீர் போடும் துறையில்தான். இந்த அதிகாலையில் என் மகளுக்காகத் தேநீர் போட்டுக்கொண்டிருந்தேன். நேற்று எனக்கும் மகளுக்கும் கொஞ்சம் சண்டை. அதைச் சமாளிப்பதும் ஒரு நோக்கம். என் மகள் குளியலறையில் இருந்து வெளியே வந்தாள். நான் மற்றப் பக்கம் முகத்தை தூக்கி வைத்துக்கொண்டு நின்றேன். கைகளைக் குவித்து என் முதுகிலே ஒரு பொய் அடி வைத்தாள். பெருத்த சத்தத்தோடு சண்டை முற்றுப்பெற்றது என்று இதற்கு அர்த்தம். திரும்பிப் பார்த்தபோது நெளிந்துகொண்டே ஓடினாள்.

சண்டைக்குப் பெரிதாய் ஒரு காரணமும் இல்லை. அவளுடைய 'போய் பிரண்டின்' பிறந்தநாளை நான் மறந்துவிட்டேனாம். எப்படி இருக்கிறது சங்கதி? தன் மகளுடைய நண்பர்களின் பிறந்த தினங்களை எல்லாம் மனனம் செய்வதுதான் ஒரு தகப்பனாருடைய தலையா கடமையா? வேலை நிமித்தமாக மகள் நியூஜெர்ஸியில் தங்கி இருக்கிறாள். நான் நியூயோர்க்கிலிருந்து அவளைப் பார்ப்பதற்காக விழுந்தடித்து நேற்றுத்தான் வந்திருந்தேன். இன்று என்னவென்றால்

தன் நண்பனைப் பார்ப்பதற்கு அவ ஓகஸ்டாவுக்குப் போகிறாளாம். இதற்கிடையில் நான் இந்தச் சரித்திரப் பிரசித்தமான தேதியை மறந்துவிட்டேன் என்ற குற்றச்சாட்டு வேறு. மருட்டு விழிகளை இன்னும் கொஞ்சம் அகலத் திறந்து, ஒரே சமயத்தில் கெஞ்சலாகவும், ராங்கியாகவும் இந்தத் தூரப் பயணத்திற்கு என்னையும் தனக்குத் துணையாக வரும்படி அழைக்கிறாள். பிறந்தநாளுக்கு வருவதாக வாக்குக் கொடுத்திருக்கிறாளாம். ஒப்பந்தங்களைக் காப்பாற்ற வேண்டுமென்று சிறுவதிலேயே நான் அவளுக்கு கற்றுக்கொடுத்த பாடம்தானே!

அமெரிக்காவில் காரில் ஏறியவுடன் சீட் பெல்ட்டைக் கட்டுவது ஒரு முக்கிய சடங்கு. இத்தனை வருடங்களாகியும் நான் இந்தக் கலையில் பரிபூரண தேர்ச்சி பெறவில்லை. இதற்கு சாமர்த்தியமும் தந்திரமும் சரிசமமான அளவில் தேவைப்படும். அதிலும் இந்த விவகாரம் காருக்கு கார் மாறுபடும். சீட் பெல்ட் இப்படித்தான் இருக்கும் என்கிற உத்திரவாதமும் இல்லை. ஆனபடியால் எங்கள் செயல் முறைகளை நாங்கள் காருக்குத் தகுந்தபடி மாற்றியமைக்க வேண்டும்.

நண்பர் ஒருவருடைய கார் கொஞ்சம் அவசரபுத்தி கொண்டது. சீட்டில் ஏறி உட்கார்ந்த உடனேயே அது தன்பாட்டுக்கு வந்து உங்களை ஆரத்தழுவிக் கட்டவிடும். ஒருமுறை தெரியாமல் தலையைக் கொடுத்து அது என்னைக் கொஞ்ச நேரம் மூச்சுத்திணற வைத்துவிட்டது. இன்னொரு சாதி சீட்பெல்ட், அதைக் கட்டும் வரைக்கும் 'கீ, கீ' என்று இரைந்து கத்திக்கொண்டே இருக்கும். கட்டி முடிக்கும் வரைக்கும் காரை நகர்த்த முடியாது.

என்னுடைய மகளின் காரில் சாதாரண சீட் பெல்ட்தான். வில்லங்கம் என்னவென்றால், குளிருக்கு எதிர்ப்பைக் காட்ட அணிந்திருந்த ஸ்வெட்டர், மப்ளர், ஓவர்கோட் என்று கூட்டத்துடன் ஒரே சமயத்தில் ஏறி காரிலே அமர்வது, ஒரு பிரம்மப் பிரயத்தனமான காரியம். அப்பொழுதே கார் நிறைந்துவிடும். சிரமம் என்னவென்றால் வலது பக்கம் திரும்பி சீட்பெல்ட்டின் நுனியைக் கண்டுபிடித்து இழுத்தால், அதை மாட்டும் ஓட்டை மறைந்துபோகும். இவ்வளவு நேரமும் இங்கேதான் இருந்தது, சனியன்! இப்போது காணவில்லை! மறுபடியும் ஓட்டையைக் கண்டுபிடித்து சீட்பெல்ட்டைத் தேடினால், மாட்டுக் கன்று அறுத்துக்கொண்டு ஓடுவதுபோல நுனி இழுத்துக் கொண்டு போய்விடும். பழையபடி zero pointல் இருந்து தொடங்க வேண்டும். கடைசியில் ஒரு வழியாக பெல்ட்டைக் கட்டிமுடித்து காலை நீட்டிச் சாயும்போது, பாதி தூரத்தைக் கடந்து விட்டிருப்போம்.

ஆனால், என் மகளைப் பார்க்க வேண்டும். அர்ஜுனன் பாணம் எடுப்பதும், விடுப்பதும் தெரியாது; எதிரிகளின் தலைகள் உருளுவதுதான் தெரியுமாம். அதுபோலத்தான் அவள் சீட் பெல்ட்டை இழுப்பதுவோ, அணிவதுவோ கண்ணுக்குத் தெரியாது. 'க்ளிக்' என்று ஒரு சத்தம் கேட்கும், அவ்வளவுதான். இந்த அதிசயத்தை நான் பொறாமையுடன் கண்வெட்டாமல் பார்த்துக் கொண்டிருப்பேன்.

இவள் கார் ஓட்டும் அழகு தனியானது. நாலு வயதில் என் கைவிரல்களை இறுக்கிப் பிடித்தபடி மிரள மிரள வந்தவளா? நம்பமுடியவில்லை! நெற்றியில் விழுந்திருக்கும் இரண்டொரு கேசங்களைத் தவிர அவள் உடம்பில் வேறு ஆபரணம் ஒன்றுமில்லை. இந்த வயதிலேயே தனியார் கம்பனி ஒன்றில் உயர்பதவி வகிக்கிறாள். மிகப்பெரிய அதிகாரிகளையெல்லாம் முதற்பெயர் சொல்லி அழைக்கிறாள். நூற்றுக்கணக்கான தொலைபேசி எண்கள் அவள் ஞாபகத்தில் இருக்கின்றன. கடுகதியாக காரில் செல்லும்போதே செல்லுலரில் விளிக்கிறாள். ஸ்டிக்கர் பொட்டை ஒட்டுவதுபோல ஒற்றைக் கையால் நம்பர்களை ஒத்திக்கொள்கிறாள். காரின் நாலு மூலைகளிலுமிருந்தும் ஒலிக்கும் மேற்கத்திய இசைக்கு மனதைப் பறிகொடுக்கிறாள். என்னுடைய ஆரம்பகால வாழ்க்கை இந்த அமெரிக்காவில் இப்படியா இருந்தது?

அந்த கம்பனியில் நான் சேர்ந்தபோது எனக்காக ஒதுக்கப்பட்ட இடம் 'பேஸ்மென்டில்' ஒரு நகல் எடுக்கும் மெசினுக்கும், கோப்பி percolator—க்கும் இடையில் இருந்தது. மேலே அலுவலக அறை, வரவேற்பறை எல்லாம். கீழே நிலவறையில்தான் ஏற்றுமதி சம்பந்தமான வேலைகளும், கணக்கு வழக்குகளும் ஒப்பேறின. கோப்பிக் கடையை மொய்க்கும் கூட்டம், நகல் மெசின் கிரக முறைப்படி எழுப்பும் சத்தங்கள், சிப்பம் கட்டுவோரின் ஆரவாரம், கம்ப்யூட்டரின் விசை ஒலிகள் எல்லாம் ஒரே கோலாகலம்தான். இது தவிர, நகல் எடுக்கும் மெசின் அவ்வப்போது ஒருவித வாசனையை என் பக்கமாக வீசிக்கொண்டே இருக்கும்.

கடைந்தெடுத்த முட்டாள்கள் அமெரிக்காவிலும் சரிசமமான அளவில் உற்பத்தியாகும் விஷயம் எனக்கு கனகாலமாகத் தெரியாது. நான் இங்கே இருப்பவர்கள் எல்லோரும் அறிவுஜீவிகள் என்றுதான் எண்ணியிருந்தேன். உண்மை என்னவென்றால் எங்கள் ஊர் 'ஆனாப் படிச்ச சுவானாதர்கள்' இங்கேயும் இருந்தார்கள்.

எனக்குப் பக்கத்தில் கம்ப்யூட்டரை ஒட்டிக்கொண்டிருந்தவள் அமெரிக்காவின் பள்ளிக்கூட எல்லையைத் தாண்டமுடியாமல்,

highschool drop out என்று சொல்கிற பெருமையைப் பெற்றவள். சிற்றின்பத்துக்காகவே கடவுளால் படைக்கப்பட்ட உடம்பு; கலிபோர்னியா திராட்சை போன்ற கண்கள். ஒன்றில் நடனமாடியபடியே வருவாள், அல்லது முகத்தை உம்மென்று தூக்கிவைத்துக் கொண்டிருப்பாள். பெண்டுலம் போன்று அவள் மூட் இந்த எல்லைக்கும் அந்த எல்லைக்குமாக ஊசலாடிக்கொண்டே இருக்கும்.

அவளுடைய வாழ்க்கையின் இரண்டு பிரதான அம்சங்கள் காதலும் விரக தாபமும்தான். இவளுக்காகவே டெலிபோன்கள் அடித்து அடித்து ஓய்ந்துபோகும். அவளுக்கு ஒரே சமயத்தில் நாலு காதலர்கள் இருப்பார்கள். ஒரு நாளைக்கு ஒருவர் என்று மிகச்சில சமயங்களில் ஒருவரும் அகப்படாவிட்டால் உலகம் கவிழ்ந்ததுபோல சோக காவியமாக மாறிவிடுவாள்; மற்ற நேரங்களில் காற்றில் மிதந்தபடி தன் கையால் கோப்பி ஊற்றி எல்லோருக்கும் தருவாள்.

கம்பனி அதிபருக்கு இந்த கோப்பியில் ஓர் அளவுகடந்த மோகம். ‘தாம் தாம்’ என்று நிலம் அதிர கீழ் தளத்திற்கு ஒரு நாளைக்கு நூறு தடவை வருவான், கோப்பி குடிப்பதற்கு. அவன் அகராதியில் மூன்று வார்த்தைகள் மிகவும் பிரசித்தி வாய்ந்தவை. அவன் என்ன வசனம் பேசினாலும் இந்த வார்த்தைகளில் ஒன்றாவது அங்கே வந்து சேர்ந்துகொள்ளும். அந்த மூன்றும் இடுப்புக்கு கீழே சம்பந்தப்பட்ட வார்த்தைகள். அவற்றை நீக்கிவிட்டு அவனை யாராவது பேசச் சொன்னால் பாவம் தத்தளித்துவிடுவான். ஒரு கோப்பி வேண்டுமென்றாலும் அந்த வார்த்தையிலேதான் கேட்பான். ஒரு கோப்பு தொலைந்து போனாலும் அந்த வார்த்தையிலேயே திட்டுவான். இவன் எல்லாம் வீட்டிலே எப்படி மனைவி, பிள்ளைகளோடு சம்பாஷிப்பான்?

மூடர்களின் மூடன், அதிமூடன் என இரண்டு வகைகள் உண்டு அல்லவா? இவன் இரண்டாவது ரகத்தைச் சேர்ந்தவன். எங்கள் இதிகாசங்களை எல்லாம் ஆராய்ச்சி செய்ததில் மூடர்களுக்கெல்லாம் மூடன் கம்சன்தான் என்பது என் கணிப்பு. அல்லாவிடில், தன் தங்கையின் வயிற்றில் பிறக்கும் எட்டாவது குழந்தைதான் தனக்கு யமனாவான் என்று தெரிந்திருந்தும் தேவகியையும் வாசுதேவரையும் ஒரே சிறை அறையில் பூட்டி வைத்திருப்பானா? எங்கள் கம்பனி அதிபர் இந்த கம்சனிலும் பார்க்க ஒரு ஸ்தாயி மேலே என்றுதான் சொல்ல வேண்டும்.

தங்கத் தாம்பாளத்தை தட்டுவதுபோல் தன் நெஞ்சிலே விரல்களால் விளையாடியபடியே பேசுவான். ஒரு விஷயத்தை சொல்லவந்தால்

படு விஸ்தாரமாக பிரட்டிப் பிரட்டிச் சொல்லுவான். சிலருக்கு வயிற்றுப்போக்கு இருப்பதுபோல் இவனுக்கு வாய்ப்போக்கு. விளக்கி முடிந்த பிறகு பார்த்தால் எருமை கலக்கிய குட்டை போல விஷயம் தெள்ளத் தெளிவாகத் தெரியும்.

எங்கள் நாட்டில் Urgent, Ordinary, Rush என்று எழுதிவைத்திருக்கும் கோப்புகளை பார்த்திருப்பீர்கள். ஆனால், குப்பைக் கூடைகளில் இரண்டு விதமான கூடைகளை இவன் வைத்திருப்பதை இங்கேதான் கண்டேன். ஒரு கூடையில் Ordinary என்று எழுதியிருந்தது. இன்னொன்றில் Urgent என்று எழுதியிருந்தது. குப்பையில் கூட Urgent என்று தரம் பிரித்து வைத்திருப்பவனை என்ன செய்யமுடியும்?

'நான் செய்த ஊழ்வினை காரணமாக இப்படி வந்து மாட்டிக் கொண்டேனே' என்று வருந்தாத நாட்களில்லை.

ஆனால், இந்த அலுவலக அவலங்களும், இடிபாடுகளும் எதிர்வரும் சனிக்கிழமைகளில் மாயமாக மறைந்துபோகும். ஒவ்வொரு சனிக்கிழமை காலை பத்து மணிக்கு நானும் என் நாலு வயது மகளும் கைகோத்தபடி கதைத்துக்கொண்டே சலவைத் துணிகளைப் பையில் போட்டு சுமந்தபடி சலவைக்கூடத்துக்குப் போய் வருவோம். இந்தச் சனிக்கிழமை நேரங்களை நான் ஆவலுடன் எதிர்பார்த்திருந்தேன். என் மகளும் அப்படியேதான். அந்தப் பத்து நிமிட நடைக்கிடையில் ஆயிரம் கேள்விகள் கேட்பாள். நானும் அவளுக்குப் புரிகிறதோ, இல்லையோ எனக்குத் தெரிந்தவரைக்கும் சரியான பதில்களைச் சொல்லிச் சமாளிப்பேன்.

அந்தச் சலவைக்கூடத்தில் ஏறக்குறைய முப்பது மெசின்கள் இருந்தன. நாங்கள் எங்கள் குலதெய்வமான Maytag 22 என்ற மெசினில்தான் எங்களுடைய உடுப்புக்களைக் கழுவுவோம். நாலு காசுக் குற்றிகளைத் துளையில் போட்டு தள்ளியவுடன் அந்த ராட்சச மெசின்கள் 'உஸ், உஸ்' என்று மெதுவாகத் தொடங்கி, பின் வேகமாகச் சுழலுவது பார்க்க வடிவாக இருக்கும். நாற்பது நிமிடம் இப்படி அலசோ அலசென்று அலசிவிட்டு ஓய்ந்துபோகும். நாங்கள் காத்திருந்து துணிகளை எடுத்து உலரியில் போட்டு மேலும் இருபது நிமிடங்கள் ஓடவிடுவோம். துணிகள் பளபளவென்ற மினுக்கத்துடனும், ஒரு மிருதுத்தன்மையுடனும் சுகந்தமான வாசனையைப் பரப்பியபடி வந்துவிழும். இந்த மறக்கமுடியாத காத்திருப்பு நேரங்களில் மகளிடம் என் அன்னியோன்னியம் மிக நெருக்கமாக இருக்கும்.

அங்கேயிருக்கும் தானியங்கி யந்திரத்தில் காசு போட்டு விதவிதமான இனிப்பு வகைகளை எடுக்கப் பழகிக்கொண்டாள்.

ஒவ்வொரு முறையம் அது வந்து விழும்போது சப்பாத்து நுனியில் நின்று, தன் சின்னக் கைகளைத் தட்டி மகிழ்ச்சியைக் காட்டுவாள். எவ்வளவு தரம்தான் இப்படிச் செய்தாலும் அவளுக்கு அலுப்பதில்லை. அதுவும் ஒரு வழக்கமான சடங்காகிவிட்டது.

என்னுடைய மகளின் குணவிசேஷங்களில் ஒன்று கண்ணீர் எப்பவும் தளும்பி கரையை உடைக்க ரெடியாக இருப்பதுதான். என்ன சின்ன விஷயமாக இருந்தாலும் அவள் வாய் திறந்து சொல்லுமுன், கண்ணீர் அணையை உடைத்து பிரவாகமாகப் பொங்கும். ஒரு நாள் நாங்கள் அந்தக் கூடத்துக்கு வந்தபோது Maytag 22—ல் ஒரு கிழவி சலவைக்கு போட்டுவிட்டு ஏதோ பின்னல் வேலையில் இருந்தாள். அடிக்கடி பின்னலை நிற்பாட்டி விட்டு இந்த மெசினை அவள் பார்ப்பதும், அது பயபக்தியுடன் வேலை செய்வதுமாயிருந்தது. இந்தக் காட்சியை என் மகளால் தாங்கமுடியவில்லை.

'அப்பா! அப்பா! ஆரோ எங்கட மெசினை பிடிச்சிட்டினம்' என்று அழுதாள். அந்தக் கிழவியை ஒரு குரோதத்துடன் பார்த்தாள்.

என்பாடு பெரிய பாடாகப் போய்விட்டது. அந்த மெசினை நாங்கள் ஏதோ குத்தகைக்கு வாங்கிவிட்டதாக அவள் அவ்வளவு நாளும் நினைத்திருந்தாள். நான் விளக்கிய பிறகுதான் அதை ஒரு மாதிரி ஒப்புக்கொண்டாள் என்றாலும் அந்தக் கிழவியை அவளுக்கு துண்டாய் பிடிக்கவில்லை.

ஆனால், என் வாழ்நாளிலேயே என் மகளை மிகவும் குதூகலத்தில் ஆழ்த்திய சம்பவம் ஒன்று விரைவிலேயே நடந்தது. அப்படியான சந்தோஷத்தை நான் அவள் முகத்தில் அதற்கு முன்பும் கண்டதில்லை; பின்பும் கண்டதில்லை.

வழக்கம்போல ஒரு சனிக்கிழமை காலை நாங்கள் சலவையை முடித்துவிட்டு, வந்து மனைவியிடம் துணிகளைக் கணக்குக் கொடுத்துவிட்டு கைகட்டி நின்றோம். என் மனைவிக்கு கண்பார்வை இருபதுக்கு இருபது. முதல் வேலையாக என் மனைவி 'எங்கை, இந்த சோடியில் ஒன்றைக் காணேல்லையே?' என்றாள். மனைவிகளை இதற்காகத்தானே கடவுள் படைத்திருக்கிறார்! அவ்வளவுதான். என் மகளுக்கு சுவிட்ச் போட்டதுபோல கண்ணீர் கொட்டத் தொடங்கியது. நிற்கவேயில்லை. மெசினிலிருந்து எடுக்கும்போது எங்கேயோ தவறிவிட்டது. கால் காசு பெறாத சமாச்சாரம் அது. உயிரைக் கொடுத்ததுபோல என் மகள் விக்கினாள். நான் எவ்வளவு தேற்றியும் நிற்கவில்லை.

அடுத்த சனிக்கிழமை எங்களுக்கு அந்தச் சலவைக்கூடத்தில் ஓர் அதிசயம் காத்திருந்தது. அங்கேயிருந்த விளம்பரப் பலகையில் என் மகளுடைய ஒரு கால் சொக்ஸ் தொங்கிக்கொண்டிருந்தது. அதற்குக் கீழே 'என்னுடைய சோடியை யாராவது கண்டீர்களா!' என்று எழுதியிருந்தது. அதைக் கண்டதும் என் மகள் குதி குதி என்று குதித்தாள். அந்தச் சின்ன விஷயம் அவள் முகத்தில் எவ்வளவு மகிழ்ச்சியைத் தோற்றுவித்தது! என்னால் ஆச்சரியப்படாமல் இருக்க முடியவில்லை.

இப்படியான ஒரு சனிக்கிழமை சேத்திராடனத்தின் போதுதான் Maytag 22—க்கு நாங்கள் 'பூமாதேவி' என்ற பேரைச் சூட்டினோம். அந்தமுறை கொண்டுவந்த உடுப்புகள் அளவு கூடிவிட்டது. மெசினை நிறைத்தபிறகு இன்னும் கொஞ்சம் மீதி இருந்தது. அதை நான் திருப்பி எடுத்துப்போய் அடுத்தமுறை கொண்டுவருவது என்று தீர்மானித்தேன். என்னுடைய மகளோ 'இன்னுமொருமுறை போடுவோம்' என்று அடம்பிடித்தாள். அப்போது எங்களிடையே பெரிய வாக்குவாதம் நடந்தது.

நாங்கள் சலவையில் பாவிக்கும் கழிவுநீர் எங்கோ பூமியில் போய்ச் சேருகிறது. இதனால் சுற்றுச்சூழலுக்கு அவலம் ஏற்படுகிறது. ஒரு முழு மெசினை ஓட்டினால் அதற்கு காரணம் இருக்கிறது. ஆனால் அரை மெசினை ஓட்டி சுற்றுச்சூழலைக் கெடுப்பது தவிர்க்கக் கூடியது. மிகப்பெரிய சுயநலம்.

'பூமாதேவி மிகவும் நல்லவள். நாங்கள் அவளுக்கு இழைக்கும் ஆக்கினைகள் எல்லாவற்றையும் மறந்து எங்களுக்கு அள்ளி அள்ளித் தருகிறாள். அவளுடைய குணங்களில் மிகச் சிறந்தது இந்த மறதிதான். நாங்கள் திருப்பித் திருப்பி செய்யும் கொடுமைகளை மறந்து ஒரு தாயின் அரவணைப்போடு எங்களுக்கு நன்மையே செய்கிறாள். இப்படிப்பட்ட தாய்க்கு தேவைக்கு மேல் கேடு விளைவிக்கக் கூடாது. இல்லையா?' என்றேன்.

புரிந்ததோ, இல்லையோ நான் சொன்னதற்கு தலையைப் பெரிதாக ஆட்டி சம்மதம் தெரிவித்தாள். பூமியைப் போல எங்கள் வசதிக்காக மாசுபடும் அந்த மெசினுக்கும் 'பூமாதேவி' என்று பெயர் சூட்டினோம். அதற்குப் பிறகு எங்கள் வீட்டில் கொஞ்ச காலமாக யார் எதை மறந்தாலும் 'பூமாதேவி, பூமாதேவி! என்று சொல்லிப் பகடி பண்ணுவது வழக்கமாகிவிட்டது.

இப்படியான ஒரு நாளில்தான் நான் என்னுடைய நாலு வயது சின்ன மகளுக்கு 'ஒப்பந்தம்' பற்றியும், அதை மீறாமல் இருப்பதன்

முக்கியத்துவம் பற்றியும் போதிக்கவேண்டி வந்தது. பூமாதேவியின் முன்பு சலவையை முடிப்பதற்காக நாங்கள் காத்திருந்த அந்த நாற்பது நிமிடங்களில்தான் இது நடந்தது.

என் சின்ன மகளுக்கோ அன்று பெறும் கவலை; முகம் நீண்டுபோயிருந்தது. அதுவும் ஒரு வடிவுதான். விஷயம் இதுதான். கீழ்வீட்டு பையனுக்கு அன்று பேர்த் டே விழா. என்னுடைய மகள் விழாவுக்கு வருவதாக வாக்களித்திருந்தாள். ஆனால், அதிலே எதிர்பாராத ஒரு கஷ்டம் சேர்ந்துகொண்டது.

எனது நண்பர் ஒருவர் அன்று பின்னேரம் நாய்க்குட்டி ஒன்று தருவதாகச் சொல்லியிருந்தார். இதைக் கேள்விப்பட்டதும் மகள் பிறந்தநாள் விழாவுக்குப் போகாமல் எங்களுடன் நாய்குட்டியை எடுக்க தானும் வரவேண்டும் என்று அடம்பிடித்தாள். விம்மி விம்மி அழுகை கரை முட்டிக்கொண்டு நின்றது. அப்பொழுதுதான், கடகடவென்று சத்தம்போடும் சலவை யந்திரங்களும், உலர்த்திகளுக்கும் நடுவே இருந்துகொண்டு என் மகளுக்கு உன்னதமாக சலவைக்காரர் ஒருவருடைய கதையைச் சொன்னேன்.

திருக்குறிப்பு நாயனார் என்று ஒருவர். சிவபக்தர்களுடைய துணிகளைச் சலவை செய்வதே அவர் தொண்டு. கிழ வேதியர் ஒருவருடைய ஆடையைச் சலவை செய்வதற்கு ஒப்புக்கொண்டார். அந்தக் கிழவனார் ‘எனக்கு ஒரேயொரு கந்தைதான் உள்ளது. இதை நீ தோய்த்து, உலர்த்தி அந்திபடுமுன் தரவேண்டும்’ என்று கேட்டுக்கொண்டார். நாயனாரும் இதற்கு உடன்பட்டு கந்தையைப் பெற்றுத் தோய்த்து காயப்போட்டார். அப்பொழுது பார்த்து ‘திசையடங்கி வெளியடைத்து’ மழை பிடித்துக்கொண்டது, நிற்கவேயில்லை. இரவாகிவிட்டது. கிழவர் தன்னுடைய ஆடையைக் கேட்டு குளிரில் வெவெடவென்று நடுங்கிக் கொண்டிருந்தார். ஒப்பந்தம் என்னவென்றால் தோய்த்து, உலர்த்தி தரவேண்டுமென்பதுதான். தோய்பது இவர் கடமை, ஆனால் உலர்த்துவது சூரியனுடைய வேலை அல்லவோ? என்றாலும் வாக்குக் கொடுத்துவிட்டாரே!

அந்தக் காலத்தில் இப்போதுபோல் சலவை யந்திரங்களும் இல்லை; உலர்த்திகளும் கிடையாது. என்ன செய்வார்? பாவம். தன் தலையைத் தூணிலே முட்டி சிவபிரானிடம் இரந்தார். அப்போது சிவபெருமான் வந்து சங்கடத்தைத் தீர்த்து வைத்தார் என்பதுதான் கதை.

மகளுக்குக் கதை நன்றாகப் பிடித்துக்கொண்டது. மறுபேச்சு பேசாமல் பிறந்தநாள் விழாவுக்குப் போனாள். அந்தச் சிறுவயதில் சொல்லிய கதையில் அடங்கிய கருத்தை இன்றுவரை அவள் மறக்கவில்லை. கொடுத்த வாக்கை எப்படியும் காப்பாற்றிவிடுவாள்.

நான் வேலை பார்த்துவந்த கட்டிடத்தில் கணப்பு வசதிகள் மிகக் குறைவு. அதிலும் அது பூமிக்குக் கீழே உள்ள அறை; குளிரின் ஆதிக்கம் தாங்கமுடியாது. அடுத்த கெடுவுக்குள் முடிக்கவேண்டிய வேலைகள் என்முன் வந்து குவிந்தவண்ணமே இருக்கும். நான் கிரிசாம்பாள் பரம்பரை. ஆகவே, எதிர்த்துக் கதைக்கும் திராணி இல்லை. விரகதேவதையின் மிச்ச சொச்சங்களும் என் மேசையிலே வந்து விழும். நான் வேலைகளை முடிக்க சில சமயங்களில் இரவு பதினொரு மணியாகிவிடும். அகதியாக வந்துசேர்ந்த அந்த ஆரம்ப நாட்களில் குளிரைத் தாங்கும் உடைகளை அணியும் வசதியும் இருக்கவில்லை; அதற்கேற்ற அறிவும் இல்லை.

'கையது கொண்டு மெய்யது பொத்தி

காலது கொண்டு மேலது தழுவி

பேழையில் இருக்கும் பாம்பென உயிர்க்கும் ஏழையான்'

ஆக வேதனைப்படுவேன். என் வரவையே கண் விழித்துக் காத்திருக்கும் மனைவியை நினைப்பேன். இப்படி நாடுவிட்டு நாடு வந்து படும் இன்னல்களையும், சிறுமைகளையும் எண்ணி கண்ணீர் வரும் நேரங்களிலெல்லாம் என்னுடைய சின்ன வயது மகளை நினைத்துக்கொள்வேன். இந்தச் சமயங்களில் பல்லைக் கடித்துக்கொண்டும், மூக்கைப் பிடித்துக்கொண்டும், விரகதேவதை தாபம் மேலிட்ட நாட்களில் கண்களை மூடிக்கொண்டும், என் காலத்தைக் கழித்துவந்தேன்.

அப்போதுதான் ஒருநாள் கடவுள் கண்விழித்தார்.

என் தகுதிக்கு ஏற்ற வேலை ஒன்று முற்றிலும் எதிர்பாராமல் எனக்கு கிடைத்துவிட்டது. அதுமாத்திரமல்ல ஊரும், வீடும்கூட மாற்றலாகியது. எங்கள் வாழ்க்கையில் திசையும் திரும்பியது.

ஆனால், பெரிய சோகம் என்னவென்றால், புதிய வீட்டில் சலவை மெசின் இருந்தது. அத்துடன் அந்த அற்புதமான சனிக்கிழமை காலை வேளைகள் மறைந்துபோயின. என் மகளுடன் தனித்திருந்து சம்பாஷிக்கும் அந்த மகத்தான தருணங்களும் அருகிவிட்டன. அமெரிக்க வாழ்க்கையில் அந்த முதல் ஒன்பது மாதங்கள் இப்படியாக

என் மனதில் மறக்க முடியாததாகப் பதிந்துவிட்டது. என் மகளும் மெல்ல மெல்ல விலகி, தன் உலகத்தில் வாழத் தலைப்பட்டாள்.

'எக்ஸிட் 241, எக்ஸிட் 241'என்று பாராயம் செய்தவாறே வந்தேன். இந்த எக்ஸிட்டில் திரும்பினால் நல்ல கோப்பியும், அருமையான 'டோநட்டும்' கிடைக்கும். அமெரிக்காவில், காரிலே ஒரு பயணிக்கு மேல் இருந்தால் அவர்கள் போவதற்கென்று பிரத்தியேகமாக பாதை இருக்கும். அதிலே போனால் விசையாகப் போய்ச் சேர்ந்துவிடலாம். நளனுடைய தேர் போல எங்கள் கார் இந்தப் பாதையில் வாயுவேகம் மனோவேகமாகச் சென்றுகொண்டிருந்தது. ' எக்ஸிட் 241' என்று நான் கத்துவதற்கிடையில் கார் அந்த இடத்தைக் கடந்துவிட்டது. 'மேலாடை வீழ்ந்த தெடுவென்றான், அவ்வளவில் நாலாறு காதம் நடந்ததே' என்பது போல காரும் கடந்து போய்விட்டது.

எனக்கு ஏமாற்றமாகிவிட்டது. ஒரு திருப்பத்தை விட்டால், மீண்டும் திரும்ப வருவது இடியாப்பக் கூந்தலின் ஒரு நுனியைப் பிடித்து மற்ற நுனிக்கு வருவதுபோல. அவ்வளவு கஷ்டம். இந்த டோநட் என்ற சமாச்சாரம் எங்கள் ஊர் வடையைப் போன்றது. அதிலும் 'கிளேஸ்ட் டோநட்' என்பது பளபளவென்று மினுங்கும். வாயில் போட்டால் உடனுக்குடன் கரைந்து இதயத்தில் போய் விழும். இதைச் சாப்பிட ஐம்பது மைல் தூரத்தில் இருந்துகூட ஆட்கள் வருவார்களாம்! அவ்வளவு பிரக்கியாதி பெற்றது.

மகள் என் பக்கம் திரும்பி 'sorry அப்பா' என்றாள். இனி என்ன செய்வது? அடுத்த வந்த திருப்பத்தில் மறக்காமல் காரைத் திருப்பினாள். சீஸ் பேகரும், கோப்பியும் ஓடர் பண்ணினோம். எனக்கோ பசி. மகள் 'அப்பா! அப்பா!' என்று கத்துவதற்கு முன்பாக நான் உறிஞ்சியால் சுடு கோப்பியை உள்ளே இழுத்துவிட்டேன். வாய் வெந்துபோனது. இப்படி எத்தனை முறை எனக்கு நடந்துவிட்டது? அப்படியும் புத்தி வரவில்லையே! திருப்பித் திருப்பி மறந்துவிடுகிறேனே! வேகமான அந்த உணவகத்தில் இப்படியாக நாக்கை வேகவைத்துக்கொண்டு வெளியேறினேன். என் மகள் பிளாஸ்டிக் குவளைகளைச் சிவப்பு குப்பைத் தொட்டியிலும், மற்றவற்றை வெள்ளைத் தொட்டியிலும் போட்டுவிட்டு வந்தாள். என் அவஸ்தையைப் பார்த்து செல்லமாக என்னை இடித்துவிட்டு இதழ் விரிக்காமல் சிரித்தாள்.

பிள்ளைத் தமிழில் செங்கீரைப் பருவம், சப்பாணிப் பருவம், அம்புலிப் பருவம், அம்மானைப் பருவம் என்று வரும் அல்லவா? அதுபோல இந்த அமெரிக்காவிலும் பல வருவங்கள் வந்து வந்து

போகும். அவளுடைய முதல் பருவம் 'பாபி டோல்' பருவம்தான். ஒரு காலத்தில் இந்தப் பாவைகள் வீட்டிலே 'நீக்கமற நிறைந்து' கிடந்தன. இந்தப் பேதைப் பருவம் மிகவும் சந்தோஷமானது. ஒரு தனி உலகம். மணிக்கணக்காக இந்த 'பாபிகளை' வைத்து விளையாடிக் கொண்டிருப்பாள்.

பதினொரு வயது என்று நினைக்கிறேன். அப்பொழுதுதான் முதன்முதலாக நாலு நாள் 'காம்பிங்' போனாள். எங்களை விட்டு இதற்குமுன் ஒருநாள்கூட பிரிந்து இருந்ததில்லை. ஆவலோடு எதிர்பார்த்து இருந்தவள் அந்த நாள் வந்ததும் தயக்கம் காட்ட ஆரம்பித்துவிட்டாள். நாங்கள் தேற்றி அனுப்பிவைத்தோம். நாலாம் நாள் இரவு திரும்பி வந்ததும் எங்களைக் கட்டிக் கொண்டாள். அந்த நாலு நாள் கதைகளையும் இரண்டு நாட்களாகச் சொன்னபடியே இருந்தாள். அந்தக் குழந்தை அனுபவித்த பிரிவுத் துயரும், பிறகு திரும்பியவுடன் அடைந்த குதூகலமும் மறக்கமுடியாததாக இருந்தது.

சங்கீதப் பித்து தலைக்கேறியது இதற்குப் பிறகுதான். 'டீன் ஏஜ்' என்ற மடந்தைப் பருவம். 'பொப் மார்லி' என்ற பாடகன் அப்ப பிரபலம். அவனுடைய ஒலிப்பேழைகளை எல்லாம் வாங்கிச் சேர்த்தாள்.

வீட்டிலே அவனுடைய பாடல்கள் ஐந்தரைக்கட்டை சுருதியில் அதிர்ந்து கொண்டிருக்கும். 'விரிந்த சடையும் வெறும் மேனியுமாக' அவனுடைய பிம்மாண்டமான படங்கள், அவளுடைய அறையை முழுக்க முழுக்க அலங்கரித்தன. டெலிபோன் வாயைப் பொத்திக்கொண்டு, நாங்கள் அந்த இடத்தைவிட்டு அகலும் வரை காத்திருக்கும் வழக்கம் இந்த வயதில்தான் அவளிடம் ஆரம்பமாகியது.

நான் சாடையாகக் கண்ணயர்ந்து விட்டேன். கார் ஒரு பெற்றோல் கூடத்தில் நின்றுகொண்டிருந்தது. அது தானியங்கி பெற்றோல் கூடம். காரில் பெற்றோல் நிறைந்ததும் தானாகவே நின்றுவிடும். மறக்காமல் 'லெட்' இல்லாத பெற்றோலையே போட்டாள். கடன் அட்டையைக் கொடுத்து கணக்கை சரிசெய்தாள். முன்பின் தெரியாத அந்த இளம் ஊழியர் ஏதோ சொன்னான். இவள் விழுந்து விழுந்து கண் பொங்கச் சிரித்தாள். 'நல்ல நாளாகட்டும்' என்று சொல்லி அவன் அட்டையைத் திருப்பினான். இவள் 'உமக்கும் அப்படியே' என்று கூறி வாங்கிக்கொண்டாள். அந்தக் கணத்தில் இவள் முற்றிலும் ஓர் அமெரிக்கப் பெண்ணாக மாறிவிட்டதுபோல் எனக்கு காட்சியளித்தாள்.

ஒருமுறை சற்று வளர்ந்து, அமெரிக்கக் கலாச்சாரம் கொஞ்சம் உரஞ்சுப்பட பிறகு, பகவான் கிருஷ்ணருடைய கதையைச்

சொல்லிக்கொண்டிருந்தேன். பலராமனுடைய பிறப்பை பற்றி வர்ணிக்கும்போது, கொஞ்சம் தடங்கல் வந்துவிட்டது. பலராமன் வாசுகியினுடைய வயிற்றிலே உண்டாகி, மாயையினால் ரோகிணியின் கருப்பைக்கு மாறிய வரலாற்றில்தான் சிக்கல். நான் 'வாசுகிதான் பலராமனுடைய உயிரியல் அன்னை; ரோகிணி வெறும் கர்ப்பப்பையில் காவிய தாய்தான்' என்று கூறினேன். அவளுக்கு அர்த்தமாகவில்லை. சிறிது யோசித்துவிட்டு ஏதோ புரிந்துகொண்டவள் போல் 'ஓ, surrogate mother' என்றாள். எங்கள் புராணங்களைக்கூட அமெரிக்கன் நடைமுறையில் விளக்கினால்தான் புரியும் என்ற நிலை வந்தபோது, நான் என் மகளை கொஞ்சம் கொஞ்சமாக இழந்துகொண்டு வருவதுபோல எனக்குப்பட்டது.

ஒப்பந்தத்தை காப்பாற்றுவதற்காக 400 மைல் தூரம் போக ஒப்புக் கொண்டிருக்கிறாள். கார் இப்போது பொஸ்டன் நகரத்தை நெருங்கிக் கொண்டிருந்தது. இங்கேதான் நான் என்னுடைய அமெரிக்க வாழ்க்கையின் முதல் ஒன்பது மாதங்களைக் கழித்தேன். இங்கேதான் நிலவறையின் குளிரில் நடுங்கிக்கொண்டே அமெரிக்காவின் தொழில்முறை அரிவரிகளைக் கற்றுக்கொண்டேன். இங்கேதான் என்னுடைய மறக்கமுடியாத இன்பமான சனிக்கிழமை காலைகள் வந்து வந்து போயின; மகளுடைய பிஞ்சு விரல்களைப் பிடித்தபடி சலவைக்கூட யாத்திரை போனேன். அகலத் திறந்த அவள் விழிகளைப் பார்த்தபடி பூமித்தாய் பற்றியும், நாயன்மார் பற்றியும், நாங்கள் விட்டு ஓடிவந்த எங்கள் அருமை யாழ்ப்பாணத்தின் பாரம்பரியம் பற்றியும் கதைகள் பேசினோம்.

அப்போது தீடீரென்று நாங்கள் போய்வந்த, எங்கள் இருதயத்துக்கு மிகவும் நெருங்கிய, சலவைக்கூடம் தென்பட்டது. நான் ஒரு சிறு பையனின் ஆர்வத்தோடு 'அங்கை பார்! பூமாதேவி' என்று கத்தினேன்.

என் மகளுக்கு நான் கத்தியது அர்த்தமாகவில்லை. தலையை அவள் திருப்பக்கூட இல்லை. "என்னப்பா பூமாதேவி? What do you mean?" என்றாள்.

சலவைக்கூடம் அப்படியேதான் இருந்தது. விளம்பரப் பலகை கொஞ்சம் மங்கலாகி விட்டதுபோலப் பட்டது. அங்கே இப்போது முப்பது சலவை மெசின்களும், முப்பது உலர்த்திகளும் வேகமாகச் சுழன்று இந்த மனிதப்பிறவிகளின் உய்வுக்காக பூமாதேவியை மேலும் கொஞ்சம் மாசுபடுத்திக் கொண்டிருக்கும்.

கார் விரைந்துகொண்டிருந்தது.

“என்னப்பா, Suddenly you are quiet?” என்றாள் என் மகள்.

மனித மனத்தின் விசித்திரத்தை பற்றி யார் என்ன சொல்வது? நான் ஆழ்ந்த சிந்தனையில் இருந்தேன். எங்கள் ஊரில் ஒரு கிழவி, செல்லாச்சி என்று பேர். கணக்கெடுக்க முடியாத வயது. தொண்டுக்கிழம் என்று சொல்வார்களே, அந்தப் பருவம். சில வேளைகளில் என்ன நினைத்துக் கொள்வாளோ ‘முக்கித்தக்கி’ எழும்பி அலமாரியைத் திறப்பாள். பிறகு அதற்குள்ளே இருக்கும் தைலாப்பெட்டியை எடுத்து பூட்டை நீக்கி மூடியைத் திறப்பாள். பிறகு அவளுக்கு எதற்காக பெட்டியைத் திறந்தோம் என்பது மறந்துவிடும். அப்படியே கொஞ்சநேரம் இருந்து யோசித்துவிட்டு மறுபடியும் பூட்டிவைப்பாள். ஆனால் நாற்பது வருடங்களுக்கு முந்தி வேலாயுதபிள்ளை இருபது ரூபா அவளிடம் கடன் வாங்கி ஏமாற்றியதை இன்னும் மறக்கவில்லை. சொல்லிச்சொல்லி திட்டியபடியே இருப்பாள்.

மகள் மறுபடியும் ‘என்னப்பா?’ என்றாள்.

‘ஒன்றுமில்லை’ என்றேன்.

அந்த கார், ஒருவருக்கு மேற்பட்ட பயணிகள் போவதற்காக ஏற்படுத்தப்பட்ட அந்தப் பிரத்தியேகமான, வளைவேயில்லாத நெடுஞ்சாலையில், நளனுடைய தேர்போன்று வாயுவேகம் மனோவேகமாக, அமெரிக்காவின் நிர்ணயிக்கப்பட்ட உச்ச வரம்பு ஸ்பீட் வேகத்தையும் தாண்டி, கட்டிடங்கள், வாகனங்கள், மரங்கள், மனிதர்கள், பழைய ஞாபகங்கள் எல்லாவற்றையும் பின்னே தள்ளிவிட்டு, ஒரு குறிப்பிட்ட இலக்கை நோக்கி விரைந்து கொண்டிருந்தது.

# 6

# ஓட்டகம்

சோமாலியாப் பெண்கள் அப்படித்தான். உலகத்தை பிரட்டிப் போட்டாலும் மாறமாட்டார்கள். அவசரமில்லாத நடை. ஒரு காலை ஊன்றி, மறு காலை நிதானமாக வைத்து நடப்பார்கள்.

மைமுனும் அப்படித்தான் நடந்துகொண்டிருந்தாள். கபில நிறம். நீள்வட்ட முகம். உயர்ந்த கழுத்து. ஒட்டகம்போல நடை உரசி உரசி வந்துகொண்டிருந்தாள்.

அவள் மொட்டாக்கு இட்டிருந்தாள். அந்தத் துணி தலையை முற்றிலும் மறைத்து, மார்பு வழியாக வந்து முதுகிலே சென்று மறைந்தது. அவள் தலைமயிரைப் பற்றி அறியும் ஆவலையும் அது தூண்டிவிட்டது.

அவள் முதுகிலே வெறுமையான தண்ணீர் குடம் ஒன்று தொங்கியது. காட்டுப் புல்லினாலும் நாரினாலும் இறுக்கிப் பின்னிச் செய்தது. பள்ளிப் பிள்ளைகளைப் போல அவள் அதை முதுகிலே கட்டிக்கொண்டிருந்தாள். அது முதுகோடு ஒட்டிக்கொண்டு அவளுக்கு வழித்துணையாக வந்துகொண்டிருந்தது.

அவள் எட்டு மைல் தூரம் போய் தண்ணீர் பிடித்து வரவேண்டும். போக வர பதினாறு மைல்கள். ஏதோ மேய்ச்சலுக்குப் போவதுபோல நித்திய நியமமாக அவள் அதைச் செய்துகொண்டிருந்தாள். இன்று அவள் வேண்டுமென்றே கொஞ்சம் தாமதமாக வந்திருந்தாள். அவள் சிநேகிதிகள் முன்பே போய்விட்டார்கள்.

வழிநெடுக அகாஸியா முள் மரங்கள். ஆள் உயர கத்தாளைகள்; உயரமற்ற புதர் மரங்கள். பயந்த சுபாவம்கொண்ட பற்றைகள். மைமுன் தன் பாதையை அந்த வழியில்லாத காட்டில் இலகுவாகக் கண்டுபிடித்து நடந்துகொண்டிருந்தாள்.

வழக்கம்போல் அதிகாலையில் ஹைனாவின் கூவல். அவளை எழுப்பிவிட்டது.

களிமண்ணினாலும் மெல்லிய மரத்தடிகளினாலும் கட்டிய வீடு அது. புல்லினால் வேய்ந்த கூரை. குளிரைத் தடுக்கும் வல்லமை இல்லாதது. அந்தக் காலைக் குளிரில் ஒட்டகத்தின் ரோமத்தில் செய்த சௌகரியக் குறைவான பாயில் கண்களை விழிக்காமல் சுருண்டு படுப்பதற்கு அவளுக்கு மிகுந்த ஆசையாக இருக்கும்.

ஆனால், ஹைனா முதலாவது எதிரி என்றால், அவளுடைய தாயார் இரண்டாவது எதிரி. மைமுன் எழும்பும்வரை அவள் தாயார் காயம்பட்ட விலங்குபோல கத்தியபடியே இருப்பாள். இந்த காலை நேரத்து சுகத்தை தினமும் இப்படிக் கெடுப்பது மைமுனுக்கு மகா கொடூரமாகப் பட்டது. தண்ணீருக்காக இந்த அலைச்சல் படவேண்டி இருந்தது. அவள் தாயாருக்குகூட அவள் படும் இம்சை புரியவில்லை. இதில் மைமுனுக்கு நிறைய வருத்தம்.

அவள் தகப்பனர் நூர் அந்த ஊர் குடித்தலைவர், நபதூன். அவரிடம் ஆடுகள், மாடுகள், ஒட்டகங்கள் என்று எல்லாம் இருந்தன. பொதி சுமப்பதற்கு கழுதைகள் கூட நிறைய இருந்தன. பலபலவென்று விடியுமுன்பாகவே அவையெல்லாம் மேய்ச்சலுக்குப் போய்விடும். ஒரு கழுதையை அனுப்பி தண்ணீர் பானைகளை நிரப்பி வந்தால் அவளுக்கு வேலை மிச்சம். அப்படித்தான் சால்மா வீட்டில் செய்கிறார்கள். கழுதைகளை அனுப்பி வைக்கும்படி அவள் தாயார் அடிக்கடி கேட்டுக்கொள்வாள். ஆனால், மைமுனின் தகப்பனார் மிகக் கவனமாக அதை மறந்துவிடுவார்.

அவருக்கு இரண்டு மனைவிகள். அவருடைய மேச்சல் வட்டம் ஐம்பது மைல் தூரம் இருக்கும். அந்த எல்லைக்கு மந்தை மேய்ச்சலுக்கு போகும்போது, அவர் அங்கேயே இரண்டாவது மனைவியோடு தங்கிவிடுவார். இப்படி வருடத்துக்கு இரண்டு மாதங்களாவது காணாமல் போய்விடுவார்.

மதியம் இரண்டு மணி ஆகிவிட்டதென்றால் நூர், அகாஸியா மரத்தை தேடி வந்துவிடுவார். அங்கே அவருடைய கூட்டாளிகள் காத்திருப்பார்கள். 'ச்சாட்' என்று சொல்லப்படும் போதை இலையைக் கொடுப்பிலே எல்லோரும் இடுக்கிக் கொள்வார்கள். அந்தச் சாறு தொண்டையிலே இறங்க இறங்க அவர்கள் மேலே மேலே போய் மிதப்பார்கள்.

இந்த நேரத்தில் சோமாலியாவில் எல்லா ஆண்களும் அப்படித்தான் இருப்பார்கள். பின் மதியத்தில் தொடங்கி இரவு

படுக்கப்போகும் வரைக்கும் இது தொடரும். உள் சுவாசம், வெளி சுவாசம் என்று விட்டபடி கைகால்களைப் பரப்பி அவர்கள் இந்தப் போதை சாம்ராஜ்யத்தில் தங்களை மறந்து சஞ்சரிப்பார்கள்.

ஐ.நா.சிறகம் இப்படித்தான் ஒரு சாயங்கால வேளையில் அவர்களிடம் வந்தது. நூரும் ஊர் மூப்பர்களும் அப்போது ச்சாட் போதையில் இருந்தார்கள். ஐ.நா. ஊழியர்கள் ஒவ்வொரு கிராமமாக வந்து அவர்கள் தேவைகளை விசாரித்துக் கொண்டிருந்தார்கள். சிலர் ஆழ்கிணறு தோண்டித் தரும்படி வேண்டினர். சிலர் வாய்க்கால் கேட்டனர். சிலர் பம்புசெட் என்றார்கள். இவர்களுடைய முறை வந்தது. பெண்கள் ஆழ்கிணறு வேண்டுமென்று கெஞ்சினர். ஆனால், ஊர்ப்பெரியவர்கள் கூடி மசூதி ஒன்று கட்டித் தரும்படி கேட்டார்கள். அவ்வளவு பணவசதி இந்தக் கிராமத்துக்கு ஒதுக்கப்படவில்லை. 'நீ மசூதியை கட்டித்தா, மீதியை அல்லா பார்த்துக்கொள்வார்' என்று ஊர்மக்கள் சார்பாக நூர் அடித்துச் சொல்லிவிட்டார். வாழ்க்கையில் அவர் செய்த மிகச்சிறந்த பிழை இதுதான்.

அந்த ஊழியர்கள் நெடுஞ்சாண்கிடையாக விழுந்து இவர்கள் சொல்வதை ஏற்பார்கள் என்று நினைத்தார். அவர்கள் என்றால் பக்கத்து கிராமத்துக்கு போய்விட்டார்கள். அங்கே தூர்ந்து கிடந்த கிணற்றை பழுதுபார்த்து இன்னும் ஆழமாக்கினார்கள். வருடம் முழுவதும் நீர் சுரக்கிறது. தினம் தினம் எட்டு மைல் தூரம் அவள் தண்ணீருக்காக அங்கேதான் போகிறாள்.

சூரியன் மேலே மேலே வந்துகொண்டிருந்தான். மைமுன் தனக்குத் தெரிந்த ஒரு குறுக்குப் பாதையில் இறங்கினாள். அங்கே பார்த்த இடமெல்லாம் ச்சாட் பயிரிட்டிருந்தார்கள். வேப்பம் செடிகள் போல அவை கூர்மையாகவும் செழிப்பாகவும் வளர்ந்திருந்தன. ஆடுகள் மேயாமலிருக்க முள்வேலி போட்டிருந்தார்கள். ஆடுகள் மேய்ந்தால் அவை வேறு போதையில் துள்ளித் திரிந்து கலகம் விளைவிக்கும்.

வழியிலே ஒட்டகம் ஒன்று முன்னம் கால்கள் இரண்டையும் மடித்து, தொழுகையில் இருப்பதுபோல படுத்திருந்தது உணவும், உடையும், உறைவிடமும் தருவது. அதனுடைய கழுத்து ஆடாமல் அசையாமல் மிதந்துகொண்டு நின்றது. அண்ணாந்து பார்த்தாள். நதி நகர்வதுபோல கண்ணுக்குத் தெரியாமல் ஓர் உருண்டை அதனுடைய கழுத்தில் மேலே ஏறிக்கொண்டிருந்தது. பெண் ஒட்டகம். இடது செவியின் நுனி வெட்டப்பட்டு இருந்தது. அதற்கு முன்நின்று மரியாதை செய்யவேண்டும் போல தோன்றியது. அப்படியே நின்று செய்தாள்.

அந்த மரத்தை கடக்கும்போது அவளுடைய இதயம் கொஞ்சம் வேகமாக அடித்துக்கொள்ளும். அது ஒரு குர்ரா மரம். பெரிய நிழல் தரும் மரம். ஒட்டகத்தின் தடித்த உதடுகளுக்கு எட்டாத உயரத்தில் அது படர்ந்திருந்தது. கனகாலமாக இந்த இடத்தில் ஒரு தாயின் எலும்புக் கூடும், ஒரு குழந்தையின் எலும்புக்கூடும் கிடந்தன. தாயின் எலும்புக்கூட்டை இப்பொழுதெல்லாம் காணவில்லை. பிள்ளையின் எலும்புக்கூடு மாத்திரம் எஞ்சிக் கிடந்தது.

இந்த எலும்புக்கூடுகளின் கதை ஊரில் எல்லோருக்கும் தெரிந்திருந்தது. நாலு வருடத்திற்கு முன்பு மழை இல்லை; பயங்கரமான வறட்சி. தண்ணீர் நிலைகள் எல்லாம் வற்றிவிட்டன. இந்தத் தாயும் கைக்குழந்தையும் குடிக்கத் தண்ணீர் தேடி அலைந்தார்கள். பத்து மைலுக்கப்பால் ஓர் ஆழ் கிணறு இருந்தது. அதிலே தண்ணீர் கிடைக்கலாம் என்று அவ்வளவு தூரம் நடந்து வந்தார்கள். அங்கே வந்து பார்த்தால் அதிலேயும் தண்ணீர் இல்லை. என்ன செய்வதென்று தெரியாமல் வந்த வழியே திரும்பினார்கள். ஆயாசம் மேலிட்டு இந்த குர்ரா மரத்தின் நிழலில் தங்கினார்கள்.

யார் முதலில் இறந்தது என்று தெரியவில்லை. முதலில் குழந்தை போயிருக்கலாம். அழுது அழுது தாய் பிறகு உயிரை விட்டிருப்பாள். ஒருவேளை தாய் முதலில் இறந்து பிறகு பிள்ளை செத்திருக்கலாம். அந்தக் குழந்தை தாயைப் பிடித்து இழுத்து, இழுத்து அழுது களைத்துப்போய் இறந்திருக்கலாம்.

மைமுன் கிட்டவந்து அந்தக் குழந்தையின் எலும்புக்கூட்டைப் பார்த்தாள். பெண் குழந்தையா, ஆண் குழந்தையா என்று தெரியவில்லை. உள்ளங்கையில் அடங்கும் அந்தச் சிறிய மண்டை ஓட்டில் ஒரு சிறிய துணி ஒட்டிக்கொண்டு இருந்தது. அது பூப்போட்ட துணிபோல தெரிந்தது. அது பெண்குழந்தையாக இருக்கலாம் என்று ஊகித்துக் கொண்டாள்.

இப்ப சில நாட்களாக அவளுக்கு தனிமை தேவைப்பட்டது. அதுதான் அமீனாவை முன்னாலே போகவிட்டு இவள் பின்னாலே வந்துகொண்டிருந்தாள். தனிமையில் சிந்திப்பதற்கு அவளிடம் நிறைய சங்கதிகள் இருந்தன. இந்த யோசனையில் பெரும் இடத்தை அலிசாலா பிடித்துக் கொண்டிருந்தான். அவனுடைய முகம் அவளுக்கு அடிக்கடி தோன்றியது. பதினைந்து வயதுப் பிராயத்தவளுக்கு இது புதுமையாக இருந்தது.

மைமுன் என்றால் 'வசப்படுத்தியவள்' என்று அர்த்தம். இப்படி அவள் தன் எதிர்காலத்தை வசப்படுத்தும் எண்ணத்தில் தனிமையில்

நடந்துகொண்டிருந்தாள். அதேநேரத்தில் மைமுனின் தகப்பனார் அவளுடைய தலைவிதியை நிர்ணயிக்கும் ஒரு காரியத்தில் இறங்கியிருநதார். அது அவளுக்குத் தெரியாது.

பளபளவென்று மின்னும் நாள் அது. தூரத்திலே ஓர் ஒட்டகக் கூட்டம். அவன் வந்துகொண்டிருந்தான். வெள்ளையாக ஈமாத் துணியில் ஒரு தலைப்பா. கையிலே ஒட்டகக்குச்சி. ஒட்டகக் கயிற்றை முன் எடுத்து தோள்பட்டையில் மாட்டிக்கொண்டிருந்தான். ஒட்டகத்துக்கு முன்பு மெதுவாக நடந்து வந்துகொண்டிருந்தான். ஒட்டகத்தின் நீண்ட கழுத்தும் அந்தத் தலையும் மேலும் கீழுமாக அசைந்துகொண்டிருந்தது. அந்தக் காட்சி மிகவும் அழகாக இருந்தது.

சோமாலியாவில் மனிதர்களைப் பார்க்கிலும் ஒட்டக எண்ணிக்கை அதிகம். பொதி சுமப்பதற்குதான் ஒட்டகம். அதன் பின்னே செல்வார்கள்; அல்லது முன்னே போவார்கள். பயணம் செய்வது என்பது கிடையாது. அலிசாலாவும் அப்படித்தான் அதன் முன்னே மிக்க மரியாதையுடன் நடந்து வந்துகொண்டிருந்தான்.

அவனுடைய முகம் தெரிந்தது. தயக்கமான கண்கள்; இன்னும் தயக்கமான தாடியும், மீசையும் முளைப்பதா, வேண்டாமா என்ற தயக்கம். எதையோ சொல்ல விரும்புவது போன்ற முகம். ஒல்லியாக இருந்தான். அவன் அருகில் வந்ததும் இவள் நடப்பதை நிறுத்திவிட்டு அவனையே பார்த்துக்கொண்டிருந்தாள். அவளுடைய இருதயம் ஓர் அலகு வேகம் கூடியது.

அது விவகாரமான ஒட்டகம். அவர்கள் சம்பாஷனையில் குறுக்கிடாமல் நின்றது. ஒரு நூறு வருடங்கள் அப்படியே நிற்கப்போவது போன்ற ஆயத்தங்களுடன் கால்களை அகட்டி வைத்து கழுத்தை உயர்த்தி நின்றது.

'அஸ்ஸலாம் அலைக்கும்.'

'அலைக்கும் ஸலாம்.'

'சமாதானம் உண்டாகட்டும்'

'சமாதானம் உண்டாகட்டும்.'

'நான் உன்னைப் பார்க்கிறேன்'

'நான் உன்னைப் பார்க்கிறேன்'

'புதினங்கள் உண்டா ?'

'புதினங்கள் அநேகம்'

'இன்று தாமதமாக வந்துவிட்டாயே!'

'அதற்கு நான் என்ன செய்ய; சூரியன் தாமதமாக அல்லவோ இன்று எழுந்திருந்தான், கவனிக்கவில்லையா?'

'உண்மைதான், சூரியனும் சோம்பலாகிக்கொண்டு வருகிறான் உன்னைப்போல'

'நான் ஒன்றும் சோம்பலில்லை பார், எவ்வளவு தூரம் போய் வருகிறேன். ஒரு ஹான் தண்ணீர் சுமக்கிறேன். உன்னைப்போல ஒட்டகத்துக்கு முன்னே கைவீசிக்கொண்டு நடக்கிறேனா?'

முகம் பார்த்து பதில் சொன்னாள். வலது கையை இடது இடுப்பில் வைத்து ஒரு காலில் சரிந்து நின்றாள். மற்ற கை மொட்டாக்கு துணியை நளினமாக பிடித்தபடி இருந்தது.

அப்பொழுது அவள் மந்தையில் எதையோ பார்த்து அருண்டாள். அவள் கண்களில் ஒரு புதுவிதமான இரக்கம் தெரிந்தது.

'மறுபடியும் அந்த ஒட்டகக் குட்டியைக் கட்டிப்போட்டு விட்டாயே!'

அந்த மந்தையிலே ஒரு சின்ன ஒட்டகம். அடிக்கடி மந்தையை விட்டு ஓடிவிடும். அதன் முன்னங்கால்களை இணைத்து இடைவெளி விட்டு ஒரு கட்டு. அந்தக் குட்டி கால்களை தடக் தடக் என்று சிரமத்துடன் எடுத்து வைத்து மந்தையுடன் சேர்ந்துகொண்டிருந்தது.

'நான் என்ன செய்ய. அது பொல்லாத குட்டி. எப்பவும் ஓடிக்கொண்டே இருக்கிறது. அதைப் பார்ப்பதற்கு எனக்கு நேரம் போதாது. இன்னொரு ஆள் தேவை. நீ வந்துவிடு.'

'அதைப் பிறகு பார்க்கலாம். இப்ப அவிழ்த்து விடு.'

அவள் குரல் சிணுங்கலாகவும் இருந்தது; அதிகாரமாகவும் இருந்தது. அலிசாலாவின் மனது இளகிவிட்டது. உனக்காக செய்கிறேன் என்று சைகையால் காட்டியபடி அதன் கால்களை அவிழ்த்து விட்டான். அந்தக் குட்டி கால்களை உதறித் துள்ளி தன் சந்தோஷத்தைக் காட்டிக்கொண்டது.

அவள் அறியாச் சிறுமியாய் இருந்த காலத்தில் ஒட்டகக் கூட்டத்தோடு திரிவாள். பொதி ஏற்றும்போது அவர்கள் பாடுவார்கள். ஒவ்வொரு பொதிக்கும் ஒவ்வொரு பாட்டு. ஒட்டகத்தை ஏமாற்றும் பாட்டு சிறுமிகளின் பாட்டு.

*ஒட்டகமே ஒட்டகமே*
*என் ஆசை ஒட்டகமே*
*இந்த விறகுகட்டை மாத்திரம் சுமந்து வருவாயா*
*உனக்கு நிறைய புல்லுக்கட்டு தருவேன்.*

*ஒட்டகமே ஒட்டகமே*
*என் ஆசை ஒட்டகமே*
*என் படுக்கைகளை மாத்திரம் சுமந்து வருவாயா*
*உனக்கு முதுக தேய்த்து விடுவேன்.*

*ஒட்டகமே ஒட்டகமே*
*என் ஆசை ஒட்டகமே*
*என் ராசகுமாரனை மாத்திரம் சுமந்த வருவாயா*
*உனக்கு கட்டி முத்தம் கொடுப்பேன்.*

இந்தக் காட்சி வரிகள் அவளாகவே சேர்த்துக்கொண்டது. அடிக்கடி அவள் இந்தப் பாடலை பாடுவாள். தனிமையில் இருக்கம்போது கடைசி வரிகளை உரத்து சொல்லுவாள். அது அவள் காதுகளுக்கு கேட்க இனிமையாக இருக்கும்.

அலிசாலா வேறு பிரிவைச் சேர்ந்தவன். அவன் வந்து பெண் கேட்டால், அவள் தகப்பனார் நிச்சயமாக சம்மதிப்பார். வேறு பிரிவில் பெண் எடுப்பது அவர்கள் வழக்கம். அந்த இனம் பகமையை விடுத்து சிநேகமாகிவிடும் என்ற நம்பிக்கை. இவனுடைய பெயர் வீட்டிலே அடிக்கடி பேசப்படுகிறது. இவர்கள் ‘பறவை தின்னிகள்’ என்ற ஒரு குறை மாத்திரம் இருந்தது. இருபது ஒட்டகங்கள் சீர்கொண்டு அலிசாலா வருவதில் சிரமம் இருக்காது என்று எதிர்பார்த்தார்கள்.

கிணற்றடியில் ஒரே பெண்கள் கூட்டம். பச்சைப் பசேல் என்று மரங்கள். பார்ப்பதற்கு கவனப் பூங்கா போன்று குளுமையாக இருந்தது. கிணற்று கட்டிலே அமீனா சாய்ந்தபடி காணப்பட்டாள். தொடையிலே ஒரு கை தொட்டுக்கொண்டு இருந்தது. மற்ற காலை ஒய்யாரமாக விசிறியபடி இருந்தாள்.

மைமுன் முக்காட்டை எடுத்துவிட்டாள். அவளுடைய சிகை வசீகரத் தண்மையுடன் இருந்தது. கைகளை விட்டு அவற்றைக் கலைத்து காற்றை வெளியே விட்டாள். தண்ணீரை முகத்தில் அடித்து ஆசை தீர பருகிக்கொண்டாள். அவள் கண்கள் பிரகாசமாகின.

இரு சிநேகிதிகளும் முகத்தைத் திருப்பிக் கொண்டார்கள். ஒன்றுமே பேசவில்லை. தண்ணீர் குடத்தை எடுத்து முதுகிலே மாட்டுவதற்கு மட்டும் அமீனா உதவி செய்தாள். இருவரும் புறப்பட்டார்கள். குடத்திலிருந்து தண்ணீர் கொஞ்சமும் கசிவது போல மைமுனுக்கு பட்டது. அடுத்த நாள் மறக்காமல் பானைக்கு அலஸு மரத்து பிசின் தடவவேண்டும் என்று நினைத்துக்கொண்டாள்.

வறுமையில் வாடிய இரண்டு தங்க நரிகள் நிலத்தை மணந்தபடி அவர்களைத் தாண்டி ஓடின. ஒரு மஞ்சள் குருவி 'உய்க், உய்க்' என்று சத்தம் செய்தது. மைமுனுக்கு திடீரென்று சிறுநீர் கழிப்பதற்கு பேரவா பிறந்தது. நெளிந்தபடி அமீனாவை ஓர் அரைக்கண் பார்வை பார்த்தாள். அவளும் மைமுனின் உடல் மொழியை புரிந்துகொண்டு தலையை அசைத்தாள்.

தண்ணீர் பானையை மெதுவாக இறக்கி வைத்தார்கள். இரண்டு கற்களை எடுத்து உரசி சத்தம் செய்தபடியே பற்றை மறைவில் ஒதுங்கினார்கள். மைமுன் காலை அகட்டி குந்திய சிறிது நேரத்திலே ஒருவித உற்சாகத்துடன் நீர் பிரிந்தது. பாம்பு சீறுவது போன்ற சத்தத்துடன் அது நிலத்தை அடைந்தது. மைமுனுக்கு பெரும் சுமை ஒன்று இறங்கிய சுகம். அந்த நேரத்தில் அலிசாலாவின் நிச்சயமற்ற கண்கள் நினைவுக்கு வந்தன அவனைத் தீவிரமாக காதலிக்கலாமா என்ற எண்ணம் அவளுக்கு மறுபடியும் தோன்றி மறைந்தது.

'உன்னுடைய ஆள் அங்கே சுற்றிக்கொண்டு இருந்தானே', இப்படிச் சொல்லி அமீனா அவர்களுக்கிடையே இறுகிப்போன காற்றை மெள்ள உடைத்தாள். பிறகு சிநேகிதிகள் இருவரும் கலகலவென்று பேசத்தொடங்கினார்கள். அவர்கள் அந்நியோன்யம் தானாகவே பற்றிக்கொண்டது. அமீனா அவளுடைய வழக்கமான புலம்பலைத் தொடங்கினாள்.

'இவனை நம்பி இராதே. இவன் உனக்கு மஹர் கொண்டு வரப்போவதில்லை. வேறு ஆளைப் பார். இவன் பெண் கேட்டு வரும்போது உனக்கு நாற்பது வயது தாண்டிவிடும். அதற்குப் பிறகு உனக்கு எப்படி பிள்ளை பிறக்கப் போகிறது.'

'பிள்ளை கிடக்கட்டும். ஒரு நாளைப்போல் ஒட்டகம் செய்யாத வேலையெல்லாம் செய்கிறேன். என்னைப்போய் சோம்பல் என்று சொல்கிறானே.'

மைமுனுடைய தாயார் இருபது வருடங்களில் பதினொரு பிள்ளைகளைப் பெற்றவள். ஒட்டகங்களில் கூட பத்து பத்து

குட்டிகள் ஈன்றதும், அவற்றின் இடது காது நுனியை அடையாளமாக வெட்டி விடுவார்கள். அந்த ஒட்டகம் அதற்குப் பிறகு இளைப்பாற அனுமதிக்கப்படும். அந்தச் சலுகை கூடப் பெண்களுக்கு இல்லை. அவர்கள் சாகுமட்டும் பெற்றுக்கொண்டே இருக்கவேண்டும்.

மைமுன் உதடுகளை விரிக்காமல் கறுப்பு புன்னகை ஒன்றை உதிர்த்தாள்.

'அமீனா, என் இனிய சிநேகிதியே! நான் என்ன செய்யப்போகிறேன் என்று உனக்கத் தெரியுமா? என்னை அவ்வளவு சுலபத்தில் அடிமைப்படுத்த முடியாது', இப்படிச் சொல்லிக்கொண்டே அவள் அருகில் வந்து அமீனாவின் காதுகளில் ஏதோ ரகஸ்யம் சொன்னாள். இருவரும் ஒரு சதியாலோசனையை முடித்த திருப்தியோடு விழுந்து விழுந்து சிரித்தார்கள். கண்ணில் நீர் பொங்க சிரித்தார்கள். தண்ணீர் குடம் குலுங்கச் சிரித்தார்கள். வீடு வரும்வரை இப்படிச் சிரித்துக் கொண்டே வந்தார்கள்.

வீட்டிலே இன்னும் நிறைய வேலைகள். தண்ணீர் குடத்தை இறக்கி வைத்தாள். அவளுடைய தாயார் வழக்கம் போல சந்தைக்கு போய்விட்டாள். காட்டிலே போய் விறகு பொறுக்கி இரவு சமையல் செய்யவேண்டும். பிறகு மீதமிருக்கும் ஒட்டகப் பாலை சந்தைக்கு எடுத்துப்போக வேண்டும்.

இரவு சமையலை விரைவாக முடித்தாள். பாலிலே உதிர்ந்த சோளத்தைப் போட்டுக் காய்ச்சினாள். நம்பிக்கை ஊட்டும் நறுமணத்துடன் அது பொங்கியது.

சுரைக்குடுவையை எடுத்துக்கொண்டு வெளியே வந்தாள். ஒட்டகம் அவளுக்காகப் பொறுமையுடன் நின்றுகொண்டிருந்தது. இடது காலில் நின்று வலது காலை மடித்து முழங்காலில் ஊன்றிக்கொண்டாள். உறுதியான வடிவம் கொண்ட வலது தொடைக்கும் மெலிந்த வயிற்றுக்கும் இடையில் குடுவையை வைத்தாள். அது அங்கே கச்சிதமாகப் பொருந்தி நின்றது. பாலைக் கறக்கத் தொடங்கினாள். சரி கணக்காக அது குடுவையை போய் ஒரு வித கதகதப்புடன் நிறைத்தது. முழங்கையை நக்கியபடி குடுவையை எடுத்துக்கொண்டு சந்தைக்கு விரைந்தாள்.

ஊரடங்கி நிசப்தமானபோது அவள் படுக்கச் சென்றாள். அடுத்த நாள் அதிகாலையை நினைக்கும்போது அவளுக்கு பயமாக இருந்தது. இந்த ஹைனாவும் அவளுடைய அம்மாவும் அவளுக்கு விரோதம் செய்கிறார்கள். விடியுமுன்பாகவே அவளை எழுப்பிவிடுவார்கள்.

ஆசை தீர நித்திரை கொள்ளும் சுகம் எப்படி இருக்கும் என்று அவளுக்குத் தெரியாது. அந்த அதிகாலை நித்திரைக்காக அவள் எதுவும் செய்யத் தயாராயிருந்தாள். இந்த சிந்தனைகளுக்கிடையில் அவள் இமைகள் ஒன்றையொன்று தீண்டின.

அடுத்த நாள் அவளுடைய விடியற்கால அவலங்கள் ஒரு முடிவுக்கு வந்தன.

ஹைனாவின் தொந்திரவு இல்லை. அம்மாவும் மௌனமாகி விட்டாள். தூரத்தில் மேய்ப்பர்களின் மேய்ச்சல் ஓசைகள் மாத்திரம் கேட்டன. இவ்வளவு அழகான விடியலை அவள் கண்டதில்லை.

பக்கத்து ஊரில் இருந்து பெருங்கூட்டம் ஒன்று வந்திருந்தது. பளபளவென்று விடியும்போதே வந்துவிட்டது. நூரும் ஊர்ப் பெரியவர்களும் கிராமத்து எல்லையிலே நின்று அவர்களை வரவேற்றார்கள். அவர்கள் வழக்கப்படி வேரோடு பிடுங்கிய சோளப் பயிர்களை கைகளிலே தூக்கி அசைத்து அசைத்து அவர்களை அழைத்துக்கொண்டு வந்தார்கள். ஒரு சைன்யம் திரண்டு வருவதுபோல அது இருந்தது.

மைமுனைப் பெண் கேட்டு வந்திருந்தது. அந்தக் கூட்டம் ஒருநாள் பயணத் தொலைவில் இருந்து வந்திருந்தார்கள். அந்த ஊர் நபதூன் அவர். ஐம்பது வயதுக்காரர். மூன்றாம் தாரமாக மைமுனை மணக்கச் சம்மதம் தெரிவித்திருந்தார். ஐம்பது ஒட்டகங்களை சீர் கொடுப்பதாக பேசிக்கொண்டார்கள். ஊர் முழுக்க இந்த அதிசயத்தை பார்க்க திரண்டு வந்திருந்தது.

மைமுனின் தாயார் தட்டையாக மறுத்துவிட்டாள். இவ்வளவு தூரத்தில் மக்ளைக் கட்டிக்கொடுத்தால், பின்பு அவளைப் பார்ப்பது என்பது நடக்காத காரியம். அலிசாலா பெண் கேட்டு வருவான் என்று எதிர்பார்த்தாள். மைமுன் அவனிலே எத்தனை ஆசை வைத்திருந்தாள் என்பது அவளுக்குத் தெரியும்.

நூர் அப்போது 'ச்சாட்' போதையில் இல்லை. இறையச்சம் உடையவர். ஆதலால், ஐம்பது ஒட்டகங்களுக்காக மகளை விற்பதா என்று தயங்கினார். தாயும் தகப்பனுமாக மகளிடம் வந்தார்கள். சிக்கல் இல்லாத சொற்களை தெரிவுசெய்து அவளிடம் யோசனை கேட்டார்கள். எப்பவும் மைமுனிடம் அதிசயிக்க வைக்கும் சில நிமிடங்கள் கைவசம் இருக்கும். அவள் தயங்காமல் சம்மதம் தெரிவித்துவிட்டாள். பிடிவாதமாகக்கூட இருந்தாள். அவர்களுக்கு ஆச்சரியம் தாங்கமுடியவில்லை.

நிக்காஸ் முடிந்த கையோடு மைமுன் தன் கணவன் வீட்டுக்குப் புறப்பட்டாள். அவர்கள் கொண்டுவந்திருந்த ஒட்டகங்களும், கழுதைகளும் பயணத்திற்கு தயாராக இருந்தன.

அந்தச் சமயம் பார்த்து அவளுடைய பிராண சிநேகிதி அமீனா வந்துசேர்ந்தாள். அவள் காதுகளில் மைமுன் ரகஸ்யம் பேசிவிட்டு வீடு வந்து சேரும்வரை சிரித்தது ஞாபகத்துக்கு வந்தது. 'இவள் உண்மையாக அல்லவோ சொல்லியிருக்கிறாள்., பாவி' என்று அமீனா நினைத்துக் கொண்டாள்.

'நான் ஒரு ஐம்பது வயது கிழவனை மணக்கப் போகிறேன். அவனுக்கு மூன்றாவது மனைவியாக, அவன் ச்சாட் சாப்பிடுபவனாக இருக்கவேண்டும். அந்த மயக்கத்தில் அவன் என்னை அதிகம் அணுகமாட்டான். மிஞ்சிப் போனால் இரண்டு குழந்தைகளுடன் தப்பிவிடுவேன்.' இப்படிச் சொல்லிவிட்டு அவள் ஓவென்று சிரித்தாள். பரிகாசம் என்றுதான் முதலில் அமீனா நினைத்திருந்தாள். அப்படியில்லை. இவள் உண்மையாகத்தான் கூறியிருக்கிறாள்.

அமீனாவுக்கு சொல்லாத இன்னொரு காரணமும் இருந்தது. அதுவும் சீக்கிரத்திலேயே அவளுக்கு தெரியவரும்.

புறப்படும் சமயம். திடீரென்று மைமுன் அழத் தொடங்கினாள். காரணம் தெரியவில்லை. 'ஹூயா', 'ஹூயா' என்று அழைத்து தாயாரைக் கட்டிக்கொண்டு விக்கி விக்கி அழுதாள்.

'அடி, பாவிப் பெண்ணே ! எதற்காக இப்படி அழுகிறாய். சொல்லித் தொலை. உன் விருப்பப்படித்தானே ஒரு முழு நாள் பிரயாண தூரத்தில் இருக்கும் இந்தச் சின்ன ஊரில் உன்னக் கட்டிக்கொடுக்கச் சம்மதித்தோம். நீ இங்கே ராசாத்தி மாதிரி இருந்திருக்கலாமே ! பாதகத்தி, இப்ப போய் அழுகிறாயே !'

மைமுனால் அப்பவும் அழுகையை அடக்க முடியவில்லை. மாலை மாலையாகக் கண்ணீர் வழிந்தது. விம்மியபடியே சொன்னாள்.

'உண்மையான காரணத்தைச் சொல்லட்டுமா, ஹூயா'.

'கூறுகெட்டவளே, சொல்லடி, இப்பிடி குடியைக் கெடுத்துவிட்டாயே !'

'ஹூயா, அந்த ஊரில் தண்ணீர் கொட்டி கொட்டி வருமாம். வருடம் முழுக்க வற்றாதாம். தினம் தினம் பதினாறு மைல் தூரம் நடக்கத் தேவையில்லை.'

இதைச் சொல்லிவிட்டு மைமுன் தன் தாயின் முகத்தை ஏக்கத்தோடு பார்த்தாள். பார்த்துவிட்டு இன்னொருமுறை அழத் தொடங்கினாள்.

(இந்தக் காட்சி இங்கே முடிந்துவிட்டது)

✸

மைமுனின் தகப்பனாருக்கு முதலில் கொஞ்சம் அதிர்ச்சியாகத்தான் இருந்தது. ஆனாலும் தேற்றிக்கொண்டார். ஒரு நாள் பயணம்தானே, மகளை அடிக்கடி பார்க்கலாம் என்று நினைத்தார். ஆனால், அப்போது அவருக்கு தெரியவில்லை. அதுதான் அவளைப் பார்ப்பது கடைசித் தடவை என்று.

விரைவில் அவரது மனைவி இறந்துபோவாள். ச்சாட் போதையில் உடல்நிலை கெட்டு மனம் குலைந்து எஞ்சியிருக்கம் நாட்களை அவர் மற்றவர்கள் தயவில் கழிக்க நேரிடும். அந்த நேரங்களில் எல்லாம் அவர் மைமுனின் சிந்தனையாகவே இருப்பார்.

ஒருவரும் பார்க்கவில்லை என்ற அந்தரங்கமான சமயத்தில் அவள் அகாஸியா மரத்தின் கீழ் கல்லிலே குந்தியிருந்தது ஞாபகத்துக்கு வரும். ஓர் உடைந்துபோன கண்ணாடித் துண்டில் முகத்தைப் பார்த்து தலையை வாரியதையும், அவளாகவே இட்டுக்கட்டிய் குழந்தைகள் பாட்டை அவள் குரல் மெல்லியதாக முணுமுணுத்ததும் நினைவுக்கு வரும்.

ஒட்டகமே ஒட்டகமே
என் ஆசை ஒட்டகமே
என் ராசகுமாரனை மாத்திரம் சுமந்து வருவாயா
உனக்கு கட்டி முத்தம் கொடுப்பேன்.

அலிசாலாவிடம் அவள் எவ்வளவு காதல் வைத்திருந்திருப்பாள். அவ்வளவையும் ஒரு கணத்தில் தூக்கி எறிந்துவிட்டாளே. அதிகாலையில் தண்ணீருக்குப் போய் வருவதை அவள் எவ்வளவு தூரம் வெறுத்திருக்க வேண்டும்.

ஒருவேளை ஐ.நா. சிறகம் கேட்டபோது கிணறு வேண்டும் என்று கூறியிருந்தால் மைமுன், அலிசாலாவை மணமுடித்து அவருடைய ஊரிலேயே தங்கி இருந்திருக்கக் கூடும். வெகுகாலத்திற்கு பிறகு அவர் மனதில் இந்தச் சிந்தனைகள் எல்லாம் திருப்பி திருப்பி ஓடும்.

ஆனால், அப்போது அவருக்கு அது தெரியவில்லை.

# 7
# விருந்தாளி

– கொஞ்சம் தண்ணீர் கொண்டுவரட்டும், உங்கள் கால்களைக் கழுவி, மரத்தடியில் சாய்ந்து கொண்டிருங்கள்.

– நீங்கள் உங்கள் இருதயங்களைத் திடப்படுத்தக் கொஞ்சம் அப்பம் கொண்டுவருகிறேன்; அப்புறம் நீங்கள் உங்கள் வழியே போகலாம்.

– மாட்டு மந்தைக்கு ஓடி, ஒரு நல்ல இளங்கன்றைப் பிடித்து வேலைக்காரன் கையிலே கொடுத்தான்; அவன் அதைச் சீக்கிரத்தில் சமைத்தான்.

– வெண்ணெயையும், பாலையும், சமைப்பித்த கன்றையும் எடுத்து வந்து அவர்கள் முன்பாக வைத்து அவர்கள் அருகே நின்றுகொண்டிருந்தான்; அவர்கள் புசித்தார்கள்.

ஆதியாகமம் : 18

ஆபிரிக்காவில் இருந்தபோது எனக்கு ஒரு விநோதமான சம்பவம் நேர்ந்தது. நான் வசித்தது செக்பீமா எனப்படும் ஒரு குக்கிராமத்தில். இங்கே எனக்காக மரத்திலான ஒரு வீட்டை ஒதுக்கியிருந்தார்கள். அத்தியாவசியமான தேவைகள் மாத்திரம் கொண்ட அடக்கமான வீடு அது. கூரைகூட மரத்தினால் ஆனதுதான். இந்த முழு வீடும் பெரிய மரத்தாங்கிகளில் ஏறி உட்கார்ந்திருந்தது.

இதன் சமையலறையும் வெளிவீடும் ஆபிரிக்க விதிகளின்படி சற்று தூரத்தில் இருந்தன. என்னுடைய சமையல்காரன், தோட்டக்காரன், வேலைக்காரன் எல்லோரும் இங்கே வசித்தார்கள். இதைத் தவிர ஒரு வாகன ஓட்டியும், மூன்று காவல்காரர்களும் வந்து வந்து போனார்கள். இப்படி அந்தக் கிராமத்தின் அரைவாசி ஜனத்தொகை என் ஒருவனைப் பராமரிப்பதையே முக்கியத் தொழிலாக ஏற்றுக்கொண்டிருந்தது. என்னுடைய வருகையினால்

அந்தக் கிராமத்துப் பொருளாதாரமும் ஒரு சுற்று பருத்திருந்தது என்றுதான் நினைக்க வேண்டும்.

என் வீட்டுக்குச் சிறிது தள்ளி ஒரு பள்ளிக்கூடம் இருந்தது. காலையும் மாலையும், சிறுவர்களும் சிறுமிகளும் சொக்கலட் கலர் சீருடையில் கூட்டம் கூட்டமாகப் போவதைக் காணலாம். ஆசிரியர்கள் இங்கே கடுமையான தண்டனைகளை வழங்கினாலும் இந்தப் பாலர்கள் எப்போதும் மலர்ந்த முகத்துடனேயே இருப்பார்கள்.

என்னைக் காணும்போதெல்லாம் ஓடிவந்து ‘இந்தியாமான்’ ‘இந்தியாமான்’ என்று கத்திக் கையசைத்துவிட்டுப் போவார்கள். நானும் பதிலுக்குச் சிரித்தபடி ‘ஆபிரிகாமான்’ என்று சொல்லிக் கையை ஆட்டுவேன். இங்கே கறுப்பாக இல்லாத எவரும் வெள்ளையர்; வெள்ளையர் அல்லாதவர் ‘இந்தியாமான்’ தான்.

சில நேரங்களில், துணிவுபெற்ற சில சிறுவர்கள் வீட்டினுள்ளே புகுந்துவிடுவார்கள். என்னிடம் நிலைக்கண்ணாடி என்ற தகுதி பெறாத நீண்ட கண்ணாடி ஒன்று இருந்தது. தயங்கித் தயங்கி வரும் சிறுவர்கள் கண்ணாடியில் தங்கள் பிம்பங்களைப் பார்ப்பார்கள். பின்னால் நிற்பவர்கள் முன்னால் வந்தவர்களை முட்டுவார்கள். பிம்பங்கள் கொடுக்கும் சக்தி, கண்ணாடியில் தீர்ந்துவிடுமுன் பார்த்து விடவேண்டும் என்பதுபோல இடித்துத் தள்ளுவார்கள். தங்கள் முறை வந்ததும் பல்லை இளித்து சரி பார்ப்பார்கள். இரண்டு பல் போன சிறுவன் கையினால் வாயைப் பொத்திச் சிரிப்பை அடக்கியபடி விலகி ஓடுவான். ‘கண்ணாடி சீக்கிரத்தில் மங்கப் போகிறது; நாளைக்கு வாருங்கள்’ என்று நான் சொல்லும் வரைக்கும் அவர்கள் போகவே மாட்டார்கள்.

என் வீட்டுக்குக் குழாய் வசதி கிடையாது. மழைக்காலங்களில் வரும் தண்ணீரைச் சேமிக்கும் விதமாக மேலே தொட்டிகள் கட்டி வைத்திருந்தார்கள். இந்த ஊர்ப் பெண்கள் நிமிர்ந்த நடையுடன் காலையிலும் மாலையிலும், தண்ணீருக்கும் விறகுக்குமாக அலைவதைக் காணலாம். ஆபிரிக்க பெண்களின் அறுபது சதவீதம் உழைப்பு இதற்குச் செலவாகிறது என்று சொல்லும் புள்ளி விபரங்கள் உண்மையென்றுதான் பட்டது.

ஒரு நாள் ஒரு பிழை செய்தேன். சும்மா ஜீப்பில் வரும்போது, பெரிய டிரம் ஒன்றில் தண்ணீர் பிடித்துவந்து இந்தக் கிராமத்து மக்களுக்குக் கொடுத்தேன். அன்று அந்தத் தண்ணீரைப் பங்கு போடுவதில் பெரும் போர் நிகழ்ந்தது. இரண்டு பெண்கள் தலைமயிரைப் பிடித்துக்கொண்டு வீதியிலே புரண்டு வனவிலங்குகள் போல

அடித்துக்கொண்டார்கள். அதற்குப் பிறகு இலவசமாகப் புண்ணியம் சம்பாதிக்கும் காரியத்தை நான் நிறுத்திவிட்டேன்.

ஜெர்மன் கம்பனி ஒன்று இந்தக் கிராமத்து வழியாகப் பெரிய ரோடு போட்டது. அதை அரசாங்கத் தரப்பில் மேற்பார்வையிடுவதற்கு நான் நியமிக்கப்பட்டிருந்தேன். ரோட்டு வேலைகள் மழைக் காலங்களில் நின்றுவிடும். மற்ற நேரங்களில் இரவும் பகலுமாகத் தொடரும். நான் வேலையும் வீடும் என்று நேரத்தைக் கழித்தவாறு இருந்தேன்.

என்னை இந்த நேரங்களில் மிகவும் வாட்டியது தனிமைதான். எவ்வளவுதான் வேலை, புத்தகங்கள், இசை என்று மூழ்கியிருந்தாலும் இந்தத் தனிமை என்பது மனிதனைச் சில வேளைகளில் பெரிதும் வதைத்துவிடும்.

இந்த வேதனைகளில் இருந்து எனக்குச் சில சமயங்களில் விடுதலை கிடைக்கும். எதிர்த்து இருந்த மலை உச்சியில் ஓர் ஐரிஷ் பாதிரியார் இருந்தார். அந்தப் பக்கத்தில் மிகவும் பிரபலமானவர். நிறையப் படித்தவர். நீண்ட வெண்தாடியோடு அந்தக் கிராமத்து மக்களுக்கு அவ்வப்போது கருணையோடு பல சேவைகள் செய்பவர்.

அவருடைய இருப்பிடத்துக்கு நான் சில சமயம் போவேன். அநேகமான சனிக்கிழமை மாலை வேளைகளை இவர் என்னுடன் கழிப்பார். நீலநிற மோட்டார் சைக்கிளில் டுப் டுப் என்று ஒலியெழுப்பியபடி அவர் வரும்போது, ஊர்ச்சிறுவர்கள் எல்லாம் பின்னாலேயே ஓடிவரும் காட்சி மறக்கமுடியாதது.

இவர் வரும் நாட்களில் என் பொழுது இனிதே போகும். பைபிளை மனப்பாடம் செய்த இவர், பழைய ஏற்பாட்டில் இருந்து அடிக்கடி அழகான கதைகளை எடுத்துச் சொல்வார். ஆனாலும், தமிழிலே பேசவேண்டும் என்ற என் ஆவல் வரவர அதிகரித்தபடியே இருந்தது.

இவர் வருகையில் எனக்கு ஒரு சிறிய சங்கடம் இருந்தது. இவருக்கு வைனில் மோகம் அதிகம். அதுவும் சாதாரண வைன் அல்ல. தேர்ந்தெடுத்த சுவை கூடிய வைன். சுவை நுட்பமான நாக்கு கொண்டவர். ஒவ்வொரு வைனையும் சுவைத்து அதன் நிறை குறைகளை விளக்குவார். இதன் காரணமாக அவர் வரும் சமயங்களில் எப்படியும் பட்டணத்தில் இருந்து வருபவர்களிடம் சொல்லி நல்ல வைன் வாங்கி வைத்திருப்பேன்.

இப்படி ஒரேயொரு நண்பரை அறிந்த அந்த தேசத்தில், ஒருநாள் நான் அலுவலகத்தில் இருந்து திரும்பும்போது ஓர் அதிசயம் காத்திருந்தது.

என்னுடைய சமையல்காரனின் மனைவி கால்களை மடக்கி உட்கார்ந்திருந்தாள். அவளுடைய சிறிய மகளின் தலை, அவள் முழங்கால்களுக்கு இடையில் கெட்டியாகப் பிடிக்கப்பட்டிருந்தது. அந்தச் சிறு பெண்ணின் முகம் கோணலாகிப்போக, அவள் தலை மயிரை இழுத்து அந்தத் தாய் சிறுசிறு புழுக்கள் போல பின்னிக் கொண்டு இருந்தாள். என்னைக் கண்டதும் அந்தச் சிறுமி பறித்துக் கொண்டு 'ஹொரேமா பீகாமா', 'ஹொரேமா பீகாமா' என்று கத்தியபடியே ஓடிவந்தாள். என்னுடைய ஜீப் அந்த நேரம் என் வீட்டுக்குப் போகும் பாதையில் திரும்பிக்கொண்டிருந்தது. ஜீப்பை நிறுத்தி விசாரித்தபோது, எனக்கு ஒரு விருந்தாளி வந்திருக்கிறார் என்ற விபரம் தெரியவந்தது.

எனக்கு ஆச்சரியம். நான் வேகமாக வந்து பார்த்தால், வீட்டு முன் விறாந்தையில் ஒருவர் முதுகில் மாட்டிய பையுடன் நின்று கொண்டிருந்தார். அவருக்கு இரு பக்கத்திலும் என்னுடைய காவல்காரர்கள் துவாரபாலகர்களாக, அவர் தப்பியோட எத்தனிப்பார் என்பது போல அவரைக் காவல் காத்துக்கொண்டிருந்தார்கள்.

என்னைக் கண்டதும் அவர் கையெடுத்துக் கும்பிட்டு வணக்கம் தெரிவித்தார். அவருடைய காலில் இருந்து தலைவரை புழுதி படிந்திருந்தது. தலைமயிர், சிறு தாடி எல்லாம் செம்மண் நிறமாக மாறியிருந்தது. அவர் நெடுந்தூரத்தில் இருந்து வந்திருக்கவேண்டும். சொக்ஸ் அணியாத பாதத்தில் மாட்டியிருந்த காலணிகள் ஓட்டை விழுந்து அவருடைய பெருவிரல் பருமனைக் காட்டுவதாக இருந்தன.

'உங்களைப் பற்றி நிறையக் கேள்விப்பட்டிருக்கிறேன். இன்றுதான் சந்திக்க முடிந்தது' என்றார்.

காலணிகளை வெளியே கழற்றி வைத்து, பாதங்களைக் கழுவியதும் அவருக்கு ஒரு புத்துணர்ச்சி பிறந்தது போல தெரிந்தது. உள்ளே வந்து சாய்ந்து உட்கார்ந்தார். பிறகு எங்கள் சம்பாஷணை வெகு நேரம் தொடர்ந்தது. எல்லா விஷயத்திலும் அவர் அனுபவப்பட்டவராகத் தெரிந்தார். என்றாலும் தாமதமாகவும், அடக்கமாகவும் பேசினார். மிகவும் சிரமப்பட்டு அவரிடம் நான் கறந்த விருத்தாந்தம் இதுதான்.

அவருடைய பெயர் ஜெகன். சிலோனை விட்டுப் புறப்பட்டு கப்பலில் சேர்ந்தபோது அவருக்கு வயது இருபது. அதற்குப் பிறகு வந்த இனக் கலவரங்களால் அவர் திரும்பிப் போவதற்கு வாய்ப்பே கிடைக்கவில்லை. அவருக்கு இருந்த ஒரே ஒரு சகோதரரும், தகப்பனாரும் போரில் இறந்துவிட்டார்கள். தாயைத் தேடும்

முயற்சியில் தோற்றுவிட்டார். தாயார் இருக்கிறாரா இல்லையா என்பது கூட அவருக்குத் தெரியாது.

ஐந்து வருடங்களுக்கு முன்பு கப்பல் வேலையை விட்டுவிட்டார். இவ்வளவு காலமும் சேமித்த பணத்தை வைத்து, இவரும் இத்தாலிய நண்பர் ஒருவரும் ஒரு கம்பனி ஆரம்பித்தார்கள். ஆபிரிக்க மரங்களை வெட்டி ஏற்றுமதி செய்வது. நன்றாகத் தொடங்கிய வியாபாரம் படு தோல்வியில் முடிந்தது. கடன் தலைக்கு மேல் போய்விட்டது. கையிலே ஒன்றும் மிச்சமில்லை.

இப்பொழுது பக்கத்து நாடான லைபீரியாவில் இருக்கும் ஒரு நண்பரைத் தேடிப் போய்க்கொண்டிருக்கிறார். அங்கே போய் ஏதாவது பிஸினஸ் செய்து முன்னுக்கு வந்துவிடலாம் என்ற நம்பிக்கை. நல்ல தொடர்புகள் கிடைத்தால், ஒரு சில வருடங்களில் லட்சங்கள் சம்பாதித்துவிடலாம் என்றார். விசா இல்லாதபடியால் கள்ள வழியில் போவதற்கு ஏற்பாடுகள் செய்திருந்தார். கடைசி பஸ் தவறிவிட்டது. ஒரு நாள் இரவு தங்கிப் போவதற்காக என்னிடம் வந்திருந்தார்.

முந்தி பிந்தி எனக்கு விருந்தாளிகள் வந்தது கிடையாது. அழகான தமிழில் பேசினார். அவர் பேசுவதைக் கேட்டுக்கொண்டே இருக்க வேண்டும் போலப் பட்டது.

எனக்கு ஒரு வேலைக்காரன் இருந்தான். அவனுடைய பெயர் சனூசி. நான் சொல்லும் வேலைகளைக் காட்டிலும், சொல்லாத வேலைகளைச் செய்வதிலே விசேஷ பிரியம் காட்டுவான். இருபது வயதான இவனுக்கு இரண்டு மனைவிகள். வாரத்துக்கு ஒரு கடிதம் எனக்கு எழுதுவான். இடது பக்கத்தில் பெரிய உருண்டையான எழுத்துகளில் தொடங்கி, வலது பக்கத்தில் குறுணியாக முடிப்பான். எல்லாம் சம்பள உயர்வு கேட்டுத்தான். காரணம் கேட்டால், ஒரு புஃலா பெண்ணைக் காதலிப்பதாகச் சிரித்தபடி சொல்கிறான். ஒருமுறை என் வீட்டில் தீப்பிடித்தபோதும் இதே மாதிரித்தான் சிரித்தான். என்னுடைய முடிவுகள் இவனுக்குத் திருப்தி தருவதில்லை. விரைவில் என்னைப் பணி நீக்கம் செய்துவிடுவான் என்று எதிர்பார்த்திருந்தேன்.

அப்படிப்பட்ட சனூசிக்கு அன்று என்ன செய்வதென்றே தெரியவில்லை. இங்கும் ஓடினான்; அங்கும் ஓடினான். ஒரு விருந்தாளியைச் சமாளித்த முன் அனுபவம் இல்லாததால், இன்னது செய்யவேண்டும் அல்லது செய்யாமல் விடவேண்டும் என்பது தெரியாமல் தடுமாறினான். கைகளினால் எனக்கு

சைகை காட்டினான். கண்களினால் பேசினான். ஆனால், நான் இவையொன்றையும் கவனிக்கவில்லை.

எனக்கு வந்த முதல் விருந்தாளியின் பேச்சில் மயங்கிப்போய் இருந்தேன். அவருக்கு வயது முப்பத்தைந்து இருக்கலாம். அவர் ரசனையும் என் ரசனையும் ஒன்றுபோலவே பட்டது. ஆனால், உற்சாகமில்லாத, எதையோ இழந்துவிட்ட குரலில் பேசினார்.

அங்கே கம்பனி ஜெனரேட்டர் ஒரு நாளைக்கு நாலு மணி நேரம்தான் வேலை செய்யும். மாலை ஆறு மணிக்குத் தொடங்கினால் இரவு பத்து மணியளவில் நின்றுவிடும். அன்று, என்னுடைய விருந்தாளியைக் கௌரவிக்கும் முகமாக இரவு ஒரு மணிவரை அது வேலை செய்தது. நாங்கள் இருவரும் நேரம் போவது தெரியாமல் பேசிக்கொண்டிருந்தோம்.

அந்தக் காலத்தில் என்னிடம் இரண்டு பெரிய உருளைகள் கொண்ட டேப் ரிக்கார்டர் ஒன்று இருந்தது. இரண்டு பேர் அதைப் பிடித்துத் தூக்க வேண்டும். அவ்வளவு பெரியது. காருகுறிச்சி சபைகளில் வாசித்த நாதஸ்வர இசையை நான் ஒலிப்பதிவு செய்து வைத்திருந்தேன். சபையின் ஆரவாரம், கைதட்டல்கள் எல்லாம் அதில் பதிவாகியிருந்தன. அப்படிப்பட்ட இசையைக் கேட்கும்போது கிடைத்த நிஜத்தன்மையில் நான் என்னை மறப்பது சுலபமாகவிருக்கும்.

அன்று அந்த இசைப் பதிவில் 'சக்கனிராஜா' வரும் பகுதியைப் போட்டேன். கண்களை மூடிக்கொண்டு அவர் அதை ரசித்தார். இன்னொரு தடவை கேட்க விரும்பினார். மீண்டும் போட்டேன்.

அந்த ஆபிரிக்க காட்டில், ஒரு நடு நிசியில், மின்விளக்குகள் எரியும் ஒரேயொரு தனி வீட்டில், எங்கள் இருவருக்காகவும் காருகுறிச்சி இன்னொரு முறை கரகரப்பிரியாவை வாசித்தார். அந்த வாசிப்பு முன்பு வாசித்ததிலும் பார்க்க இன்னும் மெருகு கூடியிருந்தது. நண்பரின் கண்களில் பெரிய உருண்டையாக நீர் ஒன்று திரண்டு பட்டென்று விழுந்தது.

பிறகு பேச்சு இலக்கியத்துக்குத் திரும்பியது. ஓர் உருதுக் கவிதையை நான் சொன்னேன்.

நீ அங்கே
நான் இங்கே
பெண்ணே !
இரவு நகர்கிறது
வீணாக.

இந்தக் கவிதையை வெகுவாக ரசித்தவர், திடீரென்று மௌனமாகி விட்டார். இவருடைய கடல் பிரயாணங்களில், தாய்லாந்திலோ, துருக்கியிலோ சந்தித்து இவருக்காகக் காத்திருக்கும் ஒரு பெண்ணின் ஞாபகம் வந்திருக்கலாம். மழைக்கால மேகம்போல அவருடைய முகம் கறுத்துவிட்டது.

என் சமையல்காரனுடைய பெயர் கமாறா. அவனுக்குத் தேக பலத்தில் இருக்கும் நம்பிக்கை செய்முறையில் இல்லை. எல்லா சமையல் வேலைகளையும் பலத்தினால் சாதிக்கப் பார்ப்பான். ஊறுகாய் போத்தல் மூடியைக் கள்ளன் இரவில் வந்து அபகரித்துவிடுவான் என்பதுபோல இறுக்கப் பூட்டிவிடுவான். ஒரு யானை பலத்தைச் சேகரித்தால் ஒழிய இதைத் திறக்க முடியாது. ஐந்து நிமிடத்தில் ஒரு தேங்காயைக் கையினால் உடைத்து, கத்தியினால் சுரண்டி சம்பல் போட்டுவிடுவான். இவனுக்காக நான் வாங்கிவந்த துருவலை இன்னும் தொடாமல் துருப்பிடித்துப்போய்க் கிடந்தது.

அன்று உணவு பரிமாறியபோது இரவு மணி பதினொன்றாகி விட்டது. கமாறாவுக்கு எங்கள் சமையல்களில் உபயோகிக்கும் பலசரக்கு பற்றிய அறிவு கொஞ்சமும் கிடையாது. ஆனால், ்என்னுடைய அயராத உழைப்பாலும், இடைவிடாத முயற்சியாலும் பெருஞ்சீரகத்துக்கும், பெருங்காயத்துக்கும் அவனுக்கு வித்தியாசம் தெரிந்திருந்தது. வெள்ளைப்பூண்டு எங்கே போடவேண்டும், வெந்தயம் எங்கே தூவவேண்டும் என்பதையும் மனப்பாடம் செய்துவிட்டான். ஆனால், கடுகுக்கும் மிளகுக்கும் உள்ள வேறுபாடு மாத்திரம் என்ன செய்தும் அவனுக்குத் தெரியவில்லை. நான் ஊரை விடுமுன் இதை எப்படியாவது அவனுடைய மண்டைக்குள் ஏற்றிவிடவேண்டும் என்ற தீர்மானத்தில் இருந்தேன்.

அன்று கமாறாவுக்கு என்ன நடந்ததோ, எங்கிருந்து ரோஷம் வந்ததோ தெரியவில்லை. அபாரமாகச் சமைத்திருந்தான். சுடச்சுட அப்பம் சுட்டு அடுக்கியிருந்தான். வெந்தயக் குழம்பு அளவான வெந்தயம் போடப்பட்டு மிளகாய்ச் சிவப்பில் நல்ல மணம் வீசியது. ஆபிரிக்க முறைப்படி வைத்த இறைச்சிக்கறி, துண்டு துண்டாக எண்ணெய்யில் மிதந்தது. ஆனால், சம்பலின் மகிமையைக் கூற இயலாது. அளந்தெடுத்துக் கலந்தது போல உறைப்பும், புளிப்பும், உப்புச்சுவையும் கூடித் தன்னிகரற்று விளங்கியது.

வந்த விருந்தாளி கடந்த பதினைந்து வருடங்களாக தான் இப்படியான உணவை உண்டதில்லை என்று சொன்னார். அவர் கண்களில் நீர் சுரந்தது. அதைத் துடைக்கக்கூட கை எடுக்காமல்

ஆவலாக உண்பதில் கருத்தாகவிருந்தார். அவர் புசிப்பதையே கண்வெட்டாமல் பார்த்துக்கொண்டிருந்தேன்.

அப்பொழுது ஒரு சம்பவம் நடந்தது. சனூசியைப் பார்த்து வைன் கொண்டுவரும்படி சைகை செய்தேன். அவன் காலைத் தேய்த்தபடி நின்றான். கீழே பார்த்தான் ; மேலே பார்த்தான். ஆனால், அசைய மறுத்துவிட்டான். இன்னொருமுறை சமிக்ஞை கொடுத்தேன். அவன் பொறுக்காமல் உள்ளே போய் ஒரு வைன் போத்தலைத் தூக்கிக்கொண்டு வந்து பட்டென்று வைத்தான். அது நான் சொன்ன உயர்ரக வைன் இல்லை; சாதாரண வைன். அதைத் திருப்பி அனுப்பிவிட்டு சனூசியை முறைத்துப் பார்த்தேன். அப்பொழுது அவன் அரை மனதுடன் அசைந்தசைந்து போய் நான் குறிப்பிட்ட வைனைக் கொண்டுவந்தான். அது டேவிட் பாதிரியாருக்காக நான் பிரத்தியேகமாகப் பட்டணத்திலிருந்து அதிக விலை கொடுத்து வரவழைத்த சிவப்பு வைன். பத்து வருடம் வயதாக்கப்பட்ட கபர்னெ சாவினொன். சனூசியின் புத்தியில் எனக்கு வந்த விருந்தாளி இந்த உயர்ந்த ரக வைனுக்குத் தகுதியற்றவர் என்று பட்டிருக்க வேண்டும்.

ஆனால், நான் அந்த வைனை விருந்தாளிக்காகக் கொண்டுவரச் சொல்லவில்லை. எனக்கு அதை அருந்தவேண்டும்போல இருந்தது. அன்று என் மனம் அளவில்லாத சந்தோஷத்தில் மிதந்தது. இந்த நிலையில் அனுபவிக்கக்கூடியது அந்த வைன் ஒன்று மட்டுமே என்று எனக்குப்பட்டது.

அதைத் திறந்து நானும் நண்பரும் பருகினோம். ஓர் இசையின் உச்சம் போல, கவிதையின் தொடக்கம் போல் அது இருந்தது. ஊற்றுப்போல நாக்கிலே பட்டு ஒரு காற்றுப்போல மறைந்தது. அது கொடுத்த சுவை மாத்திரம் நாக்கிலேயே தங்கியது; நாசியிலேயே நின்றது.

என் நண்பர் கிறங்கிப்போய் விட்டார். ஒரு வார்த்தைதானும் பேசவில்லை. எப்பொழுது தூங்கினோம் என்பதும் ஞாபகத்தில் இல்லை.

திடீரென்று விழிப்பு ஏற்பட்ட போதுதான் என் வீட்டில் ஒரு விருந்தாளி தங்கியிருக்கும் ஞாபகம் வந்தது. மணியைப் பார்த்தேன். ஒன்பது மணியை நெருங்கிக்கொண்டிருந்தது. என்னுடைய விருந்தாளி காலை எட்டு மணி பஸ்ஸைப் பிடிக்கவேண்டும் என்று சொல்லியிருந்தார்.

அவசரமாகப் படுக்கை அறையிலிருந்து வெளியே வந்தேன். அவர் சாப்பாட்டு மேசையில் குனிந்தபடி இருந்தார். காலை உணவை

முடித்ததற்கான அறிகுறிகள் தென்பட்டன. தலையைப் பிடித்தபடி பெரும் யோசனையில் ஆழ்ந்து போய் இருந்தார். கமாறாவும் சனூசியும் இவரைப் பார்த்தவாறு செய்வதறியாது எட்டத்தில் நின்றனர்.

அவர் புழுதி எல்லாம் போக சுத்தமாகக் குளித்திருந்தார். தலை வாரி ஒழுங்காக இருந்தது. ஆனால், உடுப்பு அதே உடுப்புதான். என்னிடம் சொல்லிவிட்டுப் போவதற்காகக் காத்திருந்தார். அதைப் பார்க்க என் மனது கரைந்தது. ஒரு புது வாழ்க்கையைத் தொடங்க முன்பின் அறியாத ஒரு நாட்டுக்கு இன்னும் சில நிமிடங்களில் புறப்படுவதற்கு இருந்தார். பஸ் கட்டணத்திற்குக் கூட காசு இருக்குமோ தெரியவில்லை . அதைக் கேட்பதற்கும் எனக்குக் கூச்சமாக இருந்தது.

என்னிலும் வயது கூடியவர் என்னைக் கண்டதும் எழுந்து நின்றார். ‘உங்களிடம் சொல்லிவிட்டுப் போவதற்காகக் காத்திருந்தேன். நீங்கள் செய்த உதவியை என்றும் நினைவில் வைத்திருப்பேன். எத்தனையோ வருடங்களுக்குப் பிறகு எங்கள் ஊர் சாப்பாடு உங்கள் புண்ணியத்தில் கிடைத்தது; மிகவும் நன்றி’ என்றார். அவர் நாக்குத் தழுதழுத்தது.

‘அநியாயமாக உங்களைத் தாமதிக்க வைத்துவிட்டேன். பஸ்ஸைத் தவற விட்டுவிட்டீர்களே !’ என்றேன். அதனாலென்ன, பத்து மணி பஸ்ஸை பிடித்துவிடலாம்’ என்றார்.

பனி உருகியது போல காற்று பளிங்குத்தன்மையோடு இருந்தது. முதுகுப் பையைக் காவியவாறு என்னுடைய விருந்தாளி படிகளில் இறங்கினார். சனூசியிடமும் கமாறாவிடமும் சொல்லிக்கொண்டார். இன்னொருமுறை என் கைகளைப் பாசமுடன் குலுக்கி விடைபெற்றார். ஒருவித ஏக்கத்துடனும் விருப்பமின்மையுடனும் ஓர் ஆதிவாசி மனிதன் போல தோள்களை ஒடுக்கி முன்னே குனிந்து நடக்கத் தொடங்கினார். நான் வாசலில் நின்று பார்த்துக்கொண்டிருந்தேன். எனக்குப் பக்கத்தில் கமாறாவும் சனூசியும் நின்றார்கள்.

சிறிது தூரம் சென்றவர் எதையோ நினைத்துக்கொண்டது போல திடீரென்று திரும்பி வந்தார். என் மனம் பதைத்தது. நான் நினைத்தது சரியென்று தோன்றியது. பஸ் கட்டணத்தை அவர் கேட்காமலே கொடுத்திருக்கலாம். இந்த நல்ல மனிதரின் மனம் வேதனைப்பட அனுமதித்துவிட்டோமே என்று நொந்துகொண்டேன்.

என்னிடம் மிகக் கிட்ட வந்தவர் சொன்னார். ‘இதுதான் உங்களைப் பார்ப்பது கடைசி தடவை என்று எண்ணுகிறேன். இனிமேல் இதைச் சொல்வதற்கு சந்தர்ப்பமும் கிடைக்காது. பல வருடங்களுக்குப் பிறகு உங்கள் தயவில் ஓர் உயர்ரக வைனைப் பருக

முடிந்தது. முகம் தெரியாத எனக்கு நீங்கள் செய்த இந்த மரியாதை மிக அதிகமானது. என் நிதி நிலைமையில் இப்படியான வைனை நான் இனிமேல் அருந்துவது சாத்தியமில்லை. சாகும் வரை இதை மறக்கமாட்டேன்' என்றார்.

நான் திகைத்துவிட்டேன். தன் உலகத்து உடமைகளையெல்லாம் ஒரு முதுகுப் பையில் காவி வந்த இவருக்கு வயதாகிய வைனின் சுவை நுட்பம் தெரிந்திருந்தது. ஏதோ பதில் கூறுவதற்காக வாயைத் திறந்தேன். அதைக் கேட்காமல் அவர் குதிக்காலில் திரும்பிவிட்டார்.

அந்தச் சனிக்கிழமை காலை , அவர் முழுச் சூரியனை நோக்கி, பெருவிரல்கள் தெரியும் காலணிகளைப் போட்டுக்கொண்டு நடந்து போனார். அந்த உருவம் கறுப்பாகும் வரை நாங்கள் அங்கே நின்றோம்.

நான் பின்னும் ஐந்து ஆண்டுகள் ஆபிரிக்காவில் வசித்தேன். அந்த வருடங்களில் என்னைத் தேடி ஒரு விருந்தாளிகூட வந்ததில்லை. என் ஆபிரிக்க சரித்திரத்தில் என்னிடம் வந்த ஒரேயொரு விருந்தாளி அவர்தான்.

ஜெகன் என்ற பெயரில் வந்த இந்த விருந்தாளி, தன் முழுப் பெயரையும் சொல்ல மறந்துவிட்டவர், ஓர் இரவு மறக்க முடியாத சந்தோஷத்தை எனக்குத் தந்தவர், லட்சாதிபதியாகும் கனவுகளுடன் கள்ள வழியாக அயல் நாடு சென்றவர், அதற்குப் பிறகு என்ன ஆனார் என்பது கடைசிவரை எனக்குத் தெரியாமலே போய்விட்டது.

# 8
# தொடக்கம்

இருபத்தியொன்பதாவது மாடியில் இருப்பதில் சில வசதிகள் இருந்தன. மற்ற கட்டிடங்கள் உயரம் குறைந்தவை. என்னுடைய அலுவலகம் உச்சியில் இருந்தது. சுற்றிவரக் கண்ணாடி ஜன்னல்கள். உலகத்தை ராஜ்யம் ஆளுவது போன்ற ஒரு பிரமையை அது கொடுக்கும்.

நிலம் நித்திரை கொள்வதில்லை என்று சொல்வார்கள். ஆனால், வானம் விழித்திருப்பதில்லை. இரவு நேரங்களில் வேலை செய்ய நேரிடும்போது மிகவும் ரம்மியமாக இருக்கும்.. விளக்குகளை அணைத்துவிட்டு, இருளின் நடுவில் மௌனமாக இருந்துகொண்டு பார்க்கும்போது, நட்சத்திரங்களிடையே மிதப்பது போலத் தோன்றும். மழைக்காலங்களில்.என்னவென்றால் மின்னலும் இடிமுழக்கமும் அதிசயமாகக் கீழேயிருந்து மேலே வரும்.

பறவைக் கூட்டங்களைப் பார்ப்பது இன்னொன்று. சம உயரத்தில் இருந்தே அவற்றைத் தரிசிக்கலாம். சில பறவைகள் திறந்திருக்கும் ஜன்னல் வழியாக மிகவும் சுதந்திரமாக உள்ளே நுழையும். இறக்கைகளைத் தொய்யவிட்டு ஒரு சுற்று வந்து மீண்டும் செட்டையடித்துத் திரும்பிவிடும். அவை அப்படி அடிக்கடி வந்து போவது, அந்த இடம் தங்களுக்குச் சொந்தமானது என்பதை உறுதிப்படுத்தவே என்று நான் எண்ணிக்கொள்வேன். அந்த எண்ணம் எனக்கு மகிழ்ச்சியாகவே இருக்கும்.

இது தவிர வேறு சில காட்சிகளையும் காணலாம். எதிரில் இருக்கும். கட்டிடத்தின் இருபதாவது மாடியில் இருவர் வேலை செய்தனர். ஓர் ஆணும் ஒரு பெண்ணும். அவர்கள் ஒருவர்மீது ஒருவர் ஆசைப்பட்டவர்களாகத் தெரிந்தார்கள்.

அவள் அடிக்கடி ஏடுகளை எடுத்துக்கொண்டு வருவாள். அவன் அவற்றைப் பார்ப்பான். அவளையும் பார்ப்பான். விலக்கப்பட்ட அங்கங்களில் விழி வைப்பார்கள்; தடுக்கப்பட்ட இடங்களை தடவுவார்கள். அங்குமிங்கும் பார்த்துவிட்டு அவதியாக உதடுகளை உரசிக்கொள்வார்கள்.

பிறகு அவள் ஃபைல் கட்டுகளைத் தூக்கிக்கொண்டு ஒன்றும் தெரியாத மாதிரி வெளியே போவாள். இவன் பெருமூச்சு விட்டுக்கொண்டு, அவளுடைய அடுத்த வரவுக்காகக் காத்திருப்பான். வேலை சலிக்கும்போது இந்த இளம் காதலர்களைப் பார்த்து கொஞ்சம் பரவசப்படலாம்.

ஆனால், அதற்கு இப்போது அவகாசம் இல்லை. இன்று நடக்க இருக்கும் ஒரு முக்கியமான கூட்டத்தில் மிகவும் பாரதூரமான முடிவுகளைச் சொல்லும் அறிக்கையைச் சமர்ப்பிக்க வேண்டும். பதினொரு பக்கங்கள் கொண்ட இந்த அறிக்கை தக்க ஆதாரங்களும், ஆணித்தரமான முடிவுகளும் கொண்டது. இதை அறிமுகப்படுத்தும் ஆரம்ப உரை எப்படி இருக்கவேண்டும் என்ற சிந்தனையில் இருந்தேன்.

கடந்த ஆறு மாத காலமாக இந்த ஆலோசகர் பணி என்னை அலைக்கழித்தது. நேற்றுத்தான் முடிந்தது. நானும் என்னுடைய பெண் உதவியாளர் கொஸாமரும் நேரம்போவது தெரியாமல் வேலை செய்தோம். கட்டுரையைச் செவ்வையாக்கி, சத்தம் செய்து முடிக்கும்போது இரவு பத்து மணியாகிவிட்டது.

பிரசங்கத்துக்கு வேண்டிய வரைபடங்கள், ஸ்லைடுகள் மற்றும் உபகரணங்கள் எல்லாவற்றையும் அடுக்கியாகிவிட்டது. நகல்களையும், பிற்சேர்க்கைகளையும் ஒழுங்குபடுத்தி, அவரவர் இருக்கைகளின் முன்பு கொஸாமர் வைத்துவிட்டாள். எல்லா சொற்பொழிவாளர்களுக்கும் ஏற்படும் ஆரம்ப தயக்கம் எனக்கும் இருந்தது. அந்த யோசனையில் மூழ்கியிருந்தேன்.

மூன்றாவது முறையாகத் தொலைபேசி ஒலித்தது. இந்தத் தடவையும், என்னுடைய ஐந்து வயது மகள்தான் பேசினாள். அண்ணன் மேல் மீண்டும் புகார் கொடுத்தாள். அது மிகவும் நீண்ட பட்டியலைக் கொண்டிருந்தது. ஒரு ஏழு வயது பையனால் அரைமணி நேரத்துக் கிடையில் இவ்வளவு உபாதங்களை உற்பத்தி செய்யமுடியுமா என்று அது என்னை யோசிக்க வைத்தது.

என் மனைவி வேலைக்குப் போய்விட்டாள். பிள்ளைகள் இரண்டு பேருக்கும் பள்ளி விடுமுறை. அவர்களுக்கு விலக்கு தீர்ப்பது இன்று என் வேலையாகிவிட்டது. பணிப்பெண்ணை அழைத்து என்

கஷ்டத்தைத் தெரிவித்துப் பிள்ளைகளை இன்னும் கண்டிப்புடன் பார்த்துக்கொள்ளும்படி கூறினேன்.

அப்போது பார்த்து கொஸாமர் உள்ளே எட்டிப்பார்த்தாள். சமயமறிந்து வந்துவிடுவாள். புன்சிரிப்பு தேவதை. அவள் முகம் சுளித்தோ, மூக்கைச் சுருக்கியோ நான் பார்த்ததில்லை.

ஆபிரிக்காவில் Secretary பறவை என்று ஒரு பறவை இருக்கிறது. அதன் கொண்டையில் இரண்டு பென்சில் செருகி வைத்ததுபோல இருக்கும். அது நடக்கும்போது தலையை நிமிர்த்தி ஒருவித செருக்குடன் நடக்கும்.

கொஸாமரைப் பார்த்தபோது அந்தப் பறவையைப் போலவே இருந்தாள். விநோதமான உடையணிந்து இன்னும் விநோதமான தலை அலங்காரம் செய்து வந்திருந்தாள். இரண்டு முள்ளம்பன்றி முட்கள் அவள் கொண்டையில் நீட்டிக்கொண்டு நின்றன. ஒரு சாயலில், யப்பானியப் பெண்ணின் பாவனையாகவும் தோன்றியது. மிக உயரமாகவும் ஒல்லியாகவும் காட்சியளித்தாள். பாதங்களைச் சிறுசிறு அடிகளாக வைத்து விரைந்து நடந்தாள்.

"கொஸாமர், என் இனியவளே! எனக்கு ஓர் உதவி செய்வாயா?"

"சொல்லுங்கள், காத்திருக்கிறேன்" என்றாள்.

"என் பிள்ளைகளிடம் இருந்து இனிமேலும் தொலைபேசி வந்தால் நீ இரண்டே இரண்டு கேள்விகள் கேட்கவேண்டும். ஒன்று, வீடு எரிகிறதா? இரண்டு, யாராவது காலை முறித்துக்கொண்டார்களா? இரண்டுக்கும் இல்லை என்று பதில் வந்தால் தொலைபேசியைத் துண்டித்துவிடு. எனக்கு இனிமேலும் தொந்தரவு தரவேண்டாம்."

அவள் முறுவலித்தபடியே சரி என்றாள். சுழல் கதிரைபோல ஒற்றைக்காலில் சுழன்று திரும்பினாள். குதி உயர் காலணியில் இப்படி லாகவமாக இவள் சுழன்று திரும்புவாள்; ஒரு முறைதானும் தடுக்கி விழுந்ததில்லை..

கடந்த இரண்டு மணித்தியாலங்களாக ஒரு தொலைபேசியும் வரவில்லை. ஆனபடியால் வீடு பத்திரமாக இருக்கிறது. கால்களும் சேமமாக இருக்கின்றன என்று நம்பலாம்.

உலகில் உள்ள கம்பனிகள் எல்லாம் ஒரு பொருளை அல்லது சேவையை வாங்கி பிறகு, விற்கும் அல்லது உற்பத்தி செய்து விற்கும். ஆனால், இந்த நிறுவனம் அதற்கு விதிவிலக்கு. இது ஒரு படி மேலே போய்:அந்த கம்பனிகளையே வாங்கி விற்கும் தொழிலைச் செய்தது.

இதற்கு வேண்டிய மூலதனத்தில் முக்கியமானது அயோக்கியத்தனம். இதன் அடித்தளமே தர்ம விரோதமாகச் செயல்படுவதுதான். இது தவிர வஞ்சகம், சூழ்ச்சி போன்ற குணாம்சங்களும் வரவேற்கத்தக்கவை.

மீதியான மூலதனம் வாடிக்கையாளர்களிடம் இருந்தே கிடைக்கும். மனிதனுக்கு மிக இயல்பான மௌடீகம்தான் இதற்கு ஆதாரம். மக்களிடையே மௌடீகம் ஏராளமாக இருந்ததால் வியாபாரமும் ஏராளமாகப் பெருகியது.

முறைகேடான வழியில் பணம் சம்பாதித்தவர்களுக்கு இது சொர்க்கம். அவர்கள் பணம் எல்லாம் வெள்ளாவி வைத்து (Money laundering) வெளியே வந்தது. மீண்டும் புரண்டது. இப்படி இந்த நிறுவனம் கொடிகட்டிப் பறந்தது.

ஆனால், சமீபத்தில் ஒரு மதலை கம்பனியை வாங்கியபோது ஒரு சிறிய தவறு நேர்ந்துவிட்டது. அது இந்த நிறுவனத்தை அதலபாதாளத்துக்கு இழுத்துச் சென்றது.

கருங்குழி (Black hole) என்று சொல்வார்களே, அதுதான். போட்ட முதலீடெல்லாம் போன இடம் தெரியவில்லை. இருந்ததையும் அடித்துக்கொண்டு போனது இந்தப் பால்குடி மறவாத கம்பனி.

ஆனைக்கும் அடிசறுக்கும் என்ற கதைதான். இதை எப்படிச் சொல்லப் போகிறேன். நம்பமாட்டார்கள். ஒரு தகுந்த மேற்கோள்காட்டி என் பேச்சை ஆரம்பித்தால் நன்றாயிருக்கும். ஆபிரிக்காவில் ஒரு பழமொழி வழக்கில் இருக்கிறது. 'எலி பிடிக்கப் போகிறவன் எலியைப் போலவே சிந்திக்க வேண்டும்' என்று.

இன்று வரும் சபையினர் எல்லாம் தகுதி வாய்ந்தவர்கள். இருபது பேருக்கு மேலிருக்கும் அந்தக் கூட்டத்தில் சிலரிடம் நான் மிகுந்த எச்சரிக்கையாக இருக்க வேண்டும். மீதிப் பேர் தலையாட்டிக்கொண்டு பின்னே போகும் பேர்வழிகள்தான்.

இன்று காலை வந்திருந்த குரல் அஞ்சல் தகவல்களில் முக்கியமானது, அலிசாலா பின் ஒஸ்மான் கூட்டத்திற்கு வருகிறார் என்பதுதான். இவருடைய கேள்விகளில் பள்ளம் இருக்கும். விழுந்துவிடாமல் சமாளிக்க வேண்டும்.

இவர் ஓர் அராபியர். சொந்தமாக ஜெட் விமானம் வைத்திருக்கிறார். சாட்டிலைட் போல உலகை வலம் வந்தபடியே இருப்பார். கண்கள் ஆம்புலன்ஸ் விளக்குகள் போலப் பளிச்சிடும். எந்த நேரமும் இவர் கைகளும் முகமும் வேர்த்துக் கொட்டியபடியே

இருக்கும். மிகக் கோபமான மூக்கு. இன்னும் கோபமான உதடுகள். இவர் வெளிமூச்சு விடும்போது பத்தாயிரம் டொலர் சம்பாதித்து விடுவார். திரும்பி உள்ளே இழுக்கும்போது இன்னொரு பத்தாயிரம் டொலர் சம்பாதித்து விடுவார் என்று சொல்வார்கள். இவர் யாருக்காகவும் காத்திருந்தார் என்று சரித்திரம் இல்லை.

இரவு நேரமானதும் பற்பல பறவைகளும் மரத்திலே வந்து ஒதுங்குவது போல, வயோதிகம் வந்ததும் பலவிதமான நோய்களும் உடம்பிலே வந்து தங்கிவிடும். மிசேல் பூனே வயோதிகர். பெயர் தெரிந்ததும் தெரியாததுமான பல வியாதிகள் அவர் கைவசம் இருந்தன. உருளைக்கிழங்குகளை எடுத்துவிட்ட உருளைக்கிழங்கு சாக்குபோல அவர் உடம்பு: சுருங்கி இருக்கும். தேகம் பூராவும் சர்க்கரை. அதனால் அவர் தான் குடிக்கும் கோப்பியில் சர்க்கரை சேர்த்துக்கொள்வதில்லை. ஆனால், அவருடைய மூளை வெகு சுறுசுறுப்பாக இயங்கக்கூடியது. ஓட்டைச்சிவிங்கி இரை மீட்பது போல மிக நிதானமாகவும் ஆறுதலாகவும் பேசுவார். இவர் ஒரு வசனம் பேசி முடிக்குமுன் மெதுவாக நகர்ந்து, சிறுநீர் கழித்துவிட்டு மீண்டும் வந்து உட்கார்ந்துவிடலாம்.

குளேரியா பாண்ஸ் என்ற பெண்மணி பாரிய யாக்கைக்கு உடைமையானவர். என்ன காரணமோ அவரைக் காணும்போதெல்லாம் "யாப் பெருங்கலக்காரிகை' எனக்கு ஞாபகத்துக்கு வரும். எவ்வளவு சிரமப்பட்டுத் தயாரித்த ஆண்டறிக்கையையும் ஒரு கேள்வியில் தூக்கி எறியும்படி செய்துவிடுவார்.

ஒலாண்டோ இரண்டாயிரம் டொலருக்குக் குறைந்த ஆடைகளை அணிவதில்லையென்ற விரதம் பூண்டவர். ஆடம்பரப் பிரியர். முன்தலைமயிர் உதிர்த்து பிடரி மயிர் சிலும்பி நிற்கும் 'வேரி மயிர் பொங்க', இவர் ஆங்கிலத்தை அட்சரம் அட்சரமாக உச்சரிப்பார். யோசனையான ஆள். ஒரு மணி நேரம் பேச வேண்டியதை ஒரு நிமிடத்தில் சொல்லிவிடுவார். ஒரு வசனத்தை ஒரு வார்த்தையில் வடிப்பார். அவர் பேச்சு புதிராக இருக்கும். யாராவது பின்னால் வந்து அரும்பதவுரை, பொழிப்புரை, தெளிவுரை, விளக்கவுரை, விசேடவுரையென்று செய்தால்தான் உண்டு.

"உண்மை எப்போதும் வெல்லும், உன் பக்கம் திறமையான வக்கீல் இருந்தால்" என்பது தெரிந்ததே. ஆனபடியால் நல்ல வாதத் திறமையோடு இந்த அறிக்கையை அவர்கள் முன்பு வைக்கவேண்டும். அப்பொழுதுதான் வெற்றி கைகூடும்.

காற்று கூடுதலாக இருந்தாலும் வறட்சியாக இருந்தது. நீளமாயிருந்த கண்ணாடி ஜன்னலைச் சாத்திவிட்டு தண்ணீர் குடிக்கக் கிளம்பினேன். எங்காவது நடந்துபோனால் ஆறுதலாக இருக்கும். மூளைக்கும் கொஞ்சம் இடைவெளி தேவைப்பட்டது.

தண்ணீர் ஊற்றுப் பக்கம் போனேன். இந்த ஊற்று இடது கைப்பழக்கக் காரர்களுச்காகச் செய்யப்பட்டு இருக்கவேண்டும். அதனுடைய குமிழ் இடது பக்கம் இருந்தது. வலது கைக்காரனான எனக்கு அது வசதியாக இல்லை.

இடது பெருவிரலால் தம் பிடித்து அமுக்கியபோது தண்ணீர் சீறிக்கொண்டு மேலெழுந்தது. அதற்கு லாகவமாக வாயைத் திறந்து பருகவேண்டும். மூன்றங்குலம் வாயைத் திறந்து முப்பத்தியேழு பாகைக் கோணத்தில் பிடிக்கவேண்டும். இதற்கு நீண்ட பயிற்சியும், நிதானமான யோசனையும் அவசியம். மிகவும் சங்கடமான அப்பியாசம். வாய், முகம், தலைமயிர், கழுத்து என்று எல்லா அங்கங்களையும் நனைத்த பிறகுதான் தாகசாந்தி செய்யலாம்.

எவ்வளவு முயன்றும் இந்தக் கலை எனக்குக் கைவரவே இல்லை. இதில் தேறுவதற்கிடையில் எண்சீர்க் கழி நெடில் ஆசிரிய விருத்தப் பாவை இயற்றப் பழகவிடலாம்போலபட்டது.

அறைக்குத் திரும்பினேன். ஆனால், அங்கே எனக்கு வேறுவிதமான ஒரு சம்பவம் நடப்பதற்குக் காத்திருந்தது.

கதவை இழுத்துச் சாத்திவிட்டு மறுபடியும் என் அறிக்கையை விரித்து பாயிரம் பாடும் முயற்சியில் இறங்கினேன். அப்பொழுது படீரென்று ஒரு சத்தம். நான் பார்த்துக் கொண்டிருக்கும்போதே அந்தப் பறவை ஐம்பது மைல் வேகத்தில் வந்து என் ஜன்னல் கதவில் மோதி விழுந்தது. பூ இதழ்கள் உதிர்வது போல அதன் இறகுகள் உதிர்ந்தன. அது மோதிய இடத்தில் கண்ணாடியில் வட்டமாக, வெண்மையான அடையாளம் பதிந்தது.

ஜன்னலைத் திறந்து தளத்தில் இறங்கினேன். பறவைகள் பறந்துதான் நான் பார்த்திருக்கிறேன். படுத்துப் பார்த்தில்லை. இந்தப் பறவை படுத்திருந்தது. அதைக் கையில் எடுத்தேன். சிறு துடிப்பிருந்தது. உடம்பின் சூடு இன்னும் தணியவில்லை. மிருதுவாக இருந்தது. காம்பில்லாத ஒரு பூவைத் தூக்குவதுபோல மெல்லிய லேசான கனம் கனத்தது.

அந்தச் சத்தம் கேட்டு கொஸாமர் வந்துவிட்டாள். அவள் கண்களில் அச்சமும் வருத்தமும் தெரிந்தது. மெதுவாகச் கிட்ட வந்து தொட்டுப் பார்த்தாள்.

"இறந்துவிட்டதா?"

மெள்ள தலையசைத்தேன். பறவையின் துடிப்பு அடங்கி உஷ்ணம் ஆறத் தொடங்கியிருந்தது. அது என்ன குற்றம் செய்தது? யாருக்கும் ஒரு தீங்கிழைக்கவில்லையே! மூடியிருந்த ஜன்னலை காற்றுவெளி என்று நினைத்து வந்து மோதிவிட்டது.

"இது என்ன பறவை என்று தெரியுமா?"

"இந்த ஊர்ப்பறவை அல்ல. வரத்துப் பறவை. கழுத்தைப் பார். பகட்டான நிறம். ஆண் பறவைதான். பெண் என்றால் நிறம் மங்கலாயிருக்கும். இதற்கு முன்பு ஒருமுறை இந்தப் பறவையைப் பார்த்திருக்கிறேன். திறந்திருந்த ஜன்னல் வழியாக அது என் அறைக்கு வந்திருந்தது. சிறகுகளை விரித்து அடித்து ஒரு வட்டம் போட்டது. என்னுடைய நண்பன் இது இப்படி இதற்குத் துரோகம் செய்து விட்டேன்."

"துரோகமா? என்ன துரோகம்?"

"சற்று முன்புதான் சாளரத்தைச் சாத்தினேன். பறவை தவறுதலாக எங்களிடம் வந்துவிட்டது என்று நாங்கள் நினைக்கிறோம். உண்மையில் நாங்கள் அல்லவோ அதன் பாதையில் கட்டடங்கள் எழுப்பியிருக்கிறோம்."

"சரி, இனி என்ன செய்வது? உங்களுக்கு நேரமாகிறது. நீங்கள் கூட்டத்திற்குப் புறப்படுங்கள். நான் இதை கிளீனரிடம் சேர்ப்பித்து விடுகிறேன்."

நான் அதற்கு உடன்படவில்லை. அந்நியமான கருக்கு வந்துவிட்ட அகதிப் பறவை அது. ஒரு பாவமும் அறியாதது. தனித்துப் போய் இறந்து கிடக்கிறது.

அதை கைக்குட்டையில் ஏந்தி எடுத்துக்கொண்டு இருபத்தியொன்பது மாடிகள் கீழே போய் அடக்கம் செய்யும்போதுதான் அதைப் பார்த்தேன். நீல நிறமான அதன் வலது காலில் ஒரு வளையம். அலுமினியத்தில் செய்த அந்த வளையம் பளபளத்தது. இதை எப்படி நான் முன்பே பார்ப்பதற்குத் தவறினேன். என் மனம் Bingo ஆட்டத்தில் கடைசிக் கட்டத்திற்குக் காத்திருப்பதுபோல படபடவென்று அடித்துக் கொண்டது. அந்த வளையத்தை மெள்ளக் கழற்றி வைத்துக்கொண்டேன்.

கொஸாமர் என்னுடைய பேச்சுக்கு வேண்டிய வரைபடங்களை அரங்கத்துக்கு எடுத்துச் சென்றுவிட்டாள். என் வரவை எல்லோரும்

எதிர்பார்த்து இருப்பதாகவும் அறிவித்தாள். காலணிக்குள் குறுணிக்கல் புகுந்துவிட்டதுபோல கால் மாறியபடியே நின்றாள். அவஸ்தைப் பட்டாள். விரைவில் செல்லவேண்டும் என்று என்னை அவதிப்படுத்தினாள். ஆனால், அதற்கு முன் எனக்கு ஒரு சிறு வேலை பாக்கி இருந்தது.

வளையத்தை எடுத்து உற்றுப் பார்த்தேன். 'மொஸ்கோ பறவை மையம், செயல் எண் Z 4533891 என்று எழுதியிருந்தது. கம்ப்யூட்டரில் மைய விரிவலையை விரித்தேன். அந்த வளையத்தில் எழுதியிருந்தபடி மொஸ்கோமையத்தைத் தேடினேன். கிடைக்கவில்லை.

பறவைகளின் தாய் தரவுத்தளம் கோர்னெல் பல்கலைக்கழகத்தில் இருந்தது. அதில் என் முயற்சியைத் தொடங்கினேன். பல வாசல்கள். திறந்தன. மூடின. வழி விசாரித்தபடி மொஸ்கோ மையத்துக்கு வந்து கதவைத் தட்டினேன். பதிவு இலக்கம் என்ற கேள்விக்கு தயங்காமல் Z 4533891 என்று பதிந்தேன்.

அப்பொழுது அந்தப் பறவையின் ஜாதகம் விரிந்தது. Saker Falcon ஐந்து வருடங்களுக்கு முன்பு அந்த வளையம் மாட்டப்பட்டிருந்தது. சில வருடங்களுக்கு முன்பு அராபியாவில் காணப்பட்டது. பலமுறை மொஸ்கோவுக்கும் ஆபிரிக்காவுக்கும் இடையில் பிரயாணம் செய்திருந்தது. குளிர்கால ஆரம்பத்தில் வந்து அது முடிய போய்விடும். இன்று என் கையில் மரணம் அடைந்து கிடந்தது.

வலையை மடித்தேன். வளையத்தை மேசையில் வைத்தேன். இந்தப் பறவை இன்ன நாள், இன்ன தேதி, இந்த இடத்தில் மரணமடைந்தது என்று குறிப்பு எழுதினேன். என் குறிப்புடன் அந்த வளையத்தை மொஸ்கோ மையத்துக்கு அனுப்பிவிடும்படி கொஸாமரைச் கேட்டுக் கொண்டேன்.

என் கட்டுரையைக் கையில் எடுத்தேன். பேச்சுக்கு அத்தியாவசியமான மற்ற உபகரணங்களையும் சேகரித்துக்கொண்டேன். அந்த நீண்ட கட்டிடத்தின் ஒரு தொங்கலில் இருந்து மறுதொங்கலில் அமைந்திருந்த கலந்தாய்வுக் கூடத்திற்கு விரைந்தேன்.

பேச்சை எப்படித் தொடங்குவது என்பதை நான் இன்னும் தீர்மானிக்கவில்லை. அதற்கு நேரமுமில்லை. இனியும் தாமதிக்க முடியாது.

நான் கதவை முழங்கைகளினால் தள்ளித் திறந்துகொண்டு உள்ளே நுழைந்தேன். எதிர்பார்த்தபடி அங்கே இருபது பேர்களுக்கு

மேலே கூடியிருந்தனர். என்னைக் கண்டதும் அங்கிருந்தோர் தங்கள் அதிருப்தியைத் தங்கள் தங்கள் தகுதிக்கு ஏற்றவாறு வெளிப்படுத்தினர்.

சில நாற்காலிகள் நகர்ந்தன. சிலர் அசைந்து கொடுத்தனர். பாதி குடித்த கோப்பிக் கோப்பைகள் மேசையிலே ஆடின. சிகரெட் பிடிக்கக்கூடாது என்ற அறிவித்தலையும் மீறி யாரோ புகைத்திருந்தார்கள். அத்த மணம் அறையிலே சூழ்த்திருந்தது.

என் தாமதத்திற்கு மன்னிப்பு கேட்பேனென்று சிலர் எதிர்பார்த்தார்கள். "சீமாட்டிகளே, சீமோன்களே !" என்று வழக்கமாக சம்பிரதாயத்துடன் பேச்சைஆரம்பிப்பேன் என்று சிலர் நினைத்தனர். இன்னும் சிலர் காலை வணக்கம் கூறுவேன் என்று காத்திருந்தார்கள்.

மாறாக, நான் ஒன்றுமே செய்யவில்லை. பேச்சு மேடையில் அஞ்சலி செய்வதுபோல சில விநாடிகள் அசையாது நின்றேன். விரித்த சிறகுடன் வேகமாக வந்து கண்ணாடியில் மோதி இறந்துபோன அந்தப் பறவையே என் ஞாபகத்திற்கு வந்தது.

என் உரையைத் தொடங்கினேன்.

"ஒரு பறவை இன்று வழி தவறிவிட்டது. சில நிமிடங்கள் முன்பு வெறும் வெளி என்று நினைத்து அது என் ஜன்னல் கண்ணாடியில் வந்து ஐம்பது மைல் வேகத்தில் மோதியது. அக்கணமே உயிர் பிரிந்துவிட்டது. "அதை இப்போதுதான் அடக்கம் செய்துவிட்டு வருகிறேன்.

"வளைந்த மூக்கும் வெள்ளைத்தலையும் கொண்ட பறவை. சாம்பல் நிறமான செட்டைகள். யாரையும் வசீகரிக்கும் தன்மை உடையவை. இந்தக் கைகளில் விரிந்து அனாதரவாகக் கிடந்தது. அதன் உடம்பு சூடு ஆறுமுன்பே அது அடக்கம் செய்யப்பட்டுவிட்டது.

"இந்த நிறுவனத்தின் தோட்டத்தில், ஒரு அடி ஆழத்தில், அது உறங்குகிறது. ரோஜாப் பதியனுக்கும், அந்தூரியத்திற்கும் இடையில் மரண வாசகம் எழுதாத ஒரு கல்லறையில் அது கிடக்கிறது.

"இந்தப் பறவையை Saker Falcon என்பார்கள். ரஷ்யாவின் வடகிழக்கு மூலையில் இருந்து குளிர்கால ஆரம்பத்தில் இது புலம் பெயரும். தெற்கு ஆபிரிக்கா வரைக்கும் பறந்து வந்து வசந்தம் வரும் வேளைகளில் திரும்பிவிடும்.

"ஐயாயிரம் மைல்கள் இதற்கு ஒரு பொருட்டல்ல. சூரியனையும் நட்சத்திரங்களையும் வைத்து திசையறித்து செல்லும். சரி கணக்காக வந்து கணக்காகத் திரும்பிவிடும்..

“அப்பேர்ப்பட்டவல்லமை படைத்த பறவை இன்று ஒரு சிறிய தவறு செய்தது. திரும்பவேண்டிய ஒரு சிறு திருப்பத்தில் திரும்ப மறந்துவிட்டது. அதனால் அது இறக்க நேரிட்டது. இனி அது தனக்கு சொந்தமான ருஷ்யா நாட்டின் வடபகுதிக்கு திரும்பவே போவதில்லை.

தொடக்க உறையை முடித்துவிட்டு அறிக்கையைக் கையில் எடுத்தேன். சபையோரின் முகங்களைப் பார்த்தேன். அந்த முகங்களை மறைத்த இருள் விலகுவதுபோல பட்டது. நான் என்ன சொல்ல வருகிறேன். என்பது அவர்களுக்கு விளங்கியது போலவும் இருந்தது. நான் என்னுடைய உரையை இனிமேல் படிக்க வேண்டிய அவசியமே இல்லை. அப்படித்தான் நினைக்கிறேன்.

# 9
# ராகுகாலம்

திங்கட்கிழமைகளை எனக்குப் பிடிக்காதென்று சிலர் நினைக்கிறார்கள். உண்மையைச் சொல்லப் போனால் திங்கட்கிழமைகளில் எனக்கு ஒருவித மனஸ்தாபமும் இல்லை. இவை வரும்போது பின்னால் இன்னும் நாலு நாட்களை இழுத்துக்கொண்டு வருவதுதான் எனக்குப் பிடிக்காது. அடுத்த சனி, ஞாயிறு நாட்கள் வெகு தூரத்தில் இருந்தன. அதுதான் வில்லங்கம், இதைத் தவிர எனக்குத் திங்கட்கிழமைகளில் தனிப்பட்ட விரோதம் எதுவும் கிடையாது.

இப்படிப்பட்ட ஒரு திங்கட்கிழமை காலை நான் அலுவலகத்திற்கு விரைந்துகொண்டு இருந்தேன். விரைந்து என்பது தவறு. நைரோபியில் எட்டு வீதிகள் கொண்ட பிரதானமான கிரோமா ரோட்டில் காலைச் சந்தடியில் கார்கள் ஊர்ந்தன. ரேடியோவில் அப்போது பிரபலமான ஆபிரிக்கப் பாடல் ஒன்று ஒலித்துக் கொண்டிருந்தது.

என்னுடைய மார்புகளைத் தொடாதே,
புதியவனே!
அவை இன்னும் இளசாகவே இருக்கின்றன.
கொஞ்சம் பொறுத்திரு,
காட்டு கத்தாளைபோல் உடம்பு வலுவாகட்டும்,
அதன் பிறகு உன் கைகள் சொல்வது
எனக்குப் புரியும்.
அதுவரைக்கும் என் மார்புகளைத் தொடாதே,
புதியவனே!

இந்தப் பாடலுக்கு ஏற்ப ஒரு காரியம் என் அலுவலகத்தில் அந்தச் சமயம் நடப்பது தெரியாமல் நான் சாவகாசமாக சவாரித்துக் கொண்டிருந்தேன்.

நைரோபியில் வேலை செய்வதென்றால், ஒன்றில் ஒரு ஷாவிடம் அல்லது பட்டேலிடம் வேலை செய்யவேண்டும். அது தவிர மிக நுட்பமாக Biodata (தகைமைத் தரவு) எழுதவும் தெரிந்திருக்க வேண்டும். இங்கே வேலைகள் கிடைப்பது இந்தத் தகைமைத் தரவு தயாரிப்பவரின் கெட்டித்தனத்தில்தான் தங்கியிருக்கிறது. அதனாலே இங்கு எல்லோரும் வெகு சகஜமாக வில்லை வளைப்பார்கள்; மற்சயத்தை அறுப்பார்கள்; மலையைத் தூக்குவார்கள். நானும் பெரிதாக ஒன்றும் செய்யாமல் சப்த சமுத்திரத்தையும் உருட்டிக் குடித்ததாகப் புனைந்து இந்த வேலையைச் சம்பாதித்திருந்தேன்.

என்னுடைய முதலாளி ஒரு பட்டேல். பல தொடர்வீடுகளுக்கு சொந்தக்காரர். இவரிடம் நான் மேலாளராக வேலை பார்த்தேன். வீடுகளை மேற்பார்வை செய்வது, ஒப்பந்தங்களைச் செயல்படுத்துவது, கணக்குகளைக் காப்பது இவைதான் என்னுடைய வேலை. தோல்வி வெற்றிக்கு முதல்படி என்ற முதுமொழியில் எனக்கு இருந்த பற்றுக் காரணமாக இந்த வேலை தொடர்ந்தது. ஒரு விளையாட்டு அரங்கம் கட்டப் போதுமான படிகள் என்னிடம் சேர்ந்திருந்தன.

அலுவலகம் திறந்து ஓர் அரைமணி நேரம் பிந்தித்தான் நான் தினமும் வருவேன். அன்று எப்படியோ சீக்கிரமாக வந்துவிட்டேன். நான் முயற்சி பண்ணாமலேயே நடந்த காரியம் அது. இப்படி தப்பிதங்கள் சிலசமயம் நடப்பதுண்டு.

எங்கள் தொடர்வீடுகளை உயரமான மின்சார வேலியும், இரட்டை கேட்டில் நின்ற காவலர்களும் பாதுகாத்தனர். மிமோசா விருட்சங்களின் உச்சியில் இருந்து அடாடா பட்சிகள் காலை ஒலிபரப்பை நிகழ்த்தின. அறுத்துக்கொண்டு ஓடிவிடுமோ என்று ஐயப்பட்டதுபோல மோட்டார் சைக்கிள்கள் சங்கிலிகளால் பிணைக்கப்பட்டு வேலி ஓரத்தில் நின்றன. நான் வேகமாக என் அறையை நோக்கி நடந்தபோது இன்னும் வேகமாகக் காவலாளிகள் என்னைப் பின்தொடர்ந்தனர். அவர்களுடைய முகங்கள் கலவரமாகக் காணப்பட்டன. என்னுடைய அறைக்கதவு சிறிது திறந்து ஆடியபடி நின்றது. என்னுடைய லேட்டாக வரும் பழக்கத்தில் மகத்தான நம்பிக்கை வைத்து, அங்கே ஒரு காரியம் நடந்துகொண்டிருந்தது. கதவைத் திறந்தபோது நான் அப்படியான காட்சியை எதிர்பார்க்கவில்லை.

அவன் முகம் பழக்கமானதாக இல்லை. முப்பத்தைந்து வயது மதிக்கக்கூடிய நல்ல உடல்வாகு இருந்தது. தசைகள் முறுகிக் கிடந்தன. முதுகில் வியர்வை துளிர்த்து நீராக வழுக்கிக்கொண்டிருந்தது. முன்னறிவிப்பின்றி வந்த என்னை மிகவும் குற்றமாகப் பார்த்தான். அந்தப் பெண் ஒரு கையால் தன் உடைகளை எடுத்துக்கொண்டு மறுகையால் ஒரு மார்பை மறைத்துக்கொண்டு ஓடினாள். பின்பு இன்னொருமுறை வந்து தன் காலணிகளை மீட்டுக்கொண்டு திரும்பினாள்.

இவள் துப்புரவுப் பணிப்பெண். தினமும் அதிகாலை வேளைகளில் கைக்காசு கொடுத்து கோடுபோட்டு அழகுபடுத்திய கேசத்துடன் வருவாள். சுத்தமாக வெளுத்த உடையோடு ஒவ்வொரு நாளும் புதுப்பிக்கப்பட்டுக் காட்சியளிப்பாள். போறணையில் இருந்து இறக்கிய பாண்போல மொரமொரவென்றும், இளஞ்சூட்டோடும் ஒருவித மணத்தோடும் இருக்கும் இவளைத்தான் அவன் வந்து இரண்டு நாட்களுக்கிடையில் வளம் பண்ணிவிட்டான்.

சில நாட்கள் முன்பு புதிதாக குடிவந்த டொன்னின் டிரைவர்தான் இந்த மாரியோ ங்கோமா. சாரதியம் தவிர வேறு வேலைகளும் பார்த்தான் என்பது அன்று காலைதான் எனக்குப் புரிந்தது. ஒரு காலத்தில் ஹறாம்பி உதை பந்தாட்டக்குழுவில் பிரபலமாக இருந்தவன் என்று பின்னால் தெரிந்துகொண்டேன். தொடைகள் அரைய, என்னைத் திரும்பிப் பார்த்தபடியே மிக மெதுவாக அவன் அசைந்து போனான். நான் இவனிடம் மன்னிப்பு கேட்கவேண்டும் என்று எதிர்பார்த்தான் போலத் தெரிந்தது.

இப்படித்தான் எனக்கு மாரியோவிடம் முதன்முதலில் பரிச்சயம் ஏற்பட்டது.

ஒரு வாரம் முன்பு மிஸ்டர் டொன் என் அலுவலகத்திற்கு வந்திருந்தார். வீடு பிடித்திருப்பதாகச் சொன்னார். இவர் ஒரு மொரிஸியஸ்காரரர். கட்டையான மனிதர். எந்த விதமான வீட்டிலும், எப்படிப்பட்ட வாசலிலும் குனியும் சிரமம் இல்லாமல் போகும் வசதி பெற்றவர். சர்வதேச நாணய நிதியத்தின் பிரதிநிதியாக நைரோபியில் பதவியேற்று இருந்தார். இவரிடம் அசிரத்தையாகப் பழகமுடியாது என்பது எனக்கு உடனேயே புரிந்துவிட்டது. சொற்களுக்குக் காவல் போட்டுக்கொண்டு பேசினார்.

வீட்டுப் பத்திரம் கையொப்பம் இடுவதற்கு ரெடியாக இருந்தது. தன் தொழில் பழக்கத்தால் நான் தயாரித்து வைத்திருந்த ஒப்பந்தத்தை இவர் வாசிக்க முற்பட்டார். ஒருதலைப் பட்சமான ஒப்பந்தங்கள்

இங்கு வெகு பிரசித்தம். இது எல்லோருக்கும் தெரியும், புதிதாக வந்திருக்கும் இவருக்குத் தெரிந்திருக்க நியாயமில்லை.

எறும்பின் கண்களுக்கு மாத்திரம் சாத்தியமான சிறிய எழுத்துகளில் நாங்கள் ஒப்பந்தத்தில் அடிக்குறிப்புகள் இடுவோம். மிக அபூர்வமான சரத்துக்களை எல்லாம் இப்படித்தான் நுழைத்து விடுவோம். இவர் அவற்றை எல்லாம் படிக்க மிகவும் ஆசைப்பட்டார். தலையைச் சொறிந்துகொண்டு வெகுநேரம் யோசித்தார். ஓர் IMF பத்திரத்தில் கையெழுத்து வைக்க சொன்னதுபோல மனதை மிகவும் குழப்பிக்கொண்டார்.

"ஐயா, இது இரும்புப் பட்டறையில் தயாரித்த பத்திரம். இதில் ஒரு வரி, ஒரு வார்த்தை, ஓர் எழுத்து, ஏன் ஓர் இடைவெளியைக் கூட உங்களால் மாற்ற முடியாது. வேண்டுமானால் இன்னொரு நாளைக்கு வந்து பாருங்கள்" என்றேன். மிகவும் யோசித்தபின் பேனையை கையிலெடுத்து Velay Don என்று தன் பெயரை வரைந்தார்.

இவருடைய மனைவியைக் கண்ட பிறகுதான் இவர் தமிழராக இருக்கக்கூடும் என்ற சந்தேகம் எனக்கு உதித்தது. மோசமான பல தமிழ் வார்த்தைகளுக்கு இவர் சொந்தக்காரராக இருந்தார். இவருடைய உச்சரிப்பு அச்சுறுத்தலாக இருக்கும். வேலாயுதன் என்ற பெயர்தான் இன்னும் சுத்திகரிக்கப்பட்டு Velay Don என்று மாறியிருந்தது.

மாரியோ முதல் தடவையாக ஒரு வெளிநாட்டுக்காரரிடம் வேலை பார்த்தான். அதனால், அவனுக்கு அடிக்கடி சம்சயங்கள் வந்தன. டொன்னுடைய பழக்க வழக்கங்கள், விருப்பு வெறுப்புகள் ஒன்றுமே அவனுக்கு முதலில் புரிபடவில்லை. அவர் என்ன எதிர்பார்க்கிறார் என்றும் தெரியவில்லை. அவன் படித்த முதல் பாடம் காலையில் காரை எடுக்கும்போது பின்னோக்கி எடுக்கக்கூடாது என்பதுதான். புதிய கார் ஒன்றை வாங்கி டொன் செய்த புதிய காரியம் இவனைப் பிரமிக்க வைத்தது. பூசணிக்காய் ஒன்றை கார் சில்லின் கீழ் வைத்து நசித்து கார் ஓட்டியதைக் கூறி அதற்குக் காரணம் கேட்டான். நான் எனக்குத் தோன்றிய மாதிரி அர்த்தம் சொன்னதும் மிகவும் கலவரப்பட்டு யோசனையில் ஆழ்ந்தான்.

அந்த அம்மா இரண்டு அடையாளம் (பொட்டு) வைத்திருக்கிறாளே! ஒன்று நெற்றியிலே, மற்றது உச்சியிலே. அவர்களுடைய மகளுக்கு மட்டும் ஓர் அடையாளம். அது ஏன் என்ற கேள்வியுடன் இன்னொரு நாள் வந்தான். அதற்கும் பதில் தயாராக வைத்திருந்தேன். இப்படித்தான் மாரியோ, சுவரைத் தொட்டு கரியாக்கியபடி, அடிக்கடி என்னிடம் வரத்தொடங்கினான்.

அந்த அம்மா மிகவும் ஆசாரமானவள். சேலை கட்டி குளிரைத் தடுக்க, ஒரு வேலைப்பாடு செய்த போர்வையும் போர்த்தியிருப்பாள். வான்கோழி போல கழுத்திலே சுருக்கங்கள் விழுந்து கிடக்கும். ஒரு காலத்தில் செழித்திருந்த கேசத்திற்குப் போதிய சான்று இருந்தது. தலையில் வெள்ளைக் கோடுகள் படர்ந்து முகத்திற்கு ஓர் அழகையும் கண்ணியத்தையும் கொடுத்தன.

மாரியோ அந்த அம்மாமீது மிகவும் மரியாதை வைத்திருந்தான். அவள் சொல்வதுதான் அவனுக்கு வேதவாக்கு. நவராத்திரி, தீபாவளி போன்ற மங்கல நாட்களில் உற்சாகத்தோடு கலந்துகொள்வான். அவற்றின் விபரங்களை ஆச்சரியத்தோடு கேட்டுக் கிரகிப்பதில் ஆர்வம் காட்டுவான். அவர்களின் பழக்க வழக்கங்கள், உணவு வகைகள்கூட அவனுக்குச் சீக்கிரத்தில் அத்துபடியாகிவிட்டன.

போகப்போக அவர்களுடைய சம்பிரதாயம், பழக்க வழக்கங்கள் பற்றி மாரியோ என்னிடம் அர்த்தம் கேட்பது குறைந்துவிட்டது. மாறாக, சுமங்கலி பூசை பற்றி எனக்கு ஏதாவது சந்தேகம் இருந்தால், அதை அவனே தீர்த்து வைப்பான் போல இருந்தது. அந்த அம்மா கடுமையான விரதங்களைப் பிடிக்கும்போது இவனும் பிடித்தான். அவற்றினுடைய பலாபலன்களையும் அவன் தெரிந்து வைத்திருந்தான்.

ஆனால், வெகு காலமாகியும் மாரியோவுக்குப் பிடிபடாத விஷயம் ஒன்று இருந்தது. அதுதான் ராகு காலம்.

ஒரு நாள் பதட்டமாக வந்து சேர்ந்தான். டொன் அவனைக் கடுமையாகத் திட்டிவிட்டதாகச் சொன்னான். காரணம், அவன் பத்து நிமிடகாலம் தாமதமாக வந்ததுதான். அன்று அவர் வெளிநாட்டுப் பயணத்திற்காக விமான நிலையம் செல்வதற்கு இருந்தார். அது ஒரு வெள்ளிக்கிழமை. பிளேன் பின்னேரம் இரண்டு மணிக்குத்தான் புறப்படுவதாக இருந்ததாம். டொன் என்றால் காலை பத்து மணிக்கு முன்பே வீட்டை விட்டுக் கிளம்புவதற்குத் தயாராய் இருந்தார். அன்று பார்த்து மாரியோ லேட்டாக வந்ததால், ராகு காலம் தொடங்கி விட்டதாக அவனைக் கண்டித்து, பயணத்தையே கான்ஸல் பண்ணி விட்டார்.

ஓர் ஆபிரிக்க டிரைவருக்கு ராகு காலத்தின் சூட்சுமம்பற்றி விளக்குவது எவ்வளவு கடினம் என்பதைக் கற்பனை திறன் உள்ளவர்களிடம் விட்டுவிடுகிறேன். மாரியோவின் முகத்தைப் பார்த்த பிறகு எப்படியும் இந்த ராகு கால மர்மத்தை இவனுக்குத் தெளிவுபடுத்த வேண்டுமென்று தீர்மானித்தேன்.

விஷ்ணு எப்படி மோகினியாக மாறி அமிர்தம் பங்கிட்டாரென்றும், அதை ராகு, தேவ உருவத்தில் பெற முயற்சித்ததையும், சூரிய சந்திரர் இதை அறிந்து விஷ்ணுவுக்குக் கோள் சொல்லியதால் ராகுவுக்கும் சூரிய சந்திரருக்கும் தீராப் பகை ஏற்பட்டதையும் விவரித்தேன். ராகுவின் பழி தீர்க்கும் படலம் இன்றும் தொடர்கிறது. சூரிய சந்திரர் இயக்கத்தில் பிறக்கும் ஒவ்வொரு நாளிலும் ஒரு சில மணி நேரங்களை ராகு பீடித்துக் கொள்கிறான். அதுதான் ராகு காலம், அந்தக் காலங்களில் என்ன செய்தாலும் அது உருப்படாது என்று விளக்கினேன்.

ஒரு சிறு பிள்ளையின் குதூகலம் அப்போது மாரியோவுக்கு ஏற்பட்டது. விளக்கம் இவ்வளவு சுலபமாக இருக்கும் என்று அவன் எதிர்பார்க்கவில்லை போலும். எந்த நாட்களில் எவ்வளவு மணி நேரங்களை ராகு பாதிப்பான் என்று அவன் கேட்டதற்கும் என்னிடம் ஒரு சூத்திரம் தயாராக இருந்தது.

Mother Saw Father Wearing The Turban Surely. இந்த வசனத்தை அவனை மனப்பாடம் செய்ய வைத்தேன். இந்த ஏழு வார்த்தைகளும் ஏழு நாட்களைக் குறிக்கும். முதலாவது வார்த்தை Monday என்றால், இரண்டாவது வார்த்தை Saturday மூன்றாவது Friday இப்படியே கடைசி வார்த்தை Sundayஐ குறிக்கும். இந்த முறைப்படி முதலாம் நாள் ராகு காலம் காலை ஏழரை முதல் ஒன்பது வரை நீடிக்கும், இரண்டாம் நாள் ஒன்பது முதல் பத்தரை, மூன்றாம் நாள் பத்தரை முதல் பன்னிரெண்டு இப்படியே விரியும் என்று விளக்கினேன். அவனும் புரிந்ததுபோல பெரிதாகத் தலையை ஆட்டினான்.

அவனுக்கு எவ்வளவு தூரம் இது அர்த்தமாகியது என்பது தெரிய நான் வெகுகாலம் காத்திருக்க வேண்டியிருக்கும். ஆனால், அப்போது அது எனக்குத் தெரியவில்லை.

டொன் தம்பதியருக்கு ஒரு மகள். பதின்மூன்று, பதினாலு வயதிருக்கும். மிக அழகான ஒரு பெண்ணாக வருவதற்குத் திட்டம் போட்டிருந்தாள். தலைமயிர் அடர்ந்து உச்சி பிரிக்காமல் இருக்கும். எப்படி வரிந்து இழுத்தாலும், அவளால் அந்த முகத்து வசீகரத் தன்மையைக் குறைக்க முடியாது. எப்பொழுது பார்த்தாலும் நீச்சல் தடாகத்தில் இரு பாதி குளியல் உடையில், சம வயது ஆபிரிக்கப் பெண்களுடன் விளையாடிக்கொண்டு இருப்பாள். ஒரு நாள் பார்த்த போது யாமா சோமா இறைச்சியை அவர்களுடன் பகிர்ந்து உண்டு கொண்டிருந்தாள். எனக்குத் திகைப்பாயிருந்தது.

நான் மாரியோவைக் கேட்டேன். "என்ன மாரியோ, இந்தப் பெண் இப்படிப்போய் சுட்ட இறைச்சியைச் சாப்பிடுகிறாளே. அவர்கள் சுத்த சைவம் அல்லவா?" என்றேன்.

"ம்பவானா, அதை ஏன் கேட்கிறீர்கள்? பள்ளிக்கூடம் போகும் வழியில் யாயா சென்டரில் மட்டன் கட்லட் வாங்கிச் சாப்பிடுகிறாள், வீட்டுக்குத் தெரியாமல். இலையான் அடித்தால் ஓணான் ரத்தம் வருகிறது" என்றான்.

"சின்னப் பெண்தானே! செய்துவிட்டு போகட்டும்."

"இல்லை, ம்பவானா, மாமிசம் சாப்பிடுவதை நான் சொல்லவில்லை. பெற்றோருக்குத் தெரியாமல் கள்ளமாகச் சாப்பிடுவதைச் சொல்கிறேன்."

டொன்னின் உலகம் தனி உலகம். அளவுக்கு அதிகமான பட்டன்கள் வைத்த கோட்டை அணிந்துகொண்டு, அடிக்கடி என் அலுவலகத்துக்கு முறைப்பாடுகளைக் கொண்டுவருவார். வீட்டிலே சாயமடித்து வளர்த்த தலைமயிர் என்றபடியால், கீழ்பாதி ஒரு நிறமாகவும் மேல்பாதி இன்னொரு நிறமாகவும் இருக்கும். உலகத்தைப் பார்க்கும் கண்களால் இவருக்குப் பக்கத்தில் இருக்கும் காதைப் பார்க்க முடியவில்லை. இவரிடம் மகளைப் பற்றிச் சொல்லுவோமா என்று நான் பலதடவை யோசித்தது உண்டு.

அந்தச் சிறுமி ஆபிரிக்கச் சிநேகிதிகளின் சகவாசத்தால் முற்றிலும் மாறி வர, மாரியோவோ தன்னுடைய இயல்பான குணத்தையும், பழக்க வழக்கங்களையும் துறந்துவிட்டான். அந்த அம்மாவின் மேல் அவனுக்குப் பற்றுதல் அதிகமானது. சிறிது சிறிதாக மாமிசம் சாப்பிடுவதையே விட்டுவிட்டு அவர்களுடைய இட்லி, சாம்பார் தோசைக்கு அடிமையானான். அது மாத்திரமல்ல, சிவராத்திரி, கந்தசஷ்டி பற்றியெல்லாம் தீவிரமாகச் சிந்திக்க ஆரம்பித்திருந்தான்.

மகளைப் பற்றித் தாயாரிடம் சொல்வதா விடுவதா என்ற மனப் போராட்டம் மாரியோவுக்கும் இருந்தது. நல்ல காலமாக முடிவெடுக்க வேண்டிய நிர்ப்பந்தம் அவனுக்கு நேரவில்லை. விதி வேறுவிதமாகத் தீர்மானித்தது போலும்.

சதுர்த்தி விரதத்தில் இவர்கள் தீவிரமாக இருந்தபோது, டொன்னுக்கு திடீர் என்று மாற்றல் உத்தரவு வந்தது. வழக்கமான நாலு வருடங்கள் அவருக்குக் கிடைக்கவில்லை. டொன்னுக்கு ஏற்பட்ட அதிர்ச்சியிலும் பார்க்க மாரியோவுக்கு அதிகமான ஏமாற்றம். அவர்களை மிகவும் பிடித்துப்போய் அவனுடைய

வாழ்க்கை ஓர் ஒழுங்குக்கு வரும்போது இப்படி நடந்துவிட்டதே என்று புலம்பினான்.

டொான் போகுமுன் பல பரிந்துரை கடிதங்களைக் கொடுத்திருந்தார். அப்படியும் மாரியோவுக்கு ஒரு வேலையும் கிடைக்கவில்லை. அவன் மனம் உடைந்து இருக்கும்போது ஸ்வீடன் தூதரகத்தில் ஒரு சாரதி அவசரமாகத் தேவைப்படுவதாகக் கேட்டிருந்தார்கள். மாரியோவை அடுத்த நாளே போய் அவர்களைப் பார்க்கும்படி கடிதம் கொடுத்து அனுப்பினேன். அத்துடன் மாரியோ என் வாழ்வில் இருந்து மறைந்துவிட்டான்.

பல மாதங்கள் கழித்து ஒரு சனிக்கிழமை யாயா சென்டருக்குச் சென்றிருந்தேன். இரட்டைப் பின்னல் கட்டிக்கொண்டு என்னுடைய சிறிய மகளும் வந்திருந்தாள். அது பசி வியாபித்திருக்கிற ஒரு மத்தியான நேரம். எங்கேயும் பசி தெரிந்தது. இருந்தபடி சிலர் சாப்பிட்டார்கள். நின்றபடி சிலர், இன்னும் சிலர் நடைபாதையிலேயே நடந்தபடி சாப்பிட்டார்கள்.

வழக்கம் போல ஐஸ்கிரீம் கடையைக் கண்டவுடன் என் மகளுடைய நடை தளர்ந்தது. வெட்டுக்கிளியை முகர்ந்த நாய்க்குட்டி போல கால்களைப் பரப்பிக்கொண்டு அசைய மறுத்துவிட்டாள். எத்தனை நூறு புதிய சுவைகள் வந்தாலும் வனில்லா போல் வருமா? அந்த மணம் அங்கே பரவியிருந்தது.

தூரத்தில் மாரியோ வந்துகொண்டிருந்தான். ஓர் ஒட்டைச்சிவிங்கி போல கால்களை அகட்டி வைத்து நடந்து வந்தான். அளவுக்கு அதிகமாக தொங்கிய கோட்டின் பகுதிகள் செட்டை போல இரண்டு பக்கமும் விசிறி அடித்தன. மெலிந்துபோய் இருந்தான். நூலிலே கோத்து வைத்ததுபோல அவன் உடம்பின் அங்கங்கள் தனித்தனியாக ஆடின. நெற்றியிலே திருநீறு பூசி அதிலே குங்குமப் பொட்டு.

அவனை இந்தக் கோலத்தில் பார்த்தது எனக்கு அதிர்ச்சியாக இருந்தது. என் மகள் பின்னால் நகர்ந்து என் கைகளை இறுக்கிப் பிடித்துக்கொண்டாள்..

"மிஸூரி."

"மிஸூரி சான்."

"எங்கே மாரியோ இந்தப் பக்கம்?"

"கோவிலுக்குப் போயிருந்தேன். ம்பவானா, புரட்டாசி சனியில்லையா"

"இன்று வேலைக்குப் போகவில்லையா?"

"வேலையா? இப்ப ஆறு மாசமாக அதைத்தானே தேடிக்கொண்டிருக்கிறேன்."

"ஆறு மாசமா? ஏன் அந்த ஸ்வீடன் தூதரக வேலைக்கு என்ன நடந்தது?"

"அதை விடுங்க, ம்பவானா? நாணல் புல் குழலை ஊதினாலும் கொஞ்சம் ஆறத்தானே வேண்டும், முகத்தைச் சொறிய" என்றான்.

"ஏன், என்ன நடந்தது?"

"நேர்முகத் தேர்வுக்கு புதன்கிழமை பன்னிரெண்டு மணிக்குக் கூப்பிட்டிருந்தார்கள். எப்படி போகமுடியும்?"

"நீ போகவில்லையா?"

"சரியான ராகு காலம், வேலை கிடைக்கவா போகிறது?"

முழுங்கால்கள் தனித்தனியாக ஆட, வேகம் குறையாமல் மாரியோ தன் பாட்டுக்குப் போய்க்கொண்டிருந்தான்.

நான் அவனையே பார்த்துக் கொண்டிருந்தேன், வெகு நேரம்.

"ம்பவானா, இதோ இரண்டு வனில்லா" என்றான் கடைக்காரன்.

# 10
# கொழுத்தாடு பிடிப்பேன்

ஓம் கணபதி துணை.

*The Immigration Officer*

*200 St. Catherine Street, Ottawa, ON*

*K2P 2K9.*

*(Please translate Sri Lankan Tamil language)*

*(இதை ஆங்கிலத்தில் மொழிபெயர்ப்பவர் வசனங்களின் ஓட்டரை மாற்றாமலும், எனது கருத்துக்கள் சரியாக வரும்படியும் தெள்ளத் தெளிவாக எங்கள் கலாச்சார வித்தியாசங்களை விளங்கப்படுத்தியும் மொழிபெயர்க்கும்படி தாழ்மையுடன் வேண்டிக்கொள்கிறேன்.)*

கனம் ஐயா அவர்களுக்கு,

சண்முகலிங்கம் கணேசரட்னம் ஆகிய நான் 90.03.18 அன்று மாலை ரொறொன்ரோ ஏர்போர்ட்டில் வந்து இறங்கினேன். எனக்கு சொல்லித்தந்தபடி அங்கே இருந்த உத்தியோகத்தரிடம் நான் தஞ்சம் கேட்டு விண்ணப்பம் செய்தேன். என்னுடைய மனைவியின் தங்கச்சி விஜயலட்சுமியும், அவளுடைய புருசன் பாலச்சந்திரனும் என்னை ஏர்போர்ட்டில் வந்து சந்தித்தார்கள். விஜயாவை இதுவே முதல் முறை நான் நேருக்கு நேர் சந்திப்பது. அவவுடைய முகவெட்டு கிட்டத்தட்ட என்னுடைய மனைவியினுடையதைப் போலவே இருந்ததால், அவர்களை அடையாளம் காண்பதில் எனக்கு எவ்விதக் குழப்பமும் இல்லை.

என்னை அழைத்துக் கொண்டுபோய் தங்களுடன் இருக்க வைத்தனர். அந்தச் சிறிய வீட்டில் எனக்காக ஒரு முழு அறையை

ஒதுக்கித் தந்தார்கள். நான் என் வாழ்க்கையில் அதற்குமுன் இப்படி ஒரு தனி அறையை அனுபவித்தவன் அல்ல. ஆகவே, எனக்கு என் சகலனில் மரியாதை அதிகமாகியது.

என் சகலனாகட்டும், விஜயாவாகட்டும் என்னை வடிவாகவே பார்த்தார்கள். இங்கே எனக்கு எல்லாமே புதுமையாக இருந்தது. தபால்காரன் தபால்களை வீட்டிலேயே கொண்டுவந்து கொடுத்தான். எந்த இடத்திலும், எந்த நேரத்திலும் பைப்பில் இடது பக்கம் சுடு நீரும், வலது பக்கம் குளிர் நீரும் வந்தது.

பஸ்ஸிலே எப்படி றான்ஸ்பர் எடுப்பது, டெலிபோன் கார்ட்கள் எப்படி பாவிப்பது எல்லாம் எனக்கு சொல்லித் தந்தார்கள். நான் வந்து நாலாவது கிழமையே ஒரு ரெஸ்ரோறன்டில் எனக்கு கைக்காசுக்கு கோப்பை கழுவும் வேலையும் கிடைத்தது.

வாழ்க்கை இப்படியே இருக்கும் என்று ஆரம்பத்தில் மகிழ்ந்து போனேன். விடியோ படங்கள் புதுசு புதுசாக வாடகைக்கு எடுக்கலாம். ஊரிலே சாப்பிட முடியாத உணவு வகைகள் எல்லாம் இங்கே கிடைத்தன. என் சம்பளத்தில் மாசா மாசம் சீட்டுப் போடச் சொன்னார்கள். அவர்களுக்கு றூம் வாடகை கட்டி, மாசச்சீட்டு 250 டொலர் போக மிச்சக் காசில் ஊருக்கும் அனுப்பினேன்.

என்னுடைய சகலனுக்கு இரண்டு வேலை. இரவு பதினொரு மணிக்குத்தான் வருவார். விஜயா கால்சட்டையும் கோட்டும் அணிந்து கைப்பையும் தூக்கிக்கொண்டு டேகேர் வேலைக்கு காலையிலேயே போய்விடுவா. அரை நாளுடன் அவவுடைய வேலை முடிந்துவிடும். என்னுடையது முதலாவது ஷிப்ட் முடிந்து மூன்று மணியுடன் வீட்டுக்கு வந்து கொஞ்சம் அயர்வேன். பிறகு, ஏதாவது வீட்டு வேலைகள் செய்து கொடுப்பேன். அநேகமாக மார்க்கட்டுக்குப்போய் சாமான் வாங்கி வருவது என் பொறுப்பில்தான் இருக்கும்.

இரவு சகலன் வந்ததும் சேர்ந்து இருந்து சாப்பிடுவோம். விஜயா அழகாகச் சமைப்பா. அவவுடைய றால் குழம்பின் ரேஸ்ட் மறக்க முடியாதது. நான் றால் சாப்பிட்டது கடைசியாக அன்றுதான். என்னைப் பொலீஸில் பிடித்த நாள். அதற்குப் பிறகு இரண்டு வருடங்கள் இந்த மறியலில் நான் அனுபவிக்காத சித்திரவதை இல்லை.

இங்கு தரும் சாப்பாடு வித்தியாசமானது. ஐந்து நேரங்களுக்கு இரண்டு முட்டை வீதம் பத்து முட்டை, நாலு நேரம் மீன்துண்டு, மூன்று நேரம் ஒவ்வொரு கோழிக்கால், நாலு நேரம் சாலட் என்று சொல்லும் வேகவைக்காத கீரை வகை தருவார்கள். எனக்கு

ஹைபிரசரும், சலரோக வியாதியும் உண்டு. நான் இப்போ நோயாலும் மனவேதனையாலும் மிகவும் கஸ்ரப்படுகிறேன்.

நான் கனடாவுக்கு உல்லாசப் பயணியாக வரவில்லை. என்னுடைய விண்ணப்பத்திலும், விசாரணைகளிலும், திருப்பித் திருப்பிச் சொன்னதுபோல எங்கள் நாட்டில் நடக்கும் யுத்தத்திலிருந்து தப்புவதற்காகச் சொந்த மனைவியையும், தேவதைகள் போன்ற பிள்ளைகளையும் விட்டு தப்பி ஓடிவந்தவன். என்னுடைய குடும்பத்தை ஒரு வழியாக ஒப்பேற்றிவிடலாம் என்ற ஆசையிலே மூன்று மாதகாலம் பிரயாணம் செய்தேன். நேராக பிளேனில் ஏறி நேராக வந்து இங்கே இறங்கவில்லை. வள்ளத்திலும், ரயிலிலும், மேலே விழவிழ தள்ளி உட்கார்ந்து, இரவு முழுக்க கண்விழித்து பலாப்பழ லொறியிலும், கொன்ரெய்னரிலும், பிளேனிலுமாக எண்பத்து ஒன்பது நாட்கள் பயணம் செய்து வந்தவன். கொலம்பஸ் அமெரிக்காவுக்கு வந்துசேர எடுத்தது 71 நாட்கள்தான். நான் என் கனவு மூட்டைகளைத் தவிர வேறு ஒரு மூட்டையும் கொண்டு வராதவன்.

என்ரை குஞ்சுகளை நான் ஊரிலே விட்டுவிட்டு வந்து இங்கே உத்தரிக்கிறேன். என்னை அவர்கள் மறந்துவிடுவார்கள். என் முகம் இன்னும் ஞாபகம் இருக்கோ தெரியாது. நான் ஊரை விடும்போது பெரியவனுக்கு 7 வயது, இரண்டாமவனுக்கு 5, பஞ்சலோகத்தில் செய்த என்ரை மகளுக்கு 4 வயது, கைக்குழந்தைக்கு 6 மாதம்தான்.

பெரியவன் வகுப்பில் வலுகெட்டிக்காரன். ஆமெணக்கெண்ணய் குடிக்க வைத்தால், நேரே ஓடலாம் என்ற அறிவுகூட இன்றி என்னையே சுத்தி சுத்தி ஓடுவான். சின்னவன் நான் கிணற்றில் தண்ணி அள்ளிக் குளிக்கும்போது, எனக்குக் கீழே நின்று அந்த தண்ணியிலேயே குளிப்பான். வெள்ளை லேஸ் வைத்து அலங்காரம் செய்த சட்டையைப் போட்டுக்கொண்டு என் சின்ன மகள் தத்தக்க புத்தக்க என்று ஓடி =வருவாள். பாயிலே படுக்கும் என்னைத் தொட்டுக்கொண்டு படுப்பதற்கு சண்டை போடுவார்கள். இந்தத் தெய்வங்களை இனி எப்ப பார்க்கப் போறேனோ தெரியாது.

எங்கள் நாட்டில் தங்க நிறமான பூரண சந்திரன் வருவான். இங்கே நீல நிறத்தில் சந்திரன் தெரியும்போதே எனக்கு ஏதோ தீமை நடக்கப்போகுது என்று தெரிந்துவிட்டது. பக்கத்து அறையில் இருந்தவன் நேற்றிரவு என்ன காரணமோ திடீரென்று செத்துவிட்டான். அவனுக்கு நான் ஒரு முட்டை கடன்தர வேண்டும். அவனுடைய பெயர் தெரியாது. ஆனால், அவன் சாவதற்குச் சம்மதிக்கவில்லை. திறந்த கண்களால் இன்னும் இந்த உலகத்தைப் பார்த்துக்கொண்டு இருந்தான்.

அவன் ஒரு பெயர் உச்சரிக்கமுடியாத ஆபிரிக்க நாட்டிலிருந்து வந்தவன். அங்கே சிவப்பு மாட்டுக்கு ஒரு சொல்லும், கறுப்பு மாட்டுக்கு இன்னொரு சொல்லும் இருக்கிறதாம். இடது கால் செருப்புக்கு ஒரு வார்த்தை என்றால், வலது கால் செருப்புக்கு இன்னொரு வார்த்தை என்றும் சொன்னான். ஒரு முட்டை கடன்தர வேணும் என்றால் ஒரு வார்த்தையும் இரண்டு முட்டை கொடுக்கவேணும் என்றால் அதற்கு இன்னொரு வார்த்தையும் அந்த நாட்டில் இருக்கலாம்.

இங்கே சில வசதிகள் உண்டு. இப்படி வசதிகளுக்கு முன்பே பழக்கப்பட்டிருக்காததால் நான் ஆரம்பத்தில் கஷ்டப்பட்டுவிட்டேன். திறப்புகளைத் தொலைக்காமல் வைப்பதற்குப் பழகியிருந்தேன். கனடாவில் எல்லாம் தானாகவே பூட்டிவிடும் கதவுகள். இவை ஆபத்தானவை. நிறைய ஞாபகசக்தியை அவை உபயோகித்துவிடும். இங்கே தலையில் தொப்பி அணிந்து இடையில் குண்டாந்தடி செருகிய கார்டுமார் பெரும் சத்தம் போடும் இரும்புக் கதவுகளை எங்களுக்காகத் திறந்துவிடுவார்கள்; பின்பு பூட்டுவார்கள். நாங்கள் ஒன்றுமே செய்யத் தேவையில்லை. கதவுகள் தானாகவே பூட்டிக்கொள்ளுமோ என்ற அஞ்சி நடுங்க வேண்டாம். கைகளை ஆட்டிக்கொண்டு உள்ளே போவதும் வருவதுமே எங்கள் வேலை.

என்னுடைய சகலன் வீட்டில் நான் மிகவும் எச்சரிக்கையாகவே இருந்தேன். அங்கே தானாகவே பூட்டிக்கொள்ளும் கதவு. திறப்புகளைக் கையிலே காவியபடிய இருக்கவேணும். திறப்புகளைத் தூக்கிக் கொண்டு நாங்கள் எல்லோரும் எங்களுக்கு விதிக்கப்பட்ட நேரங்களில் வேலைகளுக்கு போவோம், வருவோம்.

ஐயா, என் வாழ்க்கையில் இதுவே சறுக்கலான காலம். போகப்போக அவர்கள் பணம் பணம் என்று பறப்பது எனக்குத் தெரியவந்தது. குடும்பச் சூழ்நிலையும் நல்லாக இல்லை. என்னுடன் விஜயா பழகுவது கொஞ்சம் பயத்தைக் கொடுத்தது. எப்படியும் என்னுடைய தஞ்சக் கோரிக்கை கேஸ் முடிந்தவுடன் வேறு வீடு மாறவேண்டும் என்று முடிவுசெய்தேன். இவ்வளவு உதவி செய்த சனங்களை மறக்காமல் கழரவேண்டும் என்று மனசுக்குள் தீர்மானித்து சமயம் பார்த்திருந்தேன். ஆனால், அது கடவுளுக்கு எப்படியோ தெரிந்துவிட்டது.

எங்களுக்குள் பிரச்சினை பின்னேரங்களில் டிவி பார்ப்பதில்தான் தொடங்கியது. விஜயாவின் கதைகளும் போக்கும் ஒரு மாதிரியாக இருக்க ஆரம்பித்தன. என்னுடன் கதைக்கும்போது தேவைக்கு அதிகமான நளினம் காட்டினா. அவவுடைய விரல்களும் அதன்

தொகுப்பு : அருண்மொழி நங்கை | 127

மிச்சப் பகுதியும் என் மனைவியை ஞாபகமூட்டின. ஒருநாள் நான் வேலையிலிருந்து அலுப்போடு வந்து நேரத்துக்குப் படுத்துவிட்டேன். எனக்கு விஜயா சிவப்பு முட்டை பொரித்து சாப்பாடு போட்டா. புருசன் வந்தபோது அவருக்கு வெறும் மரக்கறி சாப்பாடுதான். நான் படுத்திருந்தபோது அவர்கள் சண்டை போட்டது எனக்கு கிளியராக கேட்டது.

இன்னும் ஒரு முக்கியமான விஷயம். இவர்களுக்கு ஒரே மகள். அவளுடைய பெயர் பத்மலோசனி. முதலில் அவளை பத்மா என்று அழைத்து அது ஸ்ரைல் இல்லாதபடியால லோசனி என்று மற்றினார்கள். பிறகு அதுவும் சுருக்கப்பட்டு லோ என்றாகிவிட்டது. இது ஒரு மொத்தமான பிள்ளை. இவளை விஜயா அடிக்கடி கலைத்தபடியே இருப்பா. 'பெரியப்பாவை சும்மாவிடு அவர் களைப்பாக இருக்கிறார்' என்றோ, 'போய்ப் படி' என்றோ, 'கீழ் வீட்டிலே போய் புத்தம் வாங்கி வா' என்றோ விரட்டுவதுதான் வேலை.

இவள் சிறு பெண் என்றாலும் விவேகமானவள். படிப்பு கெட்டித்தனம் அல்ல. அவளுடைய மூளை கள்ளத்தனம் கொண்டது. நேராக ஒரு காரியத்தை செய்வாள் என்றில்லை. எப்பவும் விஷமமும், சூழ்ச்சியும் தந்திரமும்தான். அவளுடைய காதுகள் கூர்மையானவை. படிகளில் ஏறிவரும் சத்தத்தை வைத்தே வீட்டுக்கு யார் வருகிறார்கள் என்று ஊகித்துவிடுவாள். இது அந்த அங்கிள், மேல் வீட்டுக்கு போறார். இது கீழ் வீட்டு அன்ரி, வீடியோ எடுக்க வாறா என்று சரியாகச் சொல்வாள். வீட்டிலே தமிழ் வீடியோப் படங்களைப் பார்க்கும் நேரங்களில் 'ஆ.. சரி இனி கட்டிப்பிடிச்சு பாடப்போகினம்' என்று அவள் சொன்னால் அப்படியே நடக்கும்.

பின்னேரங்களில் ஹோலுக்குள் இருந்து ஹோம்வோர்க் செய்யுறன் எண்டு சொல்லி, முழுசி முழுசி பார்த்துட்டு பெரியவர்களுக்கான டிவி சானலை ஓன் செய்துவிடும். அதில் வரும் மோசமான காட்சிகளை மியூட் பட்டனை அழுத்திவிட்டு சத்தம் கேட்காமல் பார்க்கும். இப்படி பழகிப் பழகி இந்த விஷயங்களில் இதுக்கு ஒரு நாட்டம் வந்துவிட்டது.

பெரியவர்களின் மூளையைக் காட்டிலும் இதுக்கு பத்து மடங்கு மூளை. ஒருநாள் தாய் வீடியோ கடைக்குப் போறதாய் சொல்லிப் போட்டு இறங்கிப் போய்விட்டா. இந்தப் பிள்ளை டெலிபோனில் ரீ டயல் பட்டனை அமுக்கி நம்பரைப் பார்த்துவிட்டு, 'இந்த அம்மா பொய் சொல்லி இருக்கிறா, இவ சீட்டு அன்ரியிட்டை சாறி பார்க்க

போனவ' என்று சொல்லி பிடிச்சுக் குடுத்துப் போட்டுது. இதை வெச்சுக்கொண்டு ஒரு கள்ளமும் செய்ய ஏலாது.

தானாகவே பட்டுபட்டென்று பூட்டிக்கொள்ளும் கதவுகள் கொண்ட இந்த வீட்டில், பாத்ரூம் கதவுகள் மட்டும் ஒழுங்காக வேலை செய்யாது. ஒரு நாள் தெரியாமல் நான் கதவைத் திறந்தபோது விஜயா குளித்துக் கொண்டிருந்தா. நான் பதகளித்துப் போனேன். இவ ஒன்றுமே நடக்காத மாதிரி மெல்லிசாய் சிரித்தபடி நின்றா. பக்கத்தில் கொழுவி இருந்த டவலை இழுத்து மூடலாம் என்ற எண்ணம்கூட இல்லாமல். நான் சொறி என்றுவிட்டு திரும்பிவிட்டன்.

இதை இந்தக் குண்டுப் பிள்ளை பார்த்துவிட்டது. 'அம்மாவைப் பெரியப்பா நேக்கட்டாய் பார்த்திட்டார்' என்று கத்தத் தொடங்கிவிட்டது. அவளுடைய வாயை அடக்க பெரிய லஞ்சம் தேவைப்பட்டிருக்கும். எப்படியோ அன்று சகலன் வேலையில் இருந்து திரும்பியபோது இந்தப் பிள்ளை வாயைத் திறக்கவில்லை.

இது தெரியாமல் நான் செய்த தவறு. ஆனால், தெரிந்து ஒருநாள் தவறு செய்ய நேர்ந்தது. அதற்குப் பிறகு அப்படி செய்வதில்லை என்று கடுமையான தீர்மானமும் செய்தேன். அந்த தீர்மானத்தை எவ்வளவுக்கு வெற்றியாக செய்துமுடித்தேன் என்ற சொல்லமுடியாது. காரணம் அது நடந்து சில நாட்களுக்குள்ளேயே நான் பொலீஸில் மாட்டிவிட்டேன்.

விஜயா பின்னரேங்களில் காலுக்கு மேல் கால் போட்டு இருந்து ஓய்வெடுப்பா. இரண்டு பெசென்ற் பால் கலந்து கடும் சாயம் கொண்ட தேநீரை சிறு சிறு மிடறுகளாக உறிஞ்சிக் குடிப்பா. என் மனைவியும் அப்படியே. இது இன்பமான நேரம். சிரிக்கக்கூடிய சமயங்களை இவ வீணாக்குவதில்லை. சின்ன ஜோக்குக்கும் கிக்கிக் என்று குலுங்கி குலுங்கி சிரிப்பா.

இப்படி என் மனம் அடங்காத ஒரு நாளில் இவ உள்ளுக்கு போய் உடுப்பு மாத்தினா. கதவு நீக்கலாக இருந்தது அவவுக்கு தெரியும் என்றே நினைக்கிறேன். ஒடுக்கமான ஜீன்ஸ் கால் சட்டையை ஒரு காலுக்குள் விட்டா, பிறகு மற்றக் காலையும் விட்டா. அது வேகமாக வந்து அவவுடைய அகலான உட்காரும் பகுதியில் தடைபட்டு நின்றது. இவ குண்டியை அற்புதமான ஒரு ஆட்டு ஆட்டி ஜீன்ஸை மேலே இழுத்துக்கொண்டா. அந்தத் தொடைகள் ஜீன்ஸை ஒரு சுருக்கம்கூட இல்லாமல் நிறைத்தன. என் மனம் அன்று பட்ட பாட்டை சொல்ல முடியாது. ஒரு பெண்ணைத் தொட்டு எவ்வளவு காலமாகிவிட்டது. அப்பொழுது ஒரு பழக்கமான வாசனை அள்ளி வீசி என் தேகத்தைச் சுட்டது.

ஐயா, அந்த நேரம் பார்த்துத்தான் இது நடந்தது. அதைச் சொன்னால் உங்களுக்கு நம்புவது கஷ்டமாக இருக்கும். கடவுள் வந்து சொன்னால் ஒழிய யார் நம்புவார்கள். இந்தத் தொக்கைப் பிள்ளை என்னை ஓய்வெடுக்கவிடாது. கதவை சாத்தி வைத்தாலும் உள்ளே திறந்துகொண்டு வந்துவிடும். வந்தால் ஃபானைப் போடும், ரேடியோவைப் போடும். ஜன்னலைத் திறக்கும், பூட்டும். இருக்கிற சாமான்களை இடம் மாத்தி வைக்கும். ஆராயாமல் போகாது.

என்னுடைய கட்டில் கனடாவில் ஒரு கடையிலும் வாங்க முடியாதது. ஒரு தச்சனைக் கொண்டு செய்வித்த ஒடுக்கமான கட்டில். இந்தப் பிள்ளை அதில் ஏறித் துள்ளி விளையாடும். என்னுடைய நித்திரையை எத்தனை வழிவகைகள் இருக்கோ அத்தனை வழி வகைளையும் பாவித்து குழப்பிவிடும். அன்றைக்கும் அப்படித்தான். ஒரு துணிப்பொம்மையின் காலைப் பிடித்து இழுத்தபடி வந்து ஏதேண்டாலும் விளையாடுவம் என்று கரைச்சல் படுத்தியது. 'குழப்படி செய்யாதே, போ. அம்மாவிட்டை சொல்லுவேன்' என்று வெருட்டினேன். 'அம்மா இல்லை. அவ கீழ்வீட்டு அன்ரியிடம் கதைக்கப் போட்டா' என்றது. பிறகு 'கொழுத்தாடு பிடிப்பேன்' விளையாட்டை ஆரம்பித்தது. (இது எங்கள் ஊர் விளையாட்டு. இதை மொழிபெயர்ப்பாளர் விளக்க வேண்டும்.)

நான் 'கொழுத்தாடு பிடிப்பேன்' என்று சொன்னால், அது 'கொள்ளியாலே சுடுவேன்' என்ற கத்தியபடியே கட்டிலைச் சுற்றி சுற்றி வெருண்டபடி ஓடும். இப்படி மாறி மாறி விளையாடினோம். இந்த விளையாட்டு மும்முரத்தில் சாரம் நழுவியதை நான் கவனிக்கவில்லை. முந்தி நான் சொல்லி இருக்கிறேன், இந்தப் பிள்ளைக்குக் காது சரியான கூர்மை என்று. அன்று எப்படி தவறவிட்டதோ எனக்குத் தெரியாது.

திடீரென்று கதவை உடைப்பது போல யாரோ திறந்தார்கள். பார்த்தால் என்னுடைய சகலன் குழம்பிய தலையோடும், பொத்தான் போடாத சேர்ட்டோடும் வேகமாக வந்தார். எனக்கு தெரிந்ததெல்லாம் அவருடைய மயிர் முளைத்த கறுப்புக் கைகளும், கட்டையான விரல்களும்தான். அவருடைய குத்து என் கழுத்திலேதான் வந்து விழுந்தது. நான் அள்ளுப்பட்டு போய் சுவரிலே தலையை இடித்துக்கொண்டு ரத்தம் ஒழுகக் கிடந்தேன். இந்தப் பிள்ளைக் குழறி அழத் தொடங்கிவிட்டது. 'நான் ஒண்டும் செய்யவில்லை. எல்லாம் பெரியப்பாதான் செய்தவர்' என்று திருப்பித் திருப்பிச் சொன்னது.

அவர் 911க்கு எப்ப அடிச்சாரோ தெரியாது. நான் நிமிர பொலீஸ் நிக்குது. கட்டிலிலே பிள்ளையின் நிக்கர் கிடந்தது. அவர்கள் அதைத்தான் முதலில் தூக்கிப் பார்த்தார்கள். என்ரை மண்டையிலே

காயம் எப்படி வந்ததென்று அவர்கள் விசாரிக்கவில்லை. ரத்தம் ஒழுகி சேர்ட் எல்லாம் நெஞ்சோடு ஒட்டிக் காய்ந்த பிறகுதான் கட்டுப் போட்டார்கள். என்னைத் திரும்பிப் பார்க்க ஒரு நாய்கூட இந்த நாட்டில் வரவில்லை. என்ரை மனைவிக்கு என்ன எழுதி மனதைக் கெடுத்தார்களோ நான் அறியேன். நகை சுற்றிவரும் மெல்லிய தாள் போல ஒன்றில் இரண்டு பக்கமும் இங்க் தெரிய அவள் எழுதும் கடிதம் பிறகு வரவே இல்லை.

இந்த நரகத்திலிருந்து எனக்கு விமோசனமே இல்லை. அந்தப் பிள்ளையின் விவேகத்தைக் கணக்கு வைக்க முடியாது. அதனுடைய உடலும் பெரியது, புத்தியும் பெரியது. அநியாயமாய் பிளான் பண்ணி என்னை மாட்டிவிட்டினம். என்னிடம் கையாடிய ஆறாயிரம் டொலர் சீட்டுக் காசை இனி நான் பார்க்க மாட்டேன். என்னை மறியலுக்கு அனுப்பி போட்டு வசதியாய் இருக்கினம். அங்கே நடந்த வண்டவாளங்களை நான் ஒருத்தருக்கும் மூச்சு விடவில்லை. விட்டால் ஒரு குடும்பமே நாசமாகிவிடும்.

என்ரை அறையில் இருக்கும் மற்றவன் ஒரு கேய் என்று சொல்லுகினம். மிகவும் துக்கமானவன். எந்த நேரம் பார்த்தாலும் எட்டாக மடித்து வைத்த ஒரு கடிதத்தைப் பார்த்தபடியே இருப்பான். அந்த கடிதம் மடிப்புகளில் கிழிந்து தொங்கியது. 27ஆம் செல் டானியலை வச்சிருக்கிறான் என்று பேசிக்கொண்டார்கள். இவனிடம் உள்ள ஒரே குறை, நான் எப்ப எங்கடை செல்லில் மூத்திரம் பெய்ய வெளிக்கிட்டாலும், அதே நேரத்தில் இவனும் பக்கத்தில் நின்றுகொண்டு செய்வான். இவன் நித்திரை செய்து நான் பார்த்ததில்லை. வெகு நேரம் தூங்காமல் அடிக்கடி சிலுவைக்குறி இட்டபடி எனக்கு மேல் கால்களைத் தொங்கப்போட்டபடி இருப்பான். நடு இரவுகளில் நான் விழித்துப் பார்த்தால், நீண்ட ஸ்டோக்கிங்ஸை தோச்சு காயப்போட்டது போல அவன் கால்கள் கட்டிலின் மேல் தொங்கும்.

இரவு வந்தவுடன் நிழல்களும் வந்துவிடும். எங்களுடன் ஒரு கரப்பான்பூச்சியும் வசித்தது. அது இடது கைப்பழக்கம் கொண்டது. ஒரு நாள் இதைக் காணாவிட்டாலும் எங்கள் மனம் பதைபதைத்துவிடும். நாள் முழுக்கத் தேடுவோம். ஒல்லியான சுண்ணாம்பு கலர் பேர்ச் மரம்தான் முதலில் இலைகளைக் கொட்டும். பிறகு, மற்ற மரங்களும் இலைகளை உதிர்க்கும். சிறைக்கூடத்தின் முகப்புக் கோபுரத்தில் பறக்கும் கொடியின் நடுவில் உள்ள மேப்பிள் இலை மட்டும் எந்தக் காலமும் கொட்டுவதில்லை.

என்ரை தேவதைகளை என்னிடமிருந்து பிரித்துவிட்டார்கள். புத்தபிக்குகள் அணியும் அங்கி கலரில் கால்சட்டையையும் மேல்சட்டையையும் சேர்த்து தைத்த ஒரு நீளமான உடுப்பை 24 மணிநேரமும் அணிந்தபடி நான் அவர்களையே நினைத்துக்கொண்டிருக்கிறேன். 160 வருடங்களுக்கு முன்பு அடைத்து வைத்த முதல் ஐந்து கைதிகளின் பெயர்களை இங்கே பொறித்து வைத்திருக்கிறார்கள். நான் படுக்கும் படுக்கையில் இதற்குமுன் ஆயிரம் பேர்களாவது படுத்து எழும்பியிருப்பார்கள். படுத்த சிலர் எழும்பாமல்கூட விட்டிருப்பார்கள். கொலக்ட் கோல்கள் வாய்க்காத, கடிதங்கள் கிடைக்காத, விசிட்டர்கள் ஒருவருமே அனுமதிக்கப்படாத அந்திய நாட்டு கைதி ஒருவன் இங்கே வாழ்ந்தான். அவன் பெயர் இது என்று பின்னால் பொறித்து வைப்பார்களோ தெரியவில்லை.

ஜுலை 1, 1867ல் சில மாகாணங்கள் ஐக்கியமாகி, கனடா என்ற புதிய நாட்டை ஏற்படுத்தின. இது தற்பொழுது 10 மாகாணங்களையும் 2 பிரதேசங்களையும் கொண்டுள்ளது. கனடாவின் முதல் பிரதமர் சேர் ஜோன் ஏ. மக்டோனல்ட். கனடாவின் ராணியாகிய மேன்மை தங்கிய இரண்டாவது எலிஸபெத்துக்கும், அவரின் வாரிசுகளுக்கும், அவரின் பின் பதவிக்கு வருபவர்களுக்கும் நான் சட்டத்திற்கு அடக்கமானவனாகவும், விசுவாசமானவனாகவும், தேசபக்தி கொண்டவனாகவும் இருப்பேன் என்று சத்தியப் பிரமாணம் செய்கின்றேன்.

மேன்மை தங்கிய ஐயா, எப்போதாவது எனக்குக் குடியுரிமை கிடைக்கும் என்ற எண்ணத்தில் மேலே சொன்னவற்றை நான் மனப்பாடம் செய்து வைத்திருக்கிறேன். என்ரை றிவியூ அப்பீலைத் தள்ளுபடி செய்து என்னைத் திருப்பி அனுப்புமாறு கெஞ்சிக் கேட்டுக் கொள்கிறேன். நான் இங்கு கள்ளமாக வந்து சேர்ந்தமாதிரியே என்னை கொன்ரெய்னரில் போட்டு அனுப்பினாலும் சம்மதமே.

என்ரை மனைவிக்கு ஐந்தாவது குழந்தை பிறந்திருப்பதாகச் செய்தி கிடைத்திருக்கிறது. என்னுடைய உதவியில்லாமல் இது நடக்க வழியில்லை. இது சுத்தபொய்.

இங்கிருந்து 10000 மைல் தொலைவில், இலுப்பைப்பூ கொட்டுகிற இரவில் எண்ணையை மிச்சம் பிடிப்பதற்காகத் திரியைக் குறைத்து வைத்து, ஏழு மணிக்கே படுக்கப்போகும் சனங்கள் கொண்ட ஒரு சிறு கிராமம் இருக்கிறது. விரித்தவுடன் சுருண்டுவிடும் தன்மை கொண்ட ஒரு பாயை விரித்து, ஒரு பக்கத்தில் இரண்டு பிள்ளைகள், மறு பக்கத்தில் இரண்டு பிள்ளைகள் என்று சரிசமமாகத் தன்னைப்

பிரித்துக் கொடுத்து, வானத்தில் ஹெலிகொப்ரர்கள் பறக்காத ஓர் இரவிலே, வெள்ளிகளுக்கு நடுவாகத் தோன்றும் ஒரு சிவப்பு கிரகத்தைப் பார்த்தபடி படுத்திருக்கும் என் மனைவியைக் கொண்ட இந்த அற்புதமான கிராமத்துக்கு நான் திரும்பிப் போகவேண்டும். அங்கே ரோடு போடுபவர்களுக்கு கல் சுமந்து கொடுத்து என்ரை வாழ்க்கையை ஓட்டிவிடுவேன். மீண்டும் உத்திரவாதம் தருகிறேன். இந்தக் கொழுத்த பிள்ளையின் வயது பத்து என்பது எனக்குத் தெரியவே தெரியாது.

நிச்சயமாகச் சொல்கிறேன். நான் குடியுரிமை கிடைக்கும் ஆசையில் கஷ்டப்பட்டு மனப்பாடம் செய்த எல்லாவற்றையும் விரையில் மறந்துவிடுவேன் என்றும் உறுதி கூறுகிறேன். என்னை எப்படியும் திருப்பி அனுப்பிவிடுங்கள்.

இப்படிக்கு,
உங்கள் கீழ்ப்படிவான,
சண்முகலிங்கம் கணேசரட்னம்
சிறைக்கூடம் எண் *37*
Kingston Penetentiary
*555*, King Street W.

# 11
## கடவுச்சொல்

**அ**ன்று காலை விடிந்தபோது அது அவர் வாழ்க்கையில் மிகவும் ஆச்சரியமான நாளாக மாறும் என்பது சிவபாக்கியத்துக்கு தெரியாது. செப்டம்பர் மாதத்தில் இலைகள் நிறம் மாறுவது பார்க்க அவருக்கு பிடிக்கும். அவர் வசித்த நாலாவது மாடி மரங்களின் உயரத்தில் இருந்தது இன்னொரு வசதி. யன்னலைத் திறந்தவுடன் குளிர் காற்று வீசியது. முன்னே நிற்பது வெள்ளையடித்ததுபோல பேர்ச் மரம். சற்றி தள்ளி சேடர் மரம். ஆக உயரமானது. ஆஷ் மரப்பட்டைகள் சாய்சதுரமாகவும், இலைகள் எதிரெதிராகவும் இருக்கும். ஐந்துகோண மேப்பிள் இலை அவசரமாக நிறம் மாறும். கடைசியாக மாறுவது ஓக்.

தகவல் பெட்டியில் மாலை நாலு மணிக்கு தண்ணீர் அப்பியாசம் என நினைவூட்டல் குறிப்பு கிடந்தது. நியூயோர்க்கில் இருந்து 80 மைல் தூரத்தில் இருக்கும் முதியோர் காப்பகத்துக்கு அவரைக் கொண்டுவந்து மகள் விட்ட நாளிலிருந்து அவர் தினம் மறக்காமல் செய்தது தண்ணீர் உடற்பயிற்சி. அது அவரை ஆரோக்கியமாக வைத்திருந்தது. குளித்து உடுப்பை மாற்றி அரை மணிநேரம் பிரார்த்தனை செய்தார். ஒரு துண்டு ரொட்டியில் அப்ரிகோட் ஜாம் பூசி சாப்பிட்டுவிட்டு தேநீர் பருகினார். அங்கே வந்து ஐந்து வருடமாகிவிட்டது. மகள் அவருக்கு ஒரு குறையும் வைக்கவில்லை. ஐந்து நட்சத்திர ஹொட்டலில் இருப்பதுபோல வசதிகள். கடன் அட்டையில் கீழே இருக்கும் சுப்பர்மார்க்கட்டில் என்னவும் வாங்கி சமைக்கலாம். அல்லது வேண்டிய உணவுக்கு ஓடர் கொடுக்கலாம். தொலைக்காட்சி பார்க்கலாம். ரேடியோ கேட்கலாம். தினம் மருத்துவர் வந்து சோதிப்பார். வேண்டுமானால் முழுநாளும் படுத்துக் கிடக்கலாம். ஒருவர் கேள்வி கேட்கமாட்டார்கள்.

கீழே போய் தோட்டத்தில் சிறிது நேரம் உலாத்தலாம் என்று நினைத்தபோது கதவு தட்டப்பட்டது. முன்கூட்டியே அறிவிக்காமல் ஒருவரும் வருவதில்லை. வெளியே இருந்து வருபவர்கள் முதலில் பஸ்ஸரை அழுத்தி, இவர் கீழே மின்கதவைத் திறந்த பிறகுதான் மேலே வரலாம். மறுபடியும் யாரோ தட்டினார்கள். கதவைத் திறந்தபோது அதிர்ச்சியில் ஓர் அடி பின்னே நகர்ந்தார். நம்பமுடியவில்லை. ஆபிரஹாம் நீலக் கண்களுடன் உயரமாக 14 வயதை நிரப்பிக்கொண்டு நின்றான். 'அம்மம்மா' என உரக்க அழைத்தான். அதன் பின்னர்தான் முன்னே பாய்ந்து அவனைக் கட்டிக்கொண்டார். வார்த்தைகள் குழறின.

"நீ என்னை மறக்கவில்லையா? மறக்கவில்லையா?" என்று அரற்றினார். "அம்மம்மா, அம்மம்மா" என்று அழைத்தபடியே அவன் கூச்சமாக நின்றான். அவனுக்கு ஒன்பது வயது நடந்தபோது பிரிந்தது. இப்பொழுதுதான் முதல் தடவையாக சந்திக்கிறார்கள்.

சிவபாக்கியம் பேரனைத் தடவித் தடவிப் பார்த்தார். ஈட்டி எறிபவன் போல உடம்பு. பொன் கம்பிகளாக தனித்தனியாக குத்திட்டு நிற்கும் முடி. அணைத்தார், மீண்டும் தடவினார்.

"அம்மா நல்லாய் இருக்கிறாரா? அப்பா நல்லாய் இருக்கிறாரா. படிக்கிறாயா?" என்றார்.

"அம்மம்மா இன்று முழுக்க நான் உங்களுடன்தான். எல்லாக் கேள்விகளுக்கும் பதில் இருக்கு. முதலில் மோலுக்கு போவோம். அங்கே உங்களுக்கு விருப்பமான பிரவுணி ஐஸ்கிரீம் சாப்பிடுவோம்"என்றான்.

"உனக்கு இன்னும் ஞாபகம் இருக்கா?" என்றார் சிவபாக்கியம் ஆச்சரியத்துடன்.

அவனுக்கு ஐந்து வயதிருக்கும். பிரவுணி ஐஸ்கிரீம் என்றால் இருவருக்குமே பிடிக்கும். அன்று சாப்பிடும்போது அது கைதவறி கீழே விழுந்துவிட்டது. சிவபாக்கியம் அதை குனிந்து துடைத்து துப்புரவாக்கினார். மகள் 'எதற்காக கூட்டிச் சுத்தம் செய்கிறீர்கள்? அதற்குத்தான் வேலைக்காரர்கள் இருக்கிறார்களே' என்றாள். சாதாரண குரல்தான். உடல் முழுவதும் சேகரமான கோபம் அவள் வாய்வழியாக வேகமாக வெளியே வந்தது. சிவபாக்கியம் திடுக்கிட்டுவிட்டார். அப்படித்தான் சச்சரவு ஆரம்பித்தது.

ஆப்பிரஹாமுக்கு ஆறு வயதானபோது, ஒருநாள் தாதி அவனை பள்ளிக்கூடத்திலிருந்து அழைத்து வந்தாள். அவன் வரவை எதிர்பார்த்தபடியே வாசலில் சிவபாக்கியம் காத்துக்

தொகுப்பு : அருண்மொழி நங்கை | 135

கிடந்தார். முழங்கால்கள் ஒன்றுடன் ஒன்று இடிபட ஓடிவந்து சப்பாத்துகளைக்கூட கழற்றாமல் அவர் மடியில் தாவி ஏறி உட்கார்ந்து, அன்று பள்ளிக்கூடத்தில் நடந்ததை ஒவ்வொன்றாகச் சொன்னான் அபே. இவர் தமிழில் கேட்பார் அவன் ஆங்கிலத்தில் பதில் சொல்வான். எலும்புகள் இல்லாதவன்போல வளைந்து விளையாட்டுக் காட்டினான். நாற்காலியில் ஏறிப் பாய்ந்தபோது, முழங்காலில் காயம் பட்டு அவன் உடலின் உள்ளே ஓடிய ரத்தம், அதே வேகத்தில் அதே திசையில் வெளியே ஓடியது. சிவபாக்கியம் ஒன்றுமே புரியாமல் ஓவென்று கத்தினார். தாதி ஓடிவந்து கட்டுப்போட்டாள். அன்று மகள் அவர்மேல் பாம்புபோல சீறியதை மறக்க முடியாது. 'தாதி ஒருத்தி இருக்கிறாளே. அவளுடைய வேலையை நீங்கள் ஏன் செய்கிறீர்கள்?'

பழைய செய்தித்தாளில் சுற்றிவரும் இனிப்புக்காக வீட்டு வாசலில் இரண்டு மணிநேரம் காத்திருந்த அந்தச் சிறுமியா இன்று அவர்மேல் அப்படி பாய்ந்தாள். அவரால் நம்பமுடியவில்லை. அவருடைய ஒரே மகிழ்ச்சி ஆப்பிரஹாம்தான். அவர் கொழும்பிலிருந்து அமெரிக்கா வந்ததே அவனைப் பார்க்கத்தான். புலமைப் பரிசிலில் படிக்கவந்த மகள், பெஞ்சமினைக் காதலித்து மணந்துகொண்டாள். அவன் பரம்பரை செல்வந்தர் குடும்பத்தை சேர்ந்தவன். மிக நல்லவன்; ஆடம்பரமே கிடையாது. பிள்ளை பிறந்து நாலு வயதானபோது மகள் அவரை வருவித்தாள்.

அந்த ஆரம்ப நாட்களில் மகளிடம் கேட்டார். "ஏன் நீ யூத மதத்துக்கு மாறினாய்? திரௌபதி என்ற பெயரைக்கூட ரிபெக்கா என்று மாற்றிவிட்டயே."

"அம்மா, நீதானே சொன்னாய் எல்லா மதமும் ஒன்று என."

"அதைத்தான் இப்பவும் சொல்கிறேன். எல்லா மதமும் ஒன்று என்றால் ஏன் நீ மாறவேண்டும்?"

"அம்மா, நீங்கள் முழங்காலில் உட்கார்ந்து இன்னொருவர் வீட்டு தரையை துடைப்பதுதான் என் சிறுவயது ஞாபகம். அந்த நிலை எனக்கு வந்துவிடுமோ என்று பயமாக இருக்கிறது."

வரவர சின்ன விசயங்களுக்கெல்லாம் மகள் எரிந்து விழுந்தாள். புண்படுத்தும் வார்த்தைகள் சொன்னாள். மூடிவைத்த புத்தகம் போல முகம் இருந்தது. அன்பாகக் கதைப்பதென்பது அரிதாகிவிட்டது. ஆப்பிரஹாமுடன் கழிக்கும் அந்த ஒன்றிரண்டு நிமிடங்களுக்காக மட்டுமே சிவபாக்கியம் உயிர் வாழ்ந்தார். வெள்ளிக்கிழமை இரவுகளில்

அநேகமாக வீட்டிலே பெரிய விருந்து நடைபெறும். 'அம்மா இன்றைக்கு இரவு விருந்து நடக்கிறது' என்று மகள் சொல்வாள். நீங்கள் கீழே வந்து விருந்தினர் கண்ணில் படவேண்டாம்' என்பதுதான் பொருள். தாயாரை அறிமுகம் செய்யும் அவமானத்திலிருந்து அவள் தப்பிவிடலாம். அன்றிரவு வெகுநேரம் ஹோரா நடனம் ஆடிக் களித்துவிட்டு விருந்தினர்கள் கலைந்தார்கள். அடுத்தநாள் காலை தேநீர் தயாரிப்பதற்காக சிவபாக்கியம் கீழே இறங்கிவந்து வாயு அடுப்பை பற்ற வைத்தார். அன்று சனிக்கிழமை என்பதை முற்றிலும் மறந்துபோனார். திரும்பிப் பார்த்தபோது பின்னால் மகள், மருமகன், ஆப்பிரஹாம், தாதி, வேலைக்காரி எல்லோரும் நின்று அவளை உற்றுப் பார்த்தனர். யூத வீடுகளில் வெள்ளி இரவு தொடங்கி சனி இரவு வரைக்கும் அடுப்பு பற்றவைக்க முடியாது. அது மகா பாபம். மகள் 'அம்மா, உனக்கு அறிவு கெட்டுப்போச்சா? எங்கள் வீட்டை நாசமாக்க வந்தாயா?' என்று எல்லோர் முன்னிலையிலும் கத்தினாள். ஏழு வயது ஆப்பிரஹாம் ஓடிவந்து 'அம்மம்மா' என்று அவரைக் கட்டிக்கொண்டான். சிவபாக்கியம் மேலே போய் அறையில் தனிமையில் அழுது தீர்த்தார். கூட்டுவதையும், துடைப்பதையும் மினுக்குவதையும் மட்டுமே அறிந்த அவர் மூளைக்குள் இந்த விசயம் ஏறவில்லை. 'நரகத்துக்குள் நுழைந்தவர் தங்கக்கூடாது; நடந்துகொண்டே இருக்கவேண்டும்.'

எல்லா வசதியும் இருந்தது. வெளியே போகலாம் வரலாம். வேண்டியதை வாங்கி சமைக்கலாம். ஆனால், மகள் அவரை வெறுத்தாள். ஒரு பழைய வாழ்க்கையை அவளுக்கு ஞாபகமூட்டிய காரணமாக இருக்கலாம். கடைசி சம்பவம் ஆப்பிரஹாமின் ஒன்பதாவது வயதில் நடந்தது. அவன் கிளாசில் தண்ணீர் குடிக்கும்போது கடைவாயில் இரண்டு பக்கமும் வழியும். சிவபாக்கியம் அதைத் துடைத்தபடியே அவனுக்கு இடியப்பத்தையும் றால் பொரியலையும் பிசைந்து ஊட்டினார். வெட்டிய தக்காளி போன்ற சின்ன வாயை அவன் திறப்பான். பாதியில் போதும் என்று மூடுவான். இவர் 'இன்னும் கொஞ்சம்' என்பார். அவன் திறப்பான். கால்களை உயரத் தூக்கிப் பாய்ந்து எங்கேயோவிருந்து மகள் வந்தாள். றால் பொரியலை பார்த்துவிட்டு 'அம்மா' என்று கத்தினாள். வீடு முழுக்க அதிர்ந்தது. ஆப்பிரஹாம் மடியிலிருந்து குதித்து இறங்கி மூலையில் போய் நடுங்கிக்கொண்டு நின்றான். 'எங்கள் குடும்பத்தை பிரிப்பதற்குத்தான் நீ வந்திருக்கிறாய். உன்னைப்போல என்னையும் வெகு சீக்கிரத்தில் வீடு கூட்ட வைத்துவிடுவாய்.'

இத்தனை கொடூரமான வார்த்தைகளை ஒருவரும் எதிர்பார்க்கவில்லை. அன்றே சிவபாக்கியம் முதியோர் இல்லத்தில்

சேர்க்கப்பட்டார். ஓர் ஒற்றையைத் திருப்புவதுபோல அத்தனை எளிதாக அது நடந்துவிட்டது. அங்கே வந்த பின்னர்தான் சில விசயங்களை கற்றுக்கொண்டார். யூதர்கள் குளம்பு பிளந்த, இரை மீட்கும் மிருகத்தின் இறைச்சியை மட்டுமே உண்பார்கள். ஆடு, மாடு, மான், மரை. பன்றிக்கு பிளவுபட்ட குளம்பு. ஆனால் இரை மீட்காது. ஆகவே, அது தள்ளி வைக்கப்பட்ட உணவு. ஒட்டகம் இரை மீட்கும் ஆனால் குளம்பு பிளவு படவில்லை. அதுவும் தள்ளிவைக்கப்பட்ட உணவு. நீரில் வாழும் பிராணிக்கு செதிலும் செட்டையும் இருக்கவேண்டும். ஆகவே, மீன் ஏற்கப்பட்ட உணவு. நண்டு, கணவாய், றால் தள்ளிவைக்கப்பட்டவை. சிவபாக்கியத்துக்கு இவை எல்லாம் தெரியவில்லை.

ஐந்து வருடங்களாக மகள் அவரை அங்கே வந்து பார்த்தது கிடையாது. பேசியதும் இல்லை. ஆனால், ஐந்து நட்சத்திர ஹொட்டல்போல எல்லா வசதிகளும் செய்து தந்திருந்தாள். கடன் அட்டையில் அவர் என்னவும் வாங்கலாம். எவ்வளவும் செலவழிக்கலாம். ஆனாலும், அவரால் சந்தோசமாக இருக்க முடியவில்லை. ஏதோ குறைந்தது. பயணி மறந்துவிட்டுப்போன பயணப்பெட்டி போல ஒருவருக்கும் பிரயோசனம் இல்லாமல் கிடந்தார். தியான வகுப்பில் மனதை மூடச் சொல்வார்கள். அப்படிச் சொன்ன உடனேயே அங்கே ஆப்பிரஹாம் தோன்றிவிடுவான்.

"அம்மம்மா, நீங்கள் மெலிந்துபோய் விட்டீர்கள். என் கையை பிடியுங்கோ, மோல் வந்துவிட்டது. பிறகு சுத்திப் பார்ப்போம். இப்ப ஐஸ்கிரீம் சாப்பிடுவோம். இன்றைக்கு மதியச் சாப்பாடும் என்னோடுதான், யப்பானிய உணவகத்தில்." இருவரும் பிரவுணி ஐஸ்கிரீம் சாப்பிட்டார்கள்.

"அம்மம்மா, நீங்கள் போன வருடம் என்னுடைய பார்மிற்ஸாவை மறந்துவிட்டீர்கள். 200 விருந்தினர்கள் வந்திருந்தார்கள், ஆனால், நீங்கள் வரவேயில்லை."

"அப்படியா? என்னை ஒருவருமே அழைக்கவில்லை, அபே. அது என்ன பார்மிற்ஸா?"

"ஓ, அதுவா? 13வது பிறந்தநாளுடன் கொண்டாடுவது. நான் முழு ஆண் ஆகிவிட்டேன் என்ற பிரகடனம். என்னுடைய பாவங்களுக்கு நானே முழுப் பொறுப்பு."

"எனக்கு தெரியாதே. என் ஆசி உனக்கு எப்பொழுதும் உண்டு."

"அம்மம்மா உங்களுக்கு என்ன வயது?"

“70” என்றார் சிவபாக்கியம்.

“அப்ப ஒன்று செய்யலாம். எங்கள் சமய முறைப்படி 83 வயதை அடைந்த ஒருவருக்கு நாங்கள் இரண்டாவது பார்மிற்ஸா கொண்டாடுவோம். உங்களுக்கு 83 வயதாகும்போது எனக்கு 27 வயது நடக்கும். நான் உங்களுக்கு மிகப்பெரிய பார்மிற்ஸா ஏற்பாடு செய்வேன். சம்மதமா ?”

“எனக்கு சம்மதம். ஹோரா வட்ட நடனம் என்னை ஆடச் சொல்லக்கூடாது.” இருவரும் வாய்விட்டு சிரித்தார்கள்.

அன்று நெடுநேரம் சுற்றிக் களித்துவிட்டு மாலையானதும் களைத்துப்போய் வீடு திரும்பினார்கள்.

“அம்மம்மா, இரவு என்ன சாப்பாடு ?”

“நல்ல இடியப்பமும், சொதியும் இருக்கு. கொஞ்சம் சாப்பிடு, அபே”

“றால் இருக்கா அம்மம்மா ?” றால் ஆழ்குளிரில் கிடப்பது ஞாபகத்துக்கு வந்தது.

“ஏன் கேட்கிறாய் அபே ?”

“’றால் பொரியுங்கோ, அம்மம்மா”

“அதே பிழையை இன்னொருமுறை விடமாட்டேன், அபே. நல்ல பாடம் படித்துவிட்டேன், போதும்.”

“என்ரை அம்மம்மா !. இனி நான் எப்ப வருவேனோ தெரியாது ? எனக்கு வேணும். பிளீஸ்.” அவனுடைய பிரகாசமான முகம் கறுத்து அழத் தயாரானபோது அவரால் தாங்கமுடியவில்லை.

“சரி சரி அழவேண்டாம், என்ரை ராசா.”

றால் பொரிந்து பொன்னிறமாக மாறியபோது மணம் அறை முழுக்க பரவியது. இரண்டு இடியப்பம், சொதி, றால் பொரியல் ஆகியவற்றை ஒரு பிளேட்டில் பரிமாறி அபேயிடம் கொடுத்தார். அவன் உள்ளங்கையால் பிசையத் தொடங்கினான். “

“அம்மம்மா வாயை திறவுங்கோ.”

“எனக்கு வேண்டாம். நீ முதலில் சாப்பிடு.”

“நான் சாப்பிடக்கூடாது. இது தடுக்கப்பட்ட உணவு கோசர் அல்ல, உங்களுக்குத் தெரியும். அம்மம்மா, வாயை திறவுங்கோ.” அவர் வாயை திறக்க, அவன் ஊட்டிவிட்டான். “போதும், போதும்”

என்றார் அவர். "இன்னும் கொஞ்சம், இன்னும் கொஞ்சம்" என்றான் அவன். சாப்பாட்டின் சுவையோடு கண்ணீரும் அவர் வாய்க்குள் நுழைந்தது. அதுவரை சிவபாக்கியம் நினைத்திருந்தார் ஒரு பெண்ணுக்கு கிடைக்கக்கூடிய ஆகப்பெரிய சந்தோசம் "இன்னும் கொஞ்சம், இன்னும் கொஞ்சம்" என்று சொல்லி ஏமாற்றி பேரனுக்கு உணவூட்டுவதுதான் என்று. இப்பொழுது தெரிந்தது அதிலும் கூடிய மகிழ்ச்சி ஒன்று இருந்தது. அது பேரன் கையால் "இன்னும் கொஞ்சம், இன்னும் கொஞ்சம்" என்று சொல்லி உணவூட்டப்படுவதுதான்.

மணி ஒன்பதை நெருங்கியது.

"அம்மம்மா நான் புறப்பட வேண்டும், கார் வந்துவிட்டது." என்றான்.

"அம்மாவும் அப்பாவும் நல்லாயிருக்கிறார்களா ?"

"ஒரு குறையும் இல்லை. இன்று முழுக்க அவர்கள் யூதக் கோயிலில் கழித்திருப்பார்கள்."

"அப்படியா ? என்ன விசேஷம் ?"

"இன்றுதான் யொம்கிப்பூர். பாவ மன்னிப்பு நாள். விரதம் இருந்து பாவங்களை கழுவும் நாள். அப்பாவிடம் முன்னரே பேசி உங்களிடம் வர அனுமதி பெற்றிருந்தேன்" என்று சொல்லிவிட்டு சிரித்துக்கொண்டு நின்றான். அவன் நீலக் கண்களில் வீசிய ஒளி அறையை நீல நிறமாக மாற்றியது.

"நீ பாவத்தை கழுவவா இங்கே வந்தாய்? நீ என்ன பாவம் செய்தாய் ?"

அவன் ஒன்றுமே பேசாமல் நிலத்தை பார்த்தான்.

"அம்மாவுக்கு நீ இங்கே வந்தது தெரியுமா ?"

"நான் சொல்லவில்லை? அவர் சம்மதிப்பாரோ என்னவோ. ஆனால், வீட்டுக்கு போனதும் அவரிடம் சொல்லப் போகிறேன்." முதுகுப்பையை மாட்டிக்கொண்டு புறப்பட ஆயத்தமானான்.

"இனி எப்போது வருவாய், அபே ?"

"புதிய பாவங்களை சேர்த்த பிறகு." மீண்டும் சிரித்தான். திடீரென்று I love you என்று சொல்லி மறுபடியும் கட்டிப்பிடித்தான்.

"ரோஷ்ஹஷானாவுக்கு வீட்டுக்கு வருவீர்களா, அம்மம்மா ?"

"அது என்ன ?"

"எங்கள் புது வருடம். ஆதாமும் ஏவாளும் சிருட்டிக்கப்பட்ட தினம்."

"யார் என்னை அழைப்பார்கள்? நீ என்னை மறந்துபோக மாட்டாயே?" என்றாள் கிழவி தழுதழுத்த குரலில்.

பனிக் குளத்தில் குதிக்க தயாராவதுபோல சிறிது தயங்கி நின்றான். 'இல்லை, அம்மம்மா. எப்படி மறப்பேன்? என்னுடைய itune, amazon, netflix, facebook, icloud, youmanage எல்லா கணக்குகளுக்கும் உங்களுடைய பெயரைத்தானே கடவுச்சொல்லாக வைத்திருக்கிறேன். ஒருநாளைக்கு 10 தரமாவது உங்களை நினைக்கிறேன் அம்மம்மா.' அவருடைய கன்னத்தை தடவினான். அது ஈரமாக இருந்தது. itune, amazon, netflix, facebook, icloud, youmanage என்ன என்று அவர் கேள்விப்பட்டதேயில்லை. ஆனால், அவன் தன்னை மறக்கவில்லை என்று சொன்னது புரிந்தது.

அவர் கண்கள் அவன் முதுகையே பார்த்துக்கொண்டிருந்தன. பேர்ச் மரத்தை தாண்டி, ஓக் மரத்துக்கும் மேப்பிள் மரத்துக்கும் இடையில் ஒரு துள்ளுத் துள்ளி புகுந்து காரை நோக்கி ஓடினான். திடீரென்று அடித்த காற்றுக்கு திரைச்சீலை விழுந்ததுபோல இலைகள் பல வண்ணங்களில் உதிர்ந்தன. அவன் மறைந்துவிட்டான். யூதக் காலண்டரில் அடுத்த யம்கிப்பூர் எப்பொழுது வரும் என்ற ஆலோசனையில் அதே இடத்தில் நெடுநேரம் நின்றார் சிவபாக்கியம்.

# 12
# கடைநிலை ஊழியன்

எங்கே கதை தொடங்குகிறதோ அங்கே இருந்து ஆரம்பிப்பது நல்ல பழக்கம். நைரோபியில் வானளாவிய கட்டிடங்களில் பல வெளிநாட்டு நிறுவனங்கள் இயங்கின. எந்த ஒரு பெரிய நிறுவனத்திலும் கடை நிலை ஊழியன் என ஒருவன் இருப்பான். கட்டிடத்துக்கு கட்டிடம், நிறுவனத்துக்கு நிறுவனம், அவன் செயல்பாடு ஒரே மாதிரித்தான். ஒரு கதை இருக்கிறது.

மிகப்பெரிய நிறுவனம் ஒன்றுக்குள் ஒரு புலி ரகஸ்யமாக புகுந்து விடுகிறது. அடுத்தநாள் செயலாளரை காணவில்லை. நிறுவனம் அமைதியாக ஓடியது. அதற்கு அடுத்த நாள் கணக்காளரைக் காணவில்லை. ஒரு சலனமும் இல்லை. மூன்றாவது நாள் ஆக உயர்ந்த பதவி வகிக்கும் மண்டல மேலாளரை காணவில்லை. அப்போதும் ஒரு பேச்சு கிடையாது. மறுநாள் கடைநிலை ஊழியனைக் காணவில்லை. முழு அலுவலகமும் பதறிப்போய் அவனை தேடியது. அப்படிப்பட்ட கடைநிலை ஊழியன்தான் அப்துலாட்டி.

ஒரு நாளைக்கு சராசரியாக அவன் ‘ஆமாம், ஐயா’ என்று 20 தடவையாவது சொல்வான். சிலசமயம் யாராவது ஒன்றுமே சொல்லாமல் அவனைக் கடந்துபோனால் அப்போதும் ‘ஆமாம், ஐயா’ என்று சொல்லிவைப்பான், எதற்கும் இருக்கட்டும் என்று. அன்று காலையிலிருந்து 40 தடவை ‘ஆமாம், ஐயா’ சொல்லிவிட்டான். நாலு வருடம் அந்த நிறுவனத்தின் தலைவராக பதவி வகித்த ஜேர்மன்காரரர் ஒலவ் வால்டன் அன்று ஓய்வுபெறுகிறார். அவருக்கு பிரியாவிடை விருந்து ஏற்பாடு நடந்துகொண்டிருக்கிறது. அப்துலாட்டி பல இடங்களில் ஒரே சமயத்தில் தென்பட்டான். அது வெள்ளிக்கிழமை. புதிய தலைவர் திங்கட்கிழமை பதவியேற்பார் என்று பேசிக்கொண்டார்கள்.

பிரியாவிடை ஏற்பாடுகளைக் கவனித்தவர் ம்வாண்டோ; நிர்வாகப் பிரிவு மேலாளர். அவர் வாய் திறந்தால் புகை வரும் அல்லது பொய் வரும். சுருள்கம்பி போல தலைமயிர். தன்னுடைய ஒரு சிறுநீரகத்தை விற்று புதிய கார் வாங்கினார் என்ற கதை உலவுகிறது. உண்மை தெரியாது. நடக்கும்போது அவர் வயிற்றில் தண்ணீர் குலுங்கும் சத்தம் கேட்கும். அவருக்கு கீழே வேலை செய்யும் யாரும் அவரைப் பார்த்து சிரித்தால், பாதி சிரிப்பைத்தான் திருப்பி தருவார். சிரிப்பிலேயே லாபம் சம்பாதித்து விடுவார். அவர்தான் முதல் பேச்சாளர். விடைபெறும் தலைவரை தூக்கிவைத்து புகழ்ந்தார். தலைவருக்கே ஏதோ மாதிரியாகி மேடையிலே நெளிந்தார்.

அடுத்து, தலைவருடைய அந்தரங்க காரியதரிசி அயன்னாவின் முறை. நூல் வேலைசெய்த அலங்காரமான ஆடை. தாறுமாறாக எறிந்ததுபோல அதை அணிந்திருந்தாள். துள்ளலான நடையுடன் மேடைக்குப் போனாள். போனதடவை பழைய தலைவருக்குப் பேசிய அதே பேச்சை கம்ப்யூட்டரிலிருந்து இறக்கி பெயரையும் தேதியையும் மாற்றி பேசியதை அப்துலாட்டி கண்டுபிடித்து மனதுக்குள் சிரித்தான். அவன் 20 வருடங்களாக அங்கே வேலை செய்கிறான். நாலு தலைவர்களைப் பார்த்துவிட்டான். அவனுக்குத் தெரியாத ரகஸ்யம் இல்லை.

இன்னும் சிலர் பேசினார்கள். இறுதியில் அப்துலாட்டி பேச மேடைக்கு வந்தான். அதை ஒருவரும் எதிர்பார்க்கவில்லை. கடைநிலை ஊழியனான அவன் இதற்கு முன்னர் பேசியதே கிடையாது. கீழே அவர்கள் தோட்டத்தில் கிடைத்த ஜகரண்டா பூக்களில் செய்த பூங்கொத்து மேசையில் வாடிப்போய் கிடந்தது. தலைவர் அதைப் பார்த்தபடி முகத்தில் சலிப்போடு உட்கார்ந்திருந்தார்.

“நாலு வருடம் முன்பு புதிய தலைவர் வந்தபோது, காலையில் 8 மணிக்கு எல்லோரும் வரவேண்டியது முக்கியம். எந்த நேரமும் திரும்பி வீட்டுக்கு போகலாம். ஆனால், வேலை முடியவேண்டும்” என்று சொன்னார். அப்போதுதான் இந்த அலுவலகத்தின் கதை தொடங்கியது. முன்னெப்போதும் இல்லாத மாதிரி வெற்றி கண்டு லாபம் ஈட்டியது. நான் பல தலைவர்களைக் கண்டிருக்கிறேன். அதிக திட்டு வாங்கியது இவரிடம்தான். கண்டிப்பானவர் ஆனால் கனிவானவர். ஊழியர்கள்தான் நிறுவனத்தின் சொந்தக்காரர் என்று கூறி அவர்களுக்கு லாபத்தில் ஒரு பங்கு வழங்கினார். இவர் எங்களை விட்டுப் போனாலும் இவர் சொன்ன வாசகம் என்னுடனேயே இருக்கும். “நல்லதை நீ தேடிப் போகவேண்டும். கெட்டது அதுவாகவே உன்னைத் தேடிவரும்.”

கொழுத்த பன்றி இறைச்சியை நெருப்பிலே வாட்டும் இனிய மணம் எழுந்தது. விருந்துக்காக அனைவரும் காத்திருந்தனர். தலைவருடைய பேச்சு ஒரு கதையுடன் ஆரம்பித்தது. "ஒருத்தன் ஒக்டபஸ் ஒன்றை விலைகொடுத்து வாங்கி வேலைக்கு வைத்துக்கொண்டான். அவனுக்கு ஆச்சரியம் தாங்கவில்லை. என்ன வேலை கொடுத்தாலும் எட்டு மடங்கு வேகத்தில் அது செய்துமுடித்தது. விசுவாசமானது. திருப்பி பேசுவதில்லை. ஒரு நிமிடம்கூட உட்கார்ந்திருக்காது. ஒரு நாள் எசமானனுக்கு சிகரெட் பிடிக்கவேண்டும் என்ற அவசரம். ஒக்டபஸிடம் கடைக்கு போய் சிகரெட் வாங்கிவரச் சொன்னார். அரை மணியாகியும் ஒக்டபஸ் திரும்பவில்லை. வாசலுக்கு வந்து பார்த்தவர் திடுக்கிட்டுப் போனார். ஒக்டபஸ் இன்னும் புறப்படவில்லை. 'என்ன செய்கிறாய்?' 'சூ போடுகிறேன், ஐயா' என்றது. சிரிப்பதற்காக இந்தக் கதையை சொல்லவில்லை. உலகத்திலே பூரணமான மனிதன் கிடையாது. சிலரிடம் குணம் இருக்கும்; ஒரு குறையும் இருக்கும். ஒரு குழுவாக நாம் வேலை செய்யும்போது ஒருவர் குறையை இன்னொருவர் நிரப்பிவிடுகிறோம். இதுவே வெற்றியின் ரகசியம்."

✸

அப்துலாட்டி 19ம் மாடியில் தன்னுடைய முக்காலியில் உட்கார்ந்திருந்தான். தலைவர் உள்ளே அறையில் ஏதோ கோப்புகளை இழுப்பதும் வைப்பதுமாக வேலையில் இருந்தார். விருந்து முடிந்ததும் அவர் வீட்டுக்குப் போகாமல் அலுவலகத்துக்கு வந்துவிட்டார். "நீ வீட்டுக்குப் போகலாம். எனக்கு உதவி தேவையில்லை" என்று தலைவர் இருதடவை கூறினார். அப்துலாட்டி சொன்னான் "ஐயா, இந்த நாலு வருடத்தில் உங்களுக்கு முன்னர் நான் வீட்டுக்கு எப்பவாவது போயிருக்கிறேனா? இது உங்கள் கடைசி நாள். நான் என் கடமையை செய்வேன்." என்று கூறிவிட்டான்

சூரியன் கீழே இறங்கினான். சுவரிலே ஒரு சின்ன வட்டமாக ஒளி விழுந்தது. அப்துலாட்டி தகப்பனைப் பற்றி யோசித்தான். இன்று எப்படி அவருடைய நாள் கழிந்ததோ தெரியாது. கதவிலே அவன் திறப்பை செருகும் சத்தம் கேட்டதும் அப்துலாட்டி என்று கத்தத் தொடங்குவார். அவனைக் கண்டவுடன் அவர் முகம் மலர்ந்துவிடும். அவன்தான் சூப் பருக்க வேண்டும். அம்மாவின் கடிதத்தை படிக்கச் சொல்லி கேட்பார். அவர் இறந்து பத்து வருடங்கள் என்றாலும் அவன் படிப்பான்; பின்னர் சமைக்க ஆரம்பிப்பான்.

ஒளிவட்டம் மேலே போய்விட்டது. திடீரென்று இடி மின்னலுடன் பயங்கரமான மழை கொட்டத் தொடங்கியது. ங்கோங் மலை இடி முழக்கத்தை இரட்டிப்பாக்கியது. யன்னல்கள் படபடவென்று அதிர்ந்தன. அப்துலாட்டி பயந்தது நடந்தது. மின்சாரம் துண்டித்தது. மின்சாரம் போனால் அந்தக் கட்டிடத்தில் டெலிபோனும் வேலை செய்யாது. 19 மாடிகளையும் இறங்கி கடக்கவேண்டும். என்ன செய்யலாம் என்று யோசித்தபோது உள்ளே படார் என்று பெரும் சப்தம் எழுந்தது. கதவை உதைத்து திறந்து நுழைந்தான். இரும்பு அலமாரி சரிந்து கிடந்தது. தலைவர் அதன் கீழே அலங்கோலமாகக் காணப்பட்டார். அவருடைய இடது கால் அலமாரியின் கீழே மாட்டுப்பட்டு விட்டது. அவர் ஏதோ மொழியில் அலறினார். அலமாரியை நகர்த்த முடியவில்லை. தலைவருடைய முகம் பயத்தினாலும் வேதனையினாலும் கிலி பிடித்துப்போய் கிடந்தது மின்னல் வெளிச்சத்தில் தெரிந்தது.

எப்படி நடந்தது என்று ஊகித்தான். நாலு இழுப்பறைகளையும் ஒரே சமயத்தில் இழுக்கக் கூடாது. ஒவ்வொன்றாக இழுத்து மற்றதை மூடவேண்டும். பாரம் ஒரு பக்கம் கூடியதால் விழுந்துவிட்டது. நல்ல காலமாக தலைவரிடம் லைட்டர் இருந்ததால், அந்த வெளிச்சத்தில் கொஞ்சம் ஊகிக்க முடிந்தது. இரும்பு அலமாரியை இரண்டு கைகளாலும் தன் பலத்தை எல்லாம் திரட்டி தூக்கப் பார்த்தான். முடியவில்லை. தலைவர் வலியில் துடித்துக்கொண்டிருந்தார். அவன்தான் முடிவு எடுக்கவேண்டும். ஒவ்வொரு தட்டாக கோப்புகளை உருவி வெளியே எறிந்தான். அலுமாரி பாரம் குறையக் குறைய காலை இழுக்கக்கூடியதாக இருந்தது. விலை உயர்ந்த வெள்ளை கார்ப்பெட் ரத்தத்தை உறிஞ்சியது. சீக்கிரத்தில் ஏதாவது செய்யவேண்டும். விருந்துக்கு பயன்படுத்திய மேசை விரிப்புகள் கிடந்தன. அவற்றை கீலம் கீலமாக கிழித்து கட்டுப்போட்டான். ஐஸ்பெட்டியில் ஐஸ் எடுத்து துணியில் சுற்றி காலில் கட்டினான். குடிக்க தண்ணீர் கொடுத்தான். அவர் முகத்தில் கொஞ்சம் ஆசுவாசம் தெரிந்தது. என்ன செய்யலாம் என்று அவருடன்தான் கலந்தாலோசிக்க வேண்டும்.

19 மாடிகள் கீழே போய் உதவி கேட்கலாம் என்றால், தலைவர் மறுத்து ஒரு குழந்தையைப்போல அவன் கைகளை இறுகப் பற்றிக்கொண்டார். அவருடைய தலை தானாக ஆடியது. கீழே போவது ஒன்றுதான் வழி. ஆனால் ,அவர் சம்மதம் இல்லாமல் எதையும் செய்ய முடியாது. மழை வலுத்துக்கொண்டே வந்தது. ரத்த ஓட்டம் சற்று நின்று முகம் வெளித்தது. “இந்த நிறுவனத்தில்

என்னுடைய கடைசி நாள் என்று நினைத்தேன். ஒருவேளை பூமியில் கடைசி நாளாகுமோ தெரியாது" என்று சொல்லிவிட்டு சிரித்தார். பின்னர் "நீ தைரியமாக இரு" என்றார். உள்ளுக்கு அவனுக்கு சிரிப்பு வந்தது.

அப்துலாட்டியின் முகத்தைப் பார்க்க அவருக்கு குற்ற உணர்வாக இருந்தது. அன்று மாத்திரம் அவன் இல்லாமல் போனால் அவர் கதி என்னவாகியிருக்கும். நிச்சயமாக செத்திருப்பார். அவனை வேலையிலிருந்து நீக்குவதற்குக்கூட ஒரு முறை ஆணையிட்டிருந்தார். எத்தனை விசுவாசமானவன். கடைநிலை ஊழியன் பேசியதுபோல ஒருவரும் உள்ளத்தில் இருந்து பேசவில்லை.

"நான் உனக்கு நல்லவராக நடக்கவில்லை. உனக்கு என்மீது கோபமே இல்லையா?" என்றார்.

"உங்களுக்கு கடமை முக்கியம். எனக்கு நன்மை செய்வதாக நினைத்தீர்கள். ஒரு கிக்கியூ கதை ஞாபகம் வருகிறது."

"சொல்,சொல். கதையையாவது கேட்கலாம்."

"குளத்தில் ஒருவன் வலைவீசி நூறு மீன்கள் பிடித்தான். அவற்றை தரையில் விட்டவுடன் அவை மகிழ்ச்சியில் துள்ளின. 'நான் உங்களை தண்ணீரில் மூழ்காமல் காப்பாற்றினேன்' என்றான். ஆனால், அவை இறந்துவிட்டன. வீணாக்கக் கூடாது என்று அவற்றை சந்தையில் விற்று அந்தப் பணத்துக்கு மேலும் வலைகள் வாங்கினான். அப்படியென்றால்தான் இன்னும் பல மீன்களை அவனால் காப்பாற்ற முடியும்."

"நல்ல கதை, அப்துலாட்டி. இதைத்தான் நான் பல வருடங்களாகச் செய்துகொண்டிருக்கிறேன்."

அவர் உடல் மறுபடியும் நடுங்கத் தொடங்கியது. அப்துலாட்டி மேசை விரிப்புகளை உருவி எடுத்து, அவர் உடலை மேலும் சுற்றிக் கட்டினான். கொஞ்சம் சமநிலையானதும் மறுபடியும் பேசத் தொடங்கினார்.

"அது சரி, இத்தனை விவரமாகப் பேசுகிறாயே, நீ என்ன படித்திருக்கிறாய்?"

"சீனியர் சேர்டிப்பிக்கட் முதல் வகுப்பு."

"அப்படியா? உன்னிலும் குறையப் படித்தவர்கள் உள்ளே மேசையில் வேலை செய்கிறார்கள். நீ இன்னும் முக்காலியில் உட்கார்ந்திருக்கிறாயே?"

"மேசையில் உட்காரும் வேலை தரமாட்டார்கள், ஐயா. நான் கிக்கியூ இனத்தை சேர்ந்தவன். முக்காலிதான் எனக்கு ஆக உயர்ந்த இடம். அதை மீறி உயர முடியாது."

அவன் சொல்லி முடிக்கவும் மின்சாரம் பெரும் சத்தத்துடன் வந்தது. அப்துலாட்டி அவர் கையை உதறிவிட்டு வெளியே ஓடினான்.

*

ஆஸ்பத்திரியில் ஓலவ் கண் விழித்தபோது அதிகாலை ஐந்து மணி இருக்கும். அப்துலாட்டி முன்னே ஒரு நாற்காலியில் உட்கார்ந்திருந்தான். "ஐயா, ஒரு சின்ன எலும்பு முறிவுதான். ரத்தம் கொடுத்திருக்கு. சிகிச்சை முடிந்து இன்றே உங்களை வீட்டுக்கு அனுப்பிவிடுவார்கள். நாளை விமானம் பிடிக்கலாம். சூப் இருக்கிறது குடியுங்கள்" என்றான்.

"நீ வீட்டுக்கு போகவில்லையா?"

"போனேன். போய் குளித்து உடை மாற்றி வந்திருக்கிறேன்."

"உனக்கு எப்படி நன்றி சொல்வது என்றே தெரியவில்லை. உன்னை நிறைய திட்டியிருக்கிறேன்."

"ஐயா, எனக்கு அம்மா இல்லை. அப்பா கடும் நோயாளி. படுத்த படுக்கைதான். அவரை நான்தான் பார்க்கிறேன். காலையில் அவரை எழுப்பி சுத்தம் செய்து உடை மாற்றி உணவு கொடுத்து படுக்கவைத்த பின்னர்தான் அலுவலகத்துக்கு வருவேன். அப்போது கொஞ்சம் லேட்டாகிவிடும். பக்கத்து வீட்டு அம்மா அவ்வப்போது ஏதாவது அவருக்கு குடிக்கக் கொடுப்பார். மாலை நான் போய் மறுபடியும் அவரை சுத்தம் செய்து உடை மாற்ற வேண்டும்."

"உன் பிரச்சினையை சொல்லியிருக்கலாமே?"

"எல்லோரும் எனக்கு தண்டனை கொடுத்தார்கள். சம்பளத்தை வெட்டினார்கள். ஒருவரும் ஏன் லேட்டாக வருகிறாய் என்று கேட்கவில்லையே."

"உனக்கு மனைவி இல்லையா?"

"இருக்கிறார். நல்ல பெண். அவரால் அப்பாவை பார்க்க முடியவில்லை. ஒருமுறை தேதி முடிந்த மருந்தை அப்பாவுக்கு கொடுத்துவிட்டார். அப்பா கூசவைக்கும் சொற்களால் அவளை திட்டினார். சோப் போடும்போது அப்பாவுக்கு எழுத்துப்பக்கம் அழியக் கூடாது. ஒருநாள் என் மனைவியை வெளியே போ என்று

தொகுப்பு : அருண்மொழி நங்கை | 147

துரத்திவிட்டார். என் மனைவிக்கு சுப்பர் மார்க்கெட்டில் நல்ல வேலை. அங்கே நடந்த திருட்டில் ஓர் அயோக்கியன் அவளை மாட்டிவிட்டு தப்பிவிட்டான். அவளை ஜெயிலில் போட்டுவிட்டார்கள்."

"இங்கே நீதியே கிடையாதா?"

"அவளும் என்னைப்போல கிக்கியூ இனத்தைச் சேர்ந்தவள், ஐயா."

'நீ முக்காலியை விட்டு உயர முடியாது என்று சொன்னாயே, அது ஏன்?' 'ஐயா, இங்கே ஸ்வாகிலிகளிடம்தான் ஆட்சியிருக்கிறது. என்ன முயன்றாலும் எனக்கு மேசை கிடைக்காது. ஸ்வாகிலி அரபு எழுத்துகள் கொண்டது; வலமிருந்து இடமாக எழுதவேண்டும். கிக்கியூ இடமிருந்து வலமாக எழுதும் மொழி. நான் எழுதும்போது என்னைக் கேலி செய்வார்கள்.'"

"நீ என்னுடன் ஒருநாள் பேசியிருக்கலாமே?"

"எப்படி பேசுவது? அணுக விடமாட்டார்களே. லாபத்தில் உழைப்பாளிகளுக்கு பங்கு இருக்கிறது என்று நீங்கள் இன்று பேசினீர்கள். அந்த உழைப்பாளிகளை எப்படி வேலைக்கு தேர்வு செய்கிறார்கள் என்பதை யாரும் ஆராய்வதே இல்லை."

"உண்மைதான். நான் மிகப்பெரிய குற்றம் செய்துவிட்டேன்."

"உலகம் இரண்டு விதமாக பிரிந்திருக்கிறது ஐயா. ஆளுபவர்கள், ஆளப்படுகிறவர்கள். ஆரம்பத்தில் இருந்து அப்படியேதான் இயங்குகிறது. இதை ஒருவராலும் மாற்றமுடியது."

✸

விமான அறிவிப்பு ஒருமுறை ஒலித்தது. ஓலவ் கம்பை ஊன்றியபடி விமானக் கூடத்துக்குள் நுழையத் தயாரானார். அவருடைய இரண்டு பயணப்பெட்டிகளும் உள்ளே போய்விட்டன. அப்துலாட்டி அவர் முகத்தையே பார்த்துக்கொண்டு நின்றான். ஓலவ்வின் சாம்பல் நிறக் கண்கள் தளும்பின. குரல் தழுதழுக்க, "ஒரு கால் உடைந்துதான் உன்னை தெரிய வேண்டும் என்று இருக்கிறது. நீ நல்லவன். மீன்களை ஒருபோதும் இனிமேல் காப்பாற்ற மாட்டேன். என்னை மன்னித்துக்கொள்."

"பெரிய வார்த்தை ஐயா. என் கடமையை செய்தேன். என் சேவைக்காக டானியல் அராப் மொய் 21 பீரங்கிகளை முழங்கப் போவதில்லை. சேமமாக போய்ச் சேருங்கள்."

"அப்பாவை பார்த்துக்கொள். உன் மனைவியுடன் மீண்டும் சேர்ந்து வாழமுடியாதா?"

"அது எப்படி? நல்ல பெண் அவள். ஆனால், என் அப்பா அவளை துரத்திவிடுவார்."

"உனக்கு ஏதாவது நான் செய்யவேண்டும்." அவர் குரல் இரண்டாகப் பிளந்தது.

"ஒன்றுமே வேண்டாம், ஐயா. உங்கள் அன்பு போதும். என் மகனை ஒரேயொரு முறை பார்த்தால் இந்த வாழ்க்கை எனக்கு நிறைவாகிவிடும்."

"மகனா? யார் மகன்?"

"உங்களுக்கு தெரியுமே. என் மகன்தான்."

"நீ சொல்லவில்லையே."

"அவன் பிறந்தபோது ஒரு நாள் விடுப்பு கேட்டேன். மறுத்துவிட்டார்கள்."

"அப்படியா?"

"பிறந்து ஆறு மாதம் ஆகிறது."

"எங்கே இருக்கிறான்?"

"சிறையில்தான், அவன் அம்மாவுடன்."

திகைத்துப் போனார் ஓலவ். தடியை எறிந்துவிட்டு முழுப்பாரத்தையும் அவன் மேல் சாய்த்து அணைத்தார்.

இரண்டாவது விமான அறிவிப்பு ஒலித்தது.

# 13

# விழுக்காடு

*முன்குறிப்பு:— நான் ஆபிரிக்காவில் ஐ.நா.வுக்காக வேலை செய்தபோது நடந்த கதை இது. ஊரும், பேரும் சம்பவங்களும் முற்றிலும் உண்மையானவை. அதற்கு நான் கொஞ்சம் உப்பு—புளியிட்டு, கடுகு தாளித்து, கறிவேப்பிலை சேர்த்து மணம் கூட்டியிருக்கிறேன். வேறொன்றுமில்லை. தயவுசெய்து கதை முடிந்தபிறகே பின்குறிப்பைப் படிக்கவும்.*

அவருடைய பெர் ஹென்றிகே லோடா. இத்தாலியர். ஐ.நாவின் பிரதிநிதியாக மேற்கு ஆபிரிக்காவிலுள்ள சியராலியோனுக்கு வந்திருந்தார். நாற்பத்தெட்டு வயதுக்காரர். உயரம் ஐந்தரை அடியும், எடை நூற்றிமுப்பது கிலோவுமாக உருண்டையாக இருப்பார். கண் புருவங்கள் அடர்த்தியாகவும், வசீகரமாகவும் இருக்கும். அவர் நடந்து வருவதும் உருண்டு வருவதும் ஒன்றுபோலத்தான் தோற்றமளிக்கும்.

அநேக வருடங்களுக்கு முன்பு அவர் ஓர் இத்தாலியப் பெண்ணை மணந்து பத்து வருடங்கள் வரை வாழ்க்கை நடத்தினார். பிறகு அலுத்துப்போய் அவளை விவாகரத்து செய்து கொண்டார். இப்பொழுது பதினெட்டு வயதில் மகன் ஒருத்தன் கல்லூரியில் படித்துக் கொண்டிருந்தான். அதற்கு பின்பு, அவருக்கு பிலிப்பைன்ஸ் நாட்டுக்கு மாற்றல் கிடைத்த போது அங்கே அவர் ஒரு பிலிப்பினோ பெண்ணை, அவள் தேங்காய்ப்பாலில் செய்யும் கோழிக்கறியில் மோகித்து, மணந்து கொண்டார். அதுவும் இரண்டு வருடம்தான் நீடித்தது; பிறகு அவளையும் கோழியையும் ரத்து செய்து கொண்டார். இப்பொழுது 'ரீபைண்ட்' செய்த புத்தகம்போல மறுபடியும் தன்னை பிரம்மச்சாரியாக புதுப்பித்துக் கொண்டு 'மாயப்பொய் பல கூட்டும்' பெண்களின் சகவாசத்தில் இனிமேல் எதுவரினும்

'விழுவதே' இல்லையென்ற திட சங்கல்பத்துடன் வந்திருந்தார். சியரா லியோனில் ஒரு பிரம்மச்சாரி தன் கற்பைக் காப்பது எவ்வளவு கடினம் என்ற விஷயத்தை அவருக்கு யாரும் அப்போது உபதேசம் செய்திருக்கவில்லை.

அவர் பிரதிநிதியாக வேலை ஏற்பது இதுதான் முதல் தடவை. இதற்கு முன் பலநாடுகளில் அவர் உபபிரதிநிதியாக இருந்திருக்கிறார். நல்ல படிப்பாளி; வேலையில் உலக அளவில் பிரக்கியாதி பெற்றவர். சியரா லியோனுக்கு வரும்போது அவரிடம் ஒரு விசேஷமான பொறுப்பு ஒப்படைக்கப்பட்டிருந்தது. அதில் பூரண வெற்றி பெற வேண்டும் என்ற வெறியில் அவர் முதல் நாளிலிருந்து ஆவேசத்தோடு ஈடுபட்டார்.

உலகத்தின் நூற்றி அறுபத்தியேழு நாடுகளின் சுபிட்ச நிலையை எச்.டி.ஐ முறையில் ஐ.நா கணித்ததில், கனடா முதலாவது நாடாகவும், அமெரிக்கா இரண்டாவதாகவும், ஜப்பான் மூன்றாவதாகவும், சியரா லியோன் நூற்றி அறுபத்தியாறாவதாகவும் வந்திருந்தன. ஒரு நாட்டின் தராதரத்தை எச்.டி.ஐ என்று சொல்லப்படும் மனிதவள மேம்பாட்டு சுட்டெண் (Human Development Index) முறையில் கணிப்பது இந்தக் காலத்திய வழக்கம். இந்தக் கணிப்பில் மனிதனுடைய சராசரி வருமானம், படிப்பறிவு, வாழும் வயது எல்லாம் அடங்கும். சியரா லியோனுடைய சுபிட்ச நிலையை தனது பதவிக் காலத்தில் ஒரு புள்ளியிலும் புள்ளியளவாவது உயர்த்திவிட வேண்டும் என்ற மேலான குறிக்கோளுடன்தான் லோடா அந்த நாட்டின் லூங்கே விமான நிலையத்தில் வந்து தனது வலதுகாலை வைத்து இறங்கியிருந்தார்.

அவருக்கு ஒரு நல்ல வீடு ஓ.ஏ.யூ வில்லேஜில் அரசாங்கம் ஒதுக்கியிருக்கிறது. அது ஒரு பக்கம் 'சியரா' மலையைப் பார்த்தபடியும், மறுபக்கம் 'லம்லி' கடற்கரையை அணைத்தபடியும் ஒய்யாரமாக இருந்தது. ஒரு 'மென்டே' சமையல்காரனையும், 'புஃலா' காவல்காரனையும், 'ரிம்னி' தோட்டக்காரனையும் அவர் ஏற்பாடு செய்துவிட்டார். இந்த இந்த வேலைகளுக்கு இன்ன இன்ன இனத்தவரைத்தான் ஏற்பாடு செய்ய வேண்டுமென்பது அங்கே தொன்று தொட்டு வந்த மரபு. ஆனால் ஒரு நல்ல 'ஹவுஸ் மெய்ட்' மாத்திரம் அவருக்கு கிடைக்கவில்லை. வீட்டை சுத்தமாக வைத்திருக்கவும், அவருடைய ஆடையணிகளை கவனிக்கவும், வேறும் அத்தியாவசிய தேவைகளைப் பார்க்கவும் நம்பிக்கையான ஒரு பெண் வேலையாள் அவருக்குத் தேவைப்பட்டது.

இத்துடன் பல பெண்களை அவர் நேர்முகத் தேர்வுக்கு அழைத்து பரீட்சித்துப் பார்த்து விட்டார். ஒருவராவது அதில் தேறவில்லை.

சியரா லியோனில் இப்படியான வேலைகளுக்கு மிகவும் தேர்ச்சி வாய்ந்த பெண்கள் பலர் அலைந்து கொண்டிருந்தார்கள். ஆனால் அவர் விரும்பிய குணாதிசயங்கள் கொண்ட பெண் மட்டும் அவருக்கு ஏனோ லேசில் கிடைக்கவில்லை.

அப்பொழுதுதான் அவருடைய அலுவலக செயலதிகாரி அமீனாத்துவை அவருக்கு அறிமுகப்படுத்தினார். அவள் தேர்வுக்கு வந்தபோது ஊழியர்கள் எல்லோருடைய கண்களும் அவளோடு போய்விட்டன. ‘சலீர், சலீர்’ என்று அவளுடைய பாதங்கள் கேட்காத ஒரு தாளத்துக்கு நடந்துவருவதுபோல இருந்தது. அவள் உடுத்தியிருந்தது சாதாரணமான ஏழை ஆபிரிக்கர்கள் அணியும் ‘லப்பா’ உடைதான். தலைமுடியை சிறுசிறு பின்னல்களாக பின்னி வளையம் வைத்துக் கட்டியிருந்தாள். முதுகை நேராக நிறுத்தி, கால்களை எட்டி வைத்து அவள் நடந்தது கறுப்பு தேவதை ஒன்று வழி தவறி வந்து விட்டது போல இருந்தது.

ஆபிரிக்கப் பெண்களின் அழகைப் பற்றி ஒன்று சொல்லவேண்டும். ‘மெல்ல நட, மெல்ல நட, மேனி என்னவாகும்?’ என்ற கவிதைகளுக்கெல்லாம் அங்கே வேலையில்லை. நிலத்திலே ‘தாம், தாம்’ என்று சத்தம் அதிரத்தான் நடப்பார்கள். சாமத்தியச்சடங்கு நேரத்தில், பூப்பெய்திய பெதும்பைக்கு சேலையுடுத்தி, சோடித்து, நகை நட்டெல்லாம் போட்டு அலங்காரம் செய்து, தலைநிறையப் பூ வைத்து ‘குனியடி’ என்று தாய்மார் தலையிலே குட்டி மணவறைக்கு அனுப்பி வைக்கும் கற்பின் கருவூலங்களை ஆபிரிக்காவில் காண முடியாது. தேர் வடம் போல ‘உருண்டு திரண்டு’ வஜ்ரமாகத்தான் அவர்களுக்கு கைகளும் கால்களும் இருக்கும். முதுகு நிமிர்ந்து, கண்கள் நேராக நோக்கும். பச்சரிசியை குத்தி வறுத்தெடுத்தது போல பொதுநிறத்துக்கும் மேலான ஒரு கறுப்பு. பார்க்கப் பார்க்க தூண்டும் அழகு. அப்படித்தான் இருந்தாள் அமீனாத்து.

ஆனால் அப்பேர்ப்பட்ட ‘ஏரோபிக்ஸ்’ அழகு கூட லோடாவிடம் விலை போகவில்லை. பாவம், போதிய முன் அநுபவம் இல்லையென்று அவளுக்கும் அந்த வேலையை லோடா கொடுக்க மறுத்துவிட்டார். சியரா லியோனின் ஜனத்தொகையில் வறுமைக் கோட்டின் கீழ் இருக்கும் எண்பது வீதத்தில் அமீனாத்துவின் குடும்பமும் அடங்கும். பதினொரு பேர் கொண்ட அவளுடைய குடும்பம் அவள் ஒருத்தியின் உழைப்பையே நம்பியிருந்தது. இரண்டு மாதகாலமாக அவள் இந்த வேலைக்காக அலைந்து கொண்டிருந்தாள். இந்த வேலையும் கிடைக்காவிட்டால் அவள் குடும்பம் பட்டினி கிடந்து சாகவேண்டியதுதான்.

பிறந்தநாளிலிருந்து இன்றுவரை அவள் கண்டது கஷ்டம்தான். ஒரு மங்கிய விடிவெள்ளியை இன்னமும் தீவிரமாகத் தேடிக் கொண்டிருந்தாள். செக்பீமா என்னும் குக்கிராமத்தில்தான் அவள் பிறந்து வளர்ந்தாள். பரம ஏழையாகப் பிறந்தாலும் அவள் வனப்பில் கோடீசுவரியாக இருந்தாள். அவள் பதின்மூன்று வயதிலேயே மணமுடித்ததற்கான காரணம் அவளுடைய மயக்கும் அழகுதான்.

அறுவடை முடிந்த கையோடு அந்த வருடம் பருவமான பெண் பிள்ளைகளை காட்டில் கொண்டு போய் வைத்து தனிக் குடிசை போட்டு சில ரகஸ்ய சடங்குகள் செய்வது ஆபிரிக்காவில் வழக்கம். அந்த வருட சடங்குப் பெண்களில் அமீனாத்துவும் ஒருத்தி. சடங்கு முடிந்ததும் ஊர் வழமைப்படி இடுப்பில் மட்டும் லேஞ்சியளவு ஒரு துணியைக் கட்டிக் கொண்டு உடம்பு முழுக்க கசாவா மாவைப் பூசி நிர்வாணமாக ஊரைச் சுற்றியபடி இந்தப் பெண்கள் வரவேண்டும். ஊருக்கு மூத்த பெண்கள் ஆடிக்கொண்டும், அவர்கள் பிரலாபத்தை உரத்து பாடிக் கொண்டும் முன்னே செல்ல ஆண்கள் எல்லாம் ஓடி ஒளிந்து கொள்வார்கள். ஊர்வலம் போகும் பெண்ணை யாராவது ஆண்பிள்ளை பார்த்து விட்டால் உடனேயே அந்தப் பெண்ணை அவன் மணம் முடிக்கவேண்டும் என்பது சம்பிரதாயம்.

அவள் ஊர்வலம் வந்த அடுத்த நாளே ம்பாயோ என்பவள் நாலு ஆடுகளை சீதனமாகக் கொடுத்து அவளை மணமுடிக்க வந்து விட்டான். அமீனாத்துவின் தகப்பனார் நாலு ஆடுகளை ஒருமிக்க சேர்த்து அவர் ஆயுசிலேயே பார்த்ததில்லை. அவருடைய மகிழ்ச்சிக்கு கேட்க வேண்டுமா? அப்படித்தான் அவளுடைய இல்வாழ்க்கை திடீரென்று ஆரம்பித்து ஒரு பிள்ளையும் பிறந்தது. ஆனால், யெங்கிமா ஆற்றை கடந்து வேலை தேடிப்போன அவளுடைய புருஷன் மீண்டும் திரும்பி வரவேயில்லை. அமீனாத்து பிள்ளையையும் எடுத்துக்கொண்டு மறுபடியும் பெற்றோருடன் வந்து சேர்ந்து கொண்டாள்.

அதற்குப் பிறகுதான் ஒரு மதுக்கடையில் நடனமாதுவாக அவள் சேர்ந்தாள். மது குடிக்க வரும் ஆடவர்களுடன் நடனமாடுவதுதான் அவள் வேலை. நடனம் அவளுடைய ரத்தத்தில் ஊறியிருந்தது கிடைக்கும் 'சம்பாவனை' அவள் குடும்பத்தை பராமரிக்க போதுமானதாக இருந்தது. அப்பொழுதுதான் அவளுக்கு இரண்டாவது பிள்ளை பிறந்தது. ('இது எப்படி?' என்று சமத்காரமான கேள்விகள் எல்லாம் கேட்கக் கூடாது. 'கற்பு' பற்றி திருக்குறளையும், சிலப்பதிகாரத்தையும் மேற்கோள் காட்டி வியாக்கியானங்கள் செய்பவர்கள் இல்லாத ஆபிரிக்காவில் அப்படித்தான். இப்படியும் நடக்கும்.)

டொங்கா வைரச் சுரங்கத்தில் வேலை செய்ய நூற்றுக் கணக்கான பேர் அவளுடைய கிராமத்தை விட்டு அள்ளுப்பட்டு போனபோது மதுக்கடை வருமானம் விழுந்தது. அமீனாத்து என்ன செய்வாள்? வறுமையின் கொடுமை தாளாமல் தனது குடும்பத்துடன் தலைநகரமான 'ப்ரீ ரெளனுக்கு' வந்து சேர்ந்தாள். அப்போது அவளுக்கு வயது பத்தொன்பதுதான். ஆனால் இங்கே பார்த்தால் இன்னும் மோசம். சிறு பெண்களெல்லாம் நடன மாதுக்களாக போட்டி போட்டுக்கொண்டு ஆடினர். இவளால் அவர்களுக்கு ஈடு கொடுக்க முடியவில்லை. ஒரு நேரச் சாப்பாட்டிற்குக்கூட வழியில்லை என்று வந்துவிட்டது. இந்த நேரத்தில் அவள் ஆத்தாமல் போய் கீழிறங்கி வந்து சங்கைகெட்ட 'ஹவுஸ் மெய்ட்' வேலைக்கு மனுப்போட்டாள். இப்படியான ஒரு வேலையில் சேர்ந்தாலாவது அவளுடைய தரித்திரம் நிரந்தரமாக தன்னைவிட்டு ஓடிவிடக் கூடும் என்ற அளவில் அப்படிச் செய்து விட்டாள். பசியைத் தீர்ப்பதற்காக இந்த அவமானத்தைக்கூட அவள் தாங்குவதற்கு சித்தமாக இருந்தாள்.

காலையில் காரில் அலுவலகத்துக்கு போகும் போதும், மாலையில் திரும்பும்போதும் அந்தப் பெண் அவர் வீட்டு வாசலிலே பழியாய் கிடப்பதை லோடா அவதானித்தார். கடந்த நாலு நாட்களாக இது நடந்து வந்தது. கடைசியில் ஒருநாள் கார் சாரதியிடம் சொல்லி காரை நிறுத்தி அவளிடம் 'என்ன வேண்டும்?' என்று கேட்டார். அதற்கு அவள் "மாஸ்டர், எங்கள் நாட்டு வறுமையைத் தீர்ப்பதற்காக வந்த கடவுள் நீங்கள் என்று பேப்பர்கள் எழுதுகின்றன. நானோ ஒரு முறி 'கசாவாவுக்கும்' ஒரு கரண்டி 'பாம்' எண்ணெய்க்கும்கூட வழியில்லாத பரம ஏழை. என்னை நம்பி பத்துபேர் பட்டினியுடன் காத்திருக்கிறார்கள். எனக்கு வேலை கிடைத்தால் பதினொரு பேருடைய வறுமை தீரும். மாஸ்டர், எனக்கு இந்த வேலையை ஒருவாரத்திற்கு சம்பளமின்றி தந்து பாருங்கள். அதற்குப்பிறகு உங்கள் முடிவு" என்றாள்.

லோடாவுக்கு அவளுடைய நேர்மை பிடித்துக் கொண்டது. ஏழையென்றாலும் அவள் குழையாமல் நிமிர்ந்து நின்று கண்களைப் பார்த்து பேசியது பிடித்துக் கொண்டது. மிகவும் சொற்பமான ஆங்கில வார்த்தைகளை உபயோகித்து, சிக்கனமாகத்தான் சொல்ல வேண்டிய கருத்துக்களை நிதானமாக நிறுத்தி நிறுத்தி சொன்னது பிடித்துக் கொண்டது. எல்லாவற்றிற்கும் மேலாக அவளுடைய அறிவான கண்களும், ஆர்வமும் துணிச்சலும் அவருக்கு மெத்தப் பிடித்துக் கொண்டது.

இப்படித்தான் அமீனாத்து அங்கே வேலைக்கு சேர்ந்தாள். ஒரு வார காலத்தில் வீட்டையே மாற்றி அமைத்து விட்டாள். வீடு எப்பவும் பளிச்சென்று இருந்தது. லோடாவுடைய பழக்க வழக்கங்களை அவதானித்து அதற்கேற்ற மாதிரி அவருடைய உடைகளைப் பேணி அந்தந்த நேரத்துக்கு அணிவதற்கு தகுந்தவற்றை தேர்ந்தெடுத்து வைத்தாள். ஒருமுறை ஒன்றை சொன்னால் ஆணியடித்ததுபோல அவளுடைய மூளையில் அது பதிந்துவிடும். லோடாவுக்கு தான் செய்த முடிவு மிகுந்த சந்தோஷத்தை கொடுத்தது. அமீனாத்தும் அவருடைய நல்லெண்ணத்தைக் கவர்வதில் முழுமூச்சுடன் செயல்பட்டாள்.

மனைவி இல்லாவிட்டாலும் லோடாவின் வீட்டு நிர்வாகம் இப்படி சீராகப் போய்க் கொண்டிருந்தது. ஆனால் அவர் எதிர்பார்த்ததற்கு மாறாக அலுவலகத்து வேலையில் ஒழுங்கீனங்கள் மலிந்து கிடந்தன. ஒரு அடி ஏறினால் ஒன்பதடி வழுக்கியது. எச்.டி.ஐயை எப்படியும் உயர்த்தி விடவேண்டும் அவர் ஆசையில் மண் விழுந்துவிடும்போல இருந்தது. அவருடைய அபிவிருத்தித் திட்டங்களில் முதன்மையானவை பெண்கள் நலன் பேணும் திட்டங்களும், வறுமை ஒழிப்பு திட்டங்களும்தான். இவையெல்லாம் அரசாங்க ஒத்துழைப்புடன் நடக்க வேண்டியவை. ஆனால் அதிகாரிகளுக்கு இவற்றினால் ஒருவித லாபமும் இல்லையென்றபடியால் கிளித்தட்டு விளையாட்டு போல கோப்புகளை இங்குமங்கும் மாற்றி மாற்றி அனுப்பிக் கொண்டிருந்தார்கள். இறுதியில் ஒரு பயனும் காணவில்லை.

அதிகாரிகளுடன் ஓயாது சண்டை போட்டுவிட்டு வீட்டுக்கு வந்தால் அங்கே நுளம்புகளுடன் இவருடைய போராட்டம் தொடரும். வீட்டைச் சுற்றி மருந்துகள் அடித்தும்,நுளம்பு வலைக்குள் படுத்தும் கூட ஒன்றிரண்டு நுளம்புகள் அவரைப் பிரியமுடன் தேடி வந்துவிடும். சியரா லியோன் நுளம்புகள் மலேரியா மருந்துகளுக்கு பயப்படாதவை. மலேரியா மருந்தை மிகக் கிரமமாக சாப்பிட்டும் அவருக்கு ஒரு நாள் மலேரியா வந்துவிட்டது. இந்தக் காய்ச்சல் முந்திப்பிந்தி லோடாவுக்கு வந்ததில்லை. அங்கே அது எல்லாருக்கும் அடிக்கடி தடிமன் காய்ச்சல்போல வந்து வந்து போகும். இவரைப் போட்டு இது கண்ணும் கருத்துமாகப் பார்த்தாள். மலேரியா மருந்தை நேரம் தவறாமல் கொடுத்தாள். குவினைன் மரப்பட்டைகளையும், 'தோஃறா' இலையையும் போட்டு அவித்த குடிநீரை காலையும் மாலையும் அவருக்கு வலுக்கட்டாயமாகப் புகட்டினாள். அவளுடைய கரிசனம் லோடாவின் மனதை நெகிழவைத்தது.

உண்மையான ஊழியத்துக்கு எப்பவும் பயன் உண்டு அல்லவா? லோடா அவளுடைய சம்பளத்தை உயர்த்தினார்; சலுகைகளை அதிகரித்தார். அமீனாத்து உச்சி குளிர்ந்து போனாள். அவளுக்கு தன் எஜமானரிடம் உண்மையான பக்தியும் அசைக்க முடியாத விசுவாசமும் ஏற்பட்டுவிட்டது. 'லிம்பா' இனத்துப் பெண்களைப்போல் அவள் இனிமேல் லோடாவுக்காக தன் உயிரையும் கொடுப்பதற்கு தயங்க மாட்டாள்.

லிம்பா இனத்தவர்கள் பொதுவாக அழகுக்கும், விசுவாசத்திற்கும் பேர் போனவர்கள். அதிலும் பெண்கள் முற்றிலும் பழுக்காத நாவல் பழம் போன்ற நிறமும், செதுக்கிய சிலை போன்ற அழகும் கொண்டிருப்பார்கள். முந்திய ஜனாதிபதி பதவியேற்ற சமயம் லிம்பா இனத்தவர் எல்லாம் ஒன்று சேர்ந்து அவருக்கு ஒரு பதினாறு வயது நிரம்பாத யௌவன அழகியை பரிசாக அளித்தார்களாம். லோடாவும் இந்த லிம்பா அழகியின் உண்மையான சேவையில் மகிழ்ந்து போனார்.

நுளம்பைத் தொடர்ந்து இப்பொழுது ஒரு இலையான் அவர் வாழ்க்கையில் குறுக்கிவிட்டது. சியரா லியோனில் அம்பாரமாகக் காணப்படும் இதற்கு பேர் 'தும்பு' இலையான். பார்த்தால் மாட்டு இலையான் போன்று பெரிதாகத் தோன்றும். அது ஈரமாயிருக்கும் துணிமணியில் வந்து நைசாக முட்டை இட்டுவிட்டுப் போய்விடும். அந்தத்துணியை யாராவது அணிந்தால் அந்த முட்டை சருமத்துக்குள் போய் அங்கேயே பொரித்துவிடும். ஐந்தாறு நாட்களில் ஒரு கொப்புளம் தோன்றி உபாதை கொடுக்கத் தொடங்கும். கொப்புளம் சுண்டைக்காய் அளவு பருமன் ஆனதும் வலியோ தாங்க முடியாமல் போகும். சியரா லியோனுக்கு புதிதாக வருபவர்கள் இந்த தும்பு இலையானிடம் தப்பிப் போனது கிடையாது.

ஆனால் ஆபிரிக்கர்களுக்கு இது சர்வ சாதாரணம். அவர்கள் ஆயுள் பரியந்தமும் இந்த இலையானுடனேயே குடித்தனம் செய்து பழக்கப்பட்டவர்கள். லோடாவுக்கு இந்த தும்பு இலையான் பற்றிய சரித்திரம் ஒன்றும் தெரியாது. அது ஒருநாள் அவர் நடுமுதுகிலே குடிவந்து பெரிய கொப்புளமாகி நமைச்சல் கொடுக்கத் தொடங்கியது. இவர் ஒருநாள் கண்ணாடியைத் தன் பின்புறம் வைத்து முதுகைப் பார்ப்பதைக் கண்ட அமீனாத்து திடுக்கிட்டுவிட்டாள். உடனேயே இவருடைய உத்தரவைக்கூட எதிர்பாராமல் வாஸ்லைன் கொண்டுவந்து மெதுவாக தடவிவிட்டாள். சிறிது நேரத்தில் நாவல்பழம் போல பழுத்த கொப்புளத்தில் புழு நெளிவது அவள் கண்களுக்கு தெரிந்தது. இரண்டு பெருவிரல்களையும் சேர்த்து

நடுமுதுகில் வைத்து அமுக்கியவுடன் குண்டு மணியளவு கொழுத்த புழு ஒன்று வெளியே வந்து விழுந்தது. அவளுக்கு இது சர்வ சாதாரணம். இது போல் ஆயிரம் தடவை இதற்கு முன்பு அவள் இதைச் செய்திருக்கிறாள். லோடாதான் பாவம், கொஞ்ச நேரம் 'லொடலொடவென்று' ஆடிப் போய்விட்டார். தாங்க முடியாத முதுகு நோவு கனநேரத்தில் மறைந்துவிட்டது.

அவள் முரட்டுத்தனமாக முதுகிலே அமுக்கிய ஸ்பரிசம் இவர் நெஞ்சிலே போய் இனித்தது. இப்போதெல்லாம் லோடாவுடைய சிந்தனையை அடிக்கடி அமீனாத்து வந்து நிறைக்கத் தொடங்கினாள். ஒரு பதினேழு வயதுப் பெடியனைப்போல அவருடைய இதயம் அல்லாடியது. இது என்னவென்று அவருக்கு வியப்பாக இருந்தது. ஒருநாள் சனிக்கிழமை பகல் நேரம். அன்று ஹமட்டான் காற்று பலமாக வீசியது. ஆகாயம் முழுவதையும் தூசிப்படலம் மறைத்துவிட்டது. பத்தடி தள்ளி நிற்பவரைக்கூட பார்க்க முடியாதபடி வானம் இருண்டுபோய் கிடந்தது. அவர் வழக்கம்போல கோல்ப் விளையாடப் போகவில்லை. மேற்கத்திய இசையை ஒலிநாடாவில் ஓடவிட்டு சுகமாக ரசித்தபடி ஏதோ எழுத்து வேலையில் ஈடுபட்டிருந்தார்.

அமீனாத்து தன் நீளமான கால்களை எட்டி வைத்துவிட்டு வேலைகளைக் கவனித்துக் கொண்டிருந்தாள். இக்கிரிப் பத்தைபோல் அடர்த்தியாய் வளர்ந்திருந்த சுருள்முடியை இரும்பினால் செய்த சிக்குவாங்கியால் ஒட்ட இழுத்து சிறுசிறு பின்னல்களாகப் பின்னி மடித்து லப்பாத் துணியினால் இறுக்கி கட்டியிருந்தாள் அவள்; தென்னம்பாளை வெடித்தது போன்ற அவள் பற்களுக்கு 'மாட்ச்சாக' கறுப்பு கழுத்திலே ஒரு வெண்சங்கு மாலை தொங்கியது. தன்னை மறந்து இசைக்கேற்ப மாலை தொங்கியது. தன்னை மறந்து இசைக்கேற்ப தன் உடலை அசைத்தபடி இயங்கிக் கொண்டிருந்தாள். நடனமாது அல்லவா? நடனம் தானாகவே அவளிடம் ஓடி வந்தது.

லோடா அவளைப் பார்த்துக் கொண்டிருந்தார். புதுக்கப் புதுக்க அவளைப் பார்ப்பது போலிருந்தது அவருக்கு. ஆபிரிக்க அழகையெல்லாம் மொத்தமாக குத்தகை எடுத்ததுபோல அவள் காணப்பட்டாள். சிறு பிள்ளைபோல அவள் தன்னைமறந்து ஆடையை ஆரவாரமின்றி அசைத்தாடுவது அழகாக இருந்தது. இவர் அவளுடைய கண்களையே பார்த்தார். அவள் துணுக்குறவும் இல்லை; கீழே பார்க்கவும் இல்லை. திருப்பி இவர் கண்களை நிதானமாகப் பார்த்தாள். நல்லூர் சப்பரம் போல மெள்ள மெள்ள நகர்ந்து இவர் இருக்கைக்கு கிட்ட வந்தாள்; சாவதானமாக இவருடைய மேசையை மறுபடியும் சுத்தம் செய்யத் தொடங்கினாள். அப்பொழுது லோடா

எட்டி அவளுடைய கையைப் பிடித்தார். அவள் அப்படியே அவர்மேல் சரிந்தாள்.

அவர்களுடைய திருமணம் ஆடம்பரமின்றி ஒரு கிராமத்து சர்ச்சில் நடைபெற்றது. வெகு நெருங்கிய சினேகிதர்களும், உறவுக்காரர்களும் மட்டுமே வந்திருந்தனர். அமீனாத்துவின் விருப்பத்திற்கிணங்க லோடா கொழுத்த மாடொன்றை அடித்து ஒரு பெரிய விருந்து கொடுத்தார். 'ஜொலஃப் ரைஸு'ம், புகைபோட்ட 'பொங்கா' மீனும், 'பாம்' எண்ணெய்க் குழம்பும் அந்த ஊர் முழுக்க மணத்தது. அந்த விருந்தைப் பற்றியே அவர்கள் ஒரு வார காலமாக கதைத்தார்கள். அவளுக்கு அடித்த யோகத்தை நம்ப முடியாதவர்களாக அந்த எளிய கிராமத்து மக்கள் பிரமித்துப் போய் நின்றார்கள். பரம ஏழையான அமீனாத்து தான் ஊதியத்துக்கு வேலை செய்த அதே வீட்டில் இல்லத்தரசியாக பதவியேற்றாள்.

லோடா தன் அந்தஸ்துக்கு ஏற்ப வாழ்வதற்கு அவளை வெகு சீக்கிரமே பழக்கி வைத்தார். அமீனாத்து காரோட்ட பழகிக்கொண்டாள்; இங்கிலாந்திலிருந்து விதவிதமான மேல்நாட்டு உடைகள் தருவித்து அணிந்துகொண்டாள். அவள் அவற்றைப் போட்டபோது கடைந்தெடுத்த கறுப்பு 'மாடல்' போல இருந்தாள். சீக்கிரத்திலேயே மீன்குஞ்சு நீத்தப் பழகுவதுபோல வெகு இயற்கையாக அவருடைய சமூக அந்தஸ்துக்கு ஏற்ப அவள் தன்னை உயர்த்திக்கொண்டாள். ஆனாலும் அவள் தனது இல்லத்து வேலைகளை தானே தொடர்ந்து செய்தாள்; ஒரு வேலைக்காரியை வைப்பதற்கு மட்டும் தீர்க்கமாக மறுத்துவிட்டாள்.

லோடாவினுடைய வாழ்க்கையானது இப்படியாக திடீரென்று கந்தர்வலோக வாழ்க்கையாக மாறிவிட்டது. தன் வாழ்நாளிலேயே இவ்வளவு சந்தோஷமாக இருந்தது அவருக்கு ஞாபகமில்லை. கிஷ்கிந்தையிலே சுக்கிரீவன் மாரிகாலம் முடிந்தபின்பும் ராமகாரியத்தை முற்றிலும் மறந்து அந்தப்புர போகத்தில் மூழ்கிக் கிடந்ததுபோல லோடாவும் தன் அலுவலக காரியங்களை அறவே மறந்தார். அவளோ வாலிபத்தின் உச்சியில் இருந்தாள்; இவருடைய 'பாட்டரியோ' கடைசி மூச்சில் இருந்தது. அவளுடன் சுகித்திருப்பதே மோட்சம் என்ற நிலையில் 'விடுதல் அறியா விருப்பனன் ஆகி' அவள் காலடியில் உலகத்தை தரிசித்தவர் அலுவலகத்தை தரிசிக்கத் தவறிவிட்டார்.

சியரா லியோனின் எச்.டி.ஐயை அணுவளவேனும் உயர்த்தி விடவேண்டும் என்ற அவருடைய ஆரம்ப காலத்து ஆர்வமெல்லாம்

158 | நடுவே கடல்

போன இடம் தெரியவில்லை. இவரின் கீழ் வேலை பார்த்த அதிகாரிகள் எல்லாம் சங்கீத சீஸனில் முன்வரிசையில் உட்கார்ந்து சிரக்கம்பம் செய்யும் மகா ரஸிகர்கள்போல இவர் சொன்னதற்கெல்லாம் தலையை 'ஆட்டு' 'ஆட்டு' என்று ஆட்டினார்களே ஒழிய காரியத்தில் தொழில்கள் மூலம் கிராமத்துப் பெண்களின் வருவாயை அதிகரிக்கும் அவருடைய சிலாக்கியமான திட்டம் படுதோல்வி அடைந்தது. மூலதனமாக அவர்கள் கொடுத்த உபகரணங்களும், பொருட்களும் கூட திருட்டுப் போயின. குதிரையை தண்¬ணீர் காட்ட இழுத்துப் போகலாம்; குடிக்கப் பண்ண முடியுமா? இப்படியாக லோடா தன் மனதை தானே தேற்றிக் கொண்டார்.

அவருடைய பதவிக்காலம் முடிந்து வேறு நாட்டுக்கு மாற்றல் வந்தபோது லோடா திடுக்கிட்டு விழித்துக் கொண்டார். தான் சாதித்தது அவருக்கு பெருமை தருவதாக இல்லை. ஆனாலும், அலுவலகத்தில் செய்ய முடியாததை தன் சொந்த வாழ்க்கையில் சாதித்தது அவருக்கு கொஞ்சம் சமாதானமாக இருந்தது. சமுதாயத்தின் அடிமட்டத்தில் தரித்திரத்தில் உத்தரித்த ஒரு பெண்ணுக்கு அவர் வாழ்வு கொடுத்திருந்தார் அல்லவா? அவள் இன்று செல்வத்தில் திளைப்பது மட்டுமில்லாமல் அவருடைய இல்லத்துக்கும் அரசியாகிவிட்டாள். அவருக்கு புன்சிரிப்பு வந்தது. இப்படியான ஓர் அழகி அவர் வீட்டுக்கும், அவருடைய இதயத்துக்கும் ராணியானது அவருடைய அதிர்ஷ்டம்தான். இந்த ஒரு விஷயத்திலாவது சியரா லியோனின் எச்.டி.ஐ சிறிது உயர்ந்திருக்குமல்லவா?

புள்ளி விபரங்களை கரதலப் பாடமாக உய்த்திருந்த லோடா இங்கேதான் ஒரு மிகப்பெரிய தவறு செய்தார். அந்த வருடம் வெளியான எச்.டி.ஐ விபரங்களை சிறிது அவதானித்து நோக்குவாராயின் அவருக்கு தான் செய்த தவறு புரிந்திருக்கும். அவர் அமீனாத்தவை மணம் புரிந்ததினால் உள்ளபடியாக எச். டி.ஐ. அணுப்பிரமாணமான அளவில் விழுந்துதான் போனது; கூடவில்லை.

காதல் கண்ணை மறைக்கும் என்று சொல்வார்கள் லோடா விஷயத்தில் அது அவர் மூளையையும் மறைத்து விட்டது.

பின்குறிப்பு :— உலகத்து நாடுகளில் தராதரத்தை கணிப்பதற்கு எச்.டி.ஐ முறையை ஐ.நா. கடைபிடிக்கிறது. ஒரு பெண் ஊதியத்துக்கு வேலை செய்யும் போது அவளுடைய ஊழியம் எச்.டி.ஐ கணக்கிலே சேர்க்கப்படுகிறது. அதே பெண் தனக்கு சம்பளம் கொடுக்கும் எஜமானரை மணம் முடித்து அந்த வேலையை

சம்பளமின்றி செய்ய நேர்கையில் அவளுடைய உழைப்பு கணக்கில் சேர்த்துக்கொள்ளப் படுவதில்லை. இதனால் எச்.டி.ஐ விழுக்காடு அடைகிறது. பெண்களுடைய ஊதியமில்லாத உழைப்பை கணக்கிலே சேர்க்காததால் ஏற்படும் முரண்பாட்டை இந்தக் கதை சுட்டிக்காட்டுகிறது என்று சிலர் சொல்லலாம். அதை நம்புவதும் நம்பாததும் உங்கள் பொறுப்பு.